D1680651

பி. அஜய் ப்ரசாத்

சமகாலத் தெலுங்கு இலக்கியத்தில் 2005 முதல் தற்போது வரை பி. அஜய் ப்ரசாத் பயணித்து வருகிறார். குண்டூரு மாவட்டம் நகரிகல்லுவில் 1972இல் பாதர்ல தசரதராமையா, ராகவம்மா தம்பதிக்கு ஜூன் 9 அன்று பிறந்தார். தெற்குக் கடலோர ஆந்திராவில் உள்ள குண்டூர், மாச்சர்லா, அத்தங்கி, குண்டலவலேரு போன்ற நகரங்களில் வளர்ந்தார். வாழ்க்கைப் போராட்டத்தில் பல ஏற்ற இறக்கங்களுக்குப் பிறகு வேலையில்லாமல் ஹைதராபாத் பெருநகருக்குள் நுழைந்தார். ஒரு தனியார் நிறுவனத்தில் சுருக்கெழுத்தராகச் சேர்ந்து வாழ்க்கையை நடத்தி வருகிறார்.

எட்டாம் வகுப்பிலிருந்து கதைகளை எழுதத் தொடங்கிய அஜய் ப்ரசாத் ஆரம்ப காலத்தில் பல புனைபெயர்களில் எழுதினார். 2005இல் அவர் எழுதி வெளிவந்த முதல் கதையான 'மறுபூமி' மூலம் எழுத்தாளராக அங்கீகரிக்கப்பட்டார். இப்பொழுதுவரை இவரின் ஐம்பதிற்கும் மேற்பட்ட கதைகள் பல பத்திரிகைகளில் வெளிவந்துள்ளன. அவைகளில் முப்பது கதைகள் தேர்ந்தெடுக்கப்பட்டு 'லோயா', 'காலிபொரலு' என்று இரண்டு சிறுகதைத் தொகுப்புகளாக வெளிவந்திருக்கின்றன. அவர் எழுதிய கதைகளில் பல அந்தந்த வருடாந்திரத்தின் சிறந்த கதைகள் என்று தேர்ந்தெடுக்கப்பட்டிருக்கின்றன. சில கதைகள் ஹிந்தி, ஆங்கிலம், வங்காளம், கன்னடம் மற்றும் துளு ஆகிய மொழிகளில் மொழிபெயர்க்கப்பட்டிருக்கின்றன. கதை எழுதுவதோடு பல்வேறு இலக்கிய இதழ்கள் மற்றும் நாளிதழ்களில் தனக்கு விருப்பமான டால்ஸ்டாய், தஸ்தாயேவ்ஸ்கி, மசானாபு புகாகோ படைப்பாளர்கள் குறித்து எழுதப்பட்ட இலக்கியப் பக்கங்கள், பகுப்பாய்வுக் கட்டுரைகள் அஜய் ப்ரசாத்தை ஒரு விமர்சகராக அங்கீகரிக்க வைத்தது. சமீபத்தில் இவருடைய சக எழுத்தாளர்களின் நிஜவாழ்க்கைக் கதைகளை வைத்து எடுக்கப்பட்ட 'வெல்லிப்போவாலி' திரைப்படத்திற்காக வசனம் எழுதி அதில் நடித்தார்.

சமகால அடித்தள, விளிம்புநிலை மக்களின் வாழ்க்கைக் கூறுகளை அவர்களின் பக்கத்தில் நின்று பேசியிருப்பதுதான் இவரது எழுத்தின் முக்கிய அடையாளம் ஆகும்.

க. மாரியப்பன்

க.மாரியப்பன், திருநெல்வேலி மாவட்டம் கல்லிடைக்குறிச்சியில் பிறந்தவர். ஆந்திரமாநிலம், திராவிடப் பல்கலைக்கழகத்தில் தமிழ்மொழி மற்றும் மொழிபெயர்ப்பியல் துறையில் உதவிப் பேராசிரியராகப் பணிபுரிந்து வருகிறார். இலக்கியத் திறனாய்வாளர், மொழிபெயர்ப்பாளர். கடந்த ஆண்டு இவரது முதல் தெலுங்கு மொழிபெயர்ப்புச் சிறுகதைத் தொகுப்பாக 'மஹாவித்துவான்' வெளிவந்தது. 'அத்தங்கி மலை' இவரின் இரண்டாவது மொழிபெயர்ப்பு நூலாகும். அருட்செல்வர் நா.மகாலிங்கம் மொழிபெயர்ப்பு விருது 2023 பெற்ற நூல் இதுவாகும்.

அத்தங்கி மலை

பி. அஜய் ப்ரசாத்

தமிழில்

க. மாரியப்பன்

எதிர் வெளியீடு

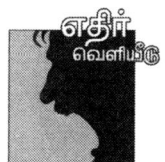

அத்தங்கி மலை
பி. அஜய் ப்ரசாத்
தமிழில்: க. மாரியப்பன்

முதல் பதிப்பு: ஜனவரி 2024

எதிர் வெளியீடு,
96, நியூ ஸ்கீம் ரோடு, பொள்ளாச்சி - 642 002
தொலைபேசி: 04259 226012, 99425 11302

விலை: ரூ. 250

Athangi Malai
B. Ajay Prasad
Translated by G. Mariyappan

Copyright © B. Ajay Prasad
Tamil Translation Copyright © G. Mariyappan

First Edition: January 2024

Published by
Ethir Veliyeedu, 96, New Scheme Road, Pollachi - 2
email: ethirveliyedu@gmail.com
www.ethirveliyeedu.com

ISBN: 978-81-19576-01-2
Cover Design: Harisankar
Printed at Jothy Enterprises, Chennai.

All rights reserved. No part of this book may be reprinted or reproduced or utilised in any form or by any electronic, mechanical or other means, now known or hereafter invented, including Photocopying and recording, or in any information storage or retrieval system, without permission in writing from the Publisher.

என் வாழ்வில் ஒளியேற்றிய
வணக்கத்துக்குரிய
திராவிடப் பல்கலைக்கழக
மேனாள் துணைவேந்தர்
பேரா. கடப்பா ரமணய்யா அவர்களுக்கு...

மண்ணெண்ணெய் விளக்கு வெளிச்சத்தில் குருட்டுப் புறா

இந்த உலகம் கதைகளால் நிரம்பி வழிகிறது. கதை, கதை மீறிய கதை, கதைக்குள் கதையென உலகம் முழுக்க வாழ்வின் சாரத்தைச் சுமந்து கொண்டும் மண்ணின் ஆத்மாவைக் கருப்பையில் தாங்கிக் கொண்டும் வெளிவந்து கொண்டிருக்கும் நீண்ட நாளைய உலகக் கதைகளின் வாசிப்பனுவத்திலிருந்து செரிமானம் செய்யப்பட்ட பலவிதமான சுவை மிக்க உணவுப் பொட்டலமாக என்னோடு எப்போதும் கதைகள் இருந்திருக்கின்றன. ஒரு கதை நுண் அதிகாரத்தைக் கேள்வி எழுப்பும். இன்னொரு கதை உப்புக்குத்தி கால் பட்டவுடன் பொள்ளும் வெயிலில் அரசு அதிகாரத்தை உப்புக் கண்டம் போட்டுக் காயப்போடும். அடுத்தடுத்த கதைகள் பகுத்தறிவை நீதிமன்றத்தில் நிற்க வைக்கும். இது மட்டுமா உண்மை? இதுவும் உண்மையென உன்னைக் குத்திக் கீறி இரத்தப் பலி கேட்கும். இன்னொரு புறம் பண்பாட்டின் செதில் அரித்துப் போன எச்சங்கள் வரலாற்றை மறுவாசிப்புக்கு உட்படுத்துதலெனக் காலகட்டத்தின் வெளிகளில் செவிவழி வாய்மொழிக் கதைகளை மறுவாசிப்புக்கு உட்படுத்துதலெனக் காலகட்டத்தின் மனசாட்சியைப் பறைசாற்றும் குடும்ப வெளிக்குள் நிலவுகின்ற ஆண், பெண் தட்பவெட்ப மாறுதல்களைக் காதல், காமம் என ஒன்றுபடும் புள்ளிகளையும் வேறுபடும் புள்ளிகளையும் பல்வேறு அர்த்த தளங்களில் வாசிப்புக்குக் கொண்டு வந்து உரையாடல் நிகழ்த்தும். இப்படியாய்க் கதைகளை வெறும் கதைகளென நாம் கடந்து விடாத அளவுக்கு அவை கதைகள் அல்ல வாழ்வின் சாரத்தைப் பிசைந்தெடுத்து நம் மனதிற்குள் உரையாடல் நடத்தும். அந்த வகைப்பட்ட கதைகள் உலகின் ஒவ்வொரு பிரதேச மூலைகளுக்குள்ளும் அற்புதமான வாழ்வின் பக்கங்களை எழுதிச் செல்வதை நாம் கவனத்தில் கொள்ளலாம்.

தமிழில் எழுதப்பட்ட ஆளுமை மிக்க எழுத்தாளர்களின் கதைகள், தமிழுக்கு மொழிபெயர்ப்பு மூலம் வந்த கதைகளென இரண்டு விதங்களில் பார்த்தோமானால் உலகம் முழுக்க இருந்து தமிழுக்குப் பங்களிப்பை நிகழ்த்தி இருக்கிறதா என்பது கேள்விக்குறி தான்.

ஏனெனில் இடாலோ கால்வினோவின் நூலகத்தில் ஒரு ராணுவ ஜெனரல் எனத் தமிழில் மொழிபெயர்ப்பு மூலம் கிடைத்த கதை, அரசு அதிகாரத்தின் உச்சத்தை எத்தி சவுட்டி இருப்பதை நாம் காணலாம். பன்முகப் பண்பாட்டின் ஜனநாயக தன்மையோடு இயங்குகின்ற நம் தேசத்தில் அதிகாரத்திற்கு எதிரான நேரடி அர்த்தத் தளம் இல்லாத வடிவத்தில் ஒரு கூர்மையான எழுத்தைப் படைக்க முடியுமா என்பது கேள்விக்குறி தான். இதனை நான் எப்படிப் பார்க்கிறேன் என்றால் ஒரு கதை ஒரு நாட்டின் வேர்களையே உலுக்கிக் குலுக்க முடியும். நாட்டின் இறையாண்மை சிந்தனை மீது வக்கீல் நோட்டீஸ் அனுப்ப முடியும். நம் மண்ணில் இப்படியான காத்திரமான உலக வரிசையில் இடம் பெறுகிற எத்தனை கதைகளைச் சொல்ல முடியும் என்பது கேள்விக்குறிதான். நம்மவர்கள் காதல், காமம், உறவுநிலையென லட்சக்கணக்கான குப்பைகளைச் சமைத்தவர்கள். சாதி, மதம், பண்பாடு இவைகளை விளிம்பின் சார்பில் நின்று கொண்டு பிரேத பரிசோதனை செய்ய முடியுமா என்பதும் கேள்விக்குறிதான். நவீன இலக்கிய ஆளுமைகளென நம்மிடை உள்ளவர்களிடம் இந்த நுட்பங்கள் நடந்திருக்கிறதா என்பதை மறு ஆய்வுக்கு உட்படுத்த வேண்டி இருக்கிறது. மொழிபெயர்ப்பு வழியாக நமக்குக் கிடைத்த உலகக் கதைகள் நமது தூக்கத்தைத் தொலைத்திருக்கிறது. பல இரவுகள் கண்ணீர் விட்டு அழ வைத்திருக்கிறது. இப்படியான கரணம் தப்பினால் மரணம் என்பதான வாழ்வை வாழ முடியுமா என்ற பயத்தை வரவழைத்திருக்கிறது. இது ஒன்றுமே இல்லாமல் ஈசி செயரில் மல்லாக்கப் படுத்துக்கொண்டு கதை எழுதுகின்ற அறிவு ஜீவிகளை என்னவென்பது.

எழுத்தை அழகியலோடு மட்டுமே இணைப்பது ஒருவித மனநோயாக மாறிவிட்டது. இந்தத் தேசம் மனநோயாளிகளின் தேசம். சார்பு நிலை சித்தாந்தமில்லாமல் எந்த எழுத்துமில்லை. நாம் எதனுடைய சார்பில் நின்று கொண்டு எழுதுகிறோம் என்பது முக்கியம். ஒரு நூற்றாண்டு கால வரலாற்றின் மையப்புள்ளியை ஒரு கதையில் சொல்லிவிட்டுப் போகமுடியும். அப்படியான மொழிபெயர்ப்புக் கதைகள் கிடைத்த தமிழ்ச் சூழலில் தெலுங்கிலிருந்து மாரியப்பன் மொழிபெயர்த்த கதைகளும் வந்து சேர்ந்திருக்கிறது.

பொதுவாகத் திராவிட மொழிக் குடும்பத்திலிருந்து மொழிபெயர்ப்புப் பணியைச் செய்வது அவ்வளவு எளிதல்ல. நமது பக்கத்தில் உள்ள முகங்கள் உரையாடும் படைப்பு மொழியைப் பண்பாட்டு வேர்கள் சிதையாமல் உயிரோட்டம் பாதிக்காமல் ஒரு காட்டாற்று

வெள்ளமான வாசிப்பனுவமாக இந்தப் பிரதியை மாற்றி இருப்பது மாரியப்பனின் மொழிபெயர்ப்பில் நடந்திருக்கிறது. மாரியப்பன் மொழிபெயர்த்து நமக்குத் தந்துள்ள ‘அத்தங்கி மலை’ என்ற இந்த நூல் விளிம்பின் குரலை விரித்துக் காயப்போடுவதைக் காணலாம். அவரின் மொழிபெயர்ப்பில் பி. அஜய் ப்ரசாத்தின் பத்துக் கதைகளிலும் இந்தத் தனித்தன்மையை நாம் உணரலாம். காடு, மலை, பள்ளத்தாக்கு, அருவியென விரிந்த உள்வாங்கல் கூடிய ஒரு வாசிப்பனுபவம் அஜய் ப்ரசாத்திற்கு வாய்த்திருக்கிறது. அந்த உற்று நோக்கலின் வெளிப்பாடு மிகவும் அடர்த்தியான வாழ்வைக் கதைகளுக்குள் பதிவு செய்ய உதவி இருக்கிறது எனலாம். உதிரி மனிதர்கள், மற்றமைகளின் மீதுள்ள கரிசனங்கள் எல்லாம் படைப்பாக்கி இருக்கும் தருணங்களை நாம் படைப்பாளியின் தனித்துவ அடையாளமாகப் பார்க்க முடிகிறது. இப்படியான மற்றமைகளின் குரலைப் பேசுகிற கதைகளைத் தேர்வு செய்து தெலுங்கிலிருந்து நவீனத் தமிழுக்குத் தந்திருக்கும் மாரியப்பனின் பணியை நாம் தலை வணங்கி வரவேற்போம். மாரியப்பனின் தொடர்ந்த வாசிப்பும் செயல்பாடும் பார்க்கையில் எரிதழல் கொண்டு வரும் அக்னிக் குஞ்சாகக் கண்ணுக்குத் தெரிகிறார்.

11-12022

நட்புடன்

தக்கலை நட. சிவகுமார்

94420 79252

என்னுரை

அத்தங்கி மலையேறிய பயண அனுபவம்

'அத்தங்கி மலை' என் மொழிபெயர்ப்புப் பயணத்தில் இரண்டாவது நிலையம். இந்தப் பயணத்தில் என்னோடு பயணிக்கிற என் தோழர் ஆங்கிலத்துறைப் பேராசிரியர் பி.திருப்பதிராவ் அவர்களிடம் தெலுங்கின் நவீனப் படைப்புகளைத் தமிழுக்கு மொழிபெயர்க்கும் ஆலோசனையோடு உரையாடியபோது, சில தெலுங்குப் படைப்புகளை அறிமுகப்படுத்தினார். அவ்வமயம் எனக்கு அறிமுகமானது 'லோயா' என்ற சிறுகதைத் தொகுப்பாகும். இதன் ஆசிரியர் பி.அஜய் ப்ரசாத். அவ்வாறு அறிமுகமானபின் படிக்கத் தொடங்கிய கதையான 'ஜாகரனா' (விழிப்பு)வில் மலையில் தங்கியிருக்கிற பைராகியின் குடிசை, நிலவொளியில் மங்கிய இருள், மெல்லிய சொற்களால் கிழித்தெறியப்படும் அமைதி, பைராகியாக மாறிய குறிகாடுவின் வழி மெய்யியல் விழிப்பில் தொடர்ந்த பயணம், வாழ்க்கை யாருக்கு எவ்வாறாக அமையும் என்ற இருத்தலியத்தை முன்வைக்கும் 'நல்லனி வானா' (கருப்பு மழை) வில் நின்றது. தன் கதைகளைத் தமிழ் மொழிக்கு மொழிபெயர்த்திட அனுமதி தந்த எழுத்தாளர் பி.அஜய் ப்ரசாத் அவர்களுக்கு மிக்க நன்றி.

இதற்கிடையில் மூலநூல் ஆசிரியரான பி.அஜய் ப்ரசாத்திடம் இருந்து அவரின் சில தெலுங்குக் கதைகளைப் பெற்றேன். இரண்டிலும் இருந்து பத்துச் சிறுகதைகளைத் தேர்ந்தெடுத்து மொழிபெயர்த்த போது, ஆந்திர மற்றும் தெலங்கானா வட்டார வழக்குச் சொற்கள் அதிகம் பயன்படுத்தப்பட்டிருந்தது. அவற்றில் ஐயம் ஏற்பட்டபோதெல்லாம் அவரிடமே தொடர்பு கொண்டு தெளிவு பெற்று மொழிபெயர்ப்பில் கையாண்டேன். மூலமொழியைச் சிதைக்காமல் தமிழ்மொழிக்கு நெருக்கமாகக் கொண்டு வர முயற்சிக்க வேண்டும் என்பதை நோக்கமாகக் கொண்டு, ஒவ்வொரு கதையையும் மொழிபெயர்த்த பின் எனது மதிப்பிற்கும் வணக்கத்திற்கும் உரிய மூத்த மொழிபெயர்ப்பாளர் திரு.சா.தேவதாஸ் அவர்களுக்கு அனுப்பி வைத்து, அவருடைய ஆலோசனைகளையும் பெற்றேன்.

எனக்கு ஊக்கமாகவும் உறுதுணையாகவும் இருந்த நபர்களுள் அன்னாரும் ஒருவர். மேலும் என் வளர்ச்சியைக் கருத்தில் கொண்டு எதிர் வெளியீட்டிற்கு அறிமுகம் செய்து நூல் வெளிவரக் காரணமாகயிருந்த அய்யாவிற்கு என்றும் கடமைப்பட்டிருக்கிறேன். மிகச் சிறப்பாக நூலை வடிவமைத்துத் தந்த பெருமை எதிர் வெளியீட்டையே சாரும். அந்நிறுவனத்தாரான திரு.அனுஷ் அவர்களுக்கு மனமார்ந்த நன்றியை உரித்தாக்குகிறேன்.

என் வளர்ச்சியில் தாயன்போடு அவ்வப்போது சந்தேகங்களை விளக்கி நூல் செம்மையாவதற்குப் பெரும்பங்கு ஆற்றிய என் அருமை நண்பர் நட.சிவகுமார் அவர்களுக்கும் தெலுங்குச் சொற்களில் அவ்வப்போது ஏற்பட்ட சந்தேகங்களை உடனுக்குடன் இருந்து தெளிவுப்படுத்திய நூலைச் செம்மைப்படுத்திய நண்பர் கே. ஸ்ரீனிவாஸ் அவர்களுக்கும் என் முனைவர் பட்ட ஆய்வு மாணவர் சு.கார்த்திக்கிற்கும் நண்பர் அவினேனி பாஸ்கர் அவர்களுக்கும் தெலுங்கு பேராசியர் ஜெயபிரகாஷ் அவர்களுக்கும் மொத்தக் கதைகளையும் மெய்ப்புத்திருத்திய என் இனிய நண்பர் பி.பாலசுப்பிரமணியன் அவர்களுக்கும் என் முனைவர் பட்ட ஆய்வு மாணவர் ரா.வி.ஜீவநாத்திற்கும் என்றும் என் அன்பும் நன்றியும்.

மொழிபெயர்ப்புப் பணியில் நேரம்கடந்து ஈடுபடும் போதெல்லாம் தக்க உறுதுணையாக இருந்த என் துணைவியார் முனைவர் தி.ராஜலட்சுமிக்கும் என் உயிரினும் மேலான அன்பு மகள் மா.கவிகா வழக்கம் போல, ‘அப்பா இன்னைக்கும் நைட்டு லேட்டா தான் வீட்டுக்கு வர்ற, சீக்கிரம் வாப்பா’ என்று கெஞ்சிய பொழுதெல்லாம் மனதைக் கல்லாக்கிக் கொண்டு, ‘ரொம்ப வேலையிருக்குது பாப்பா’ என்று சொல்லி அவள் தூங்கிய பிறகே வீட்டுக்குச் சென்ற நேரங்களே இந்த மொழிபெயர்ப்புக்கு நான் கொடுத்த அர்ப்பணிப்பாகும்.

என் மொழிபெயர்ப்புச் சிறுகதைகளைத் தங்கள் இதழ்களில் வெளியிட்டு ஊக்கப்படுத்திய அகநாழிகை, அம்ருதா, உயிர்மை, திசை எட்டும், நன்னூல், புரவி போன்ற அச்சு இதழாசிரியர்களுக்கும், கனலி.காம், திண்ணை.காம், பதிவுகள்.காம், வல்லமை.காம், வாசகசாலை.காம் போன்ற இணைய இதழாசிரியப் பெருமக்களுக்கும் மனமார்ந்த நன்றிகளைத் தெரிவித்துக் கொள்கிறேன்.

அருட்செல்வர் நா.மகாலிங்கம் மொழிபெயர்ப்பு விருதினை *(2023)* இந்த மொழிபெயர்ப்பு நூலுக்கு தந்து, பெருமை சேர்த்த பொள்ளாச்சி, அருட்செல்வர் நா.மகாலிங்கம் மொழிபெயர்ப்பு நிறுவனத்திற்கும்

அதன் இயக்குநர் மரியாதைக்குரிய சிற்பி பாலசுப்பிரமணியம் அவர்களுக்கும், விருதுக்கு தேர்வு செய்த நடுவர் பெருமக்களுக்கும் என் நெஞ்சார்ந்த நன்றியைத் தெரிவித்துக்கொள்கிறேன். இந்த விருதினை காலஞ்சென்ற என் தந்தையார் நினைவில் வாழும் திரு. ரா.கணபதி அவர்களின் திருவடிக்குச் சமர்ப்பிக்கிறேன். இந்நூல் இதோ உங்கள் கைகளில்... வாசிப்போம். தொடர்ந்து பயணிப்போம்...

10-12-2022

க.மாரியப்பன்
குப்பம்
gmariappan.du@gmail.com
94868 63620

- ஆற்றங்கரை 15
- பள்ளத்தாக்கு 27
- பகல் கனவு 44
- அத்தங்கி மலை 55
- கருப்பு மழை 70
- இரசவாதம் 108
- விழிப்பு 122
- சாம்பல் மலர் 136
- தகராறு 158
- தடுமாற்றம் 174

ஆற்றங்கரை

இருட்டாக இருந்த படுக்கையறையின் கதவுகளைத் திறந்ததால் ஹாலில் ஒளிருகின்ற டியூப்லைட்டு வெளிச்சம் உள்ளே கொஞ்சம் ஊடுருவியது. மூடியிருந்த இமைகளின்மேல் விழுந்த வெளிச்சத்திற்கு அநுபமா கண் சிமிட்டிப் பார்த்தாள்.

"தூங்குறயா ஆச்சி?" என்று நித்யா உள்ளே வந்து அநுபமாவின் பக்கத்தில் படுத்தாள்.

வழக்கமாக நித்யா ராத்திரி ஒன்பது மணிக்கே தூங்கிவிடுவாள். மறுநாள் ஞாயிற்றுக்கிழமைப் பள்ளிக்கூடம் இல்லாததனால், பத்துமணி ஆனாலும் அம்மா படுத்துக்கொள் என்று சொல்லவில்லை.

ஹாலில் தரையில் பரப்பிய புத்தகங்களின்மேல் தலை வைத்துக்கொண்டு சிண்டு எப்பொழுதோ தூக்கத்தில் ஆழ்ந்துவிட்டான். அவன் ஒரு பக்கம் டீவி பார்த்துக்கொண்டு இன்னொருபக்கம் வீட்டுப்பாடங்களைச் செய்துகொண்டு சீக்கிரமே தூங்கிவிடுவான். தினசரி யாரோ ஒருவர் அவனின் புத்தகங்களைச் சரிசெய்து எடுத்து வைக்க வேண்டியதுதான். தம்பியை அம்மா படுக்கையறையில் மாற்றி, நித்யாவின் அறையில் டீவி மாட்டப்பட்டிருந்ததாலும் நித்தியாவை அதட்டி, டீவியை நிறுத்தியதும், சுரத்தே இல்லாமல் நடந்து ஆச்சியின் பக்கத்தில் சேர்ந்தாள்.

"ஒங்க அப்பா இன்னும் ஆபிசுலயிருந்து வரலயா? தம்பி எங்க?" என்றாள் அநுபமா பேத்தியுடன் படுக்கையைச் சரிசெய்து கொண்டு, "அப்பா இன்னும் வரல... தம்பி எப்பவோ தூங்கிட்டான். எதாவது கதை

சொல்லு” என்றாள் நித்யா. உண்மையில் நித்யாவிற்கு ஆச்சியைக் கதை சொல்லென்று கேட்பது ஒரு சாக்கு.

ஆச்சியின் பக்கத்தில் குளிருக்கு உடனே உறக்கம் வந்துவிடும்.

“என்னைக்காவது சொல்ற கதையை முழுசா கேட்டுருக்கயா? கதையுமில்ல ஒன்னுமில்ல.”

“ஒனக்குத்தான் கதையே சொல்ல வராதே. எதுவும் புரியுற மாதிரி சொல்றதில்ல.”

“கேட்டாதான எதுவும் புரியும். சரி கேளு. தூங்கிறாத.”

அநுபமா படுத்துக்கொண்டே தலையணையில் நேராகத் தலையைச் சாய்த்துச் சொல்லத் தொடங்கினாள். உண்மையில் அநுபமாவிற்கு அவ்வளவு நேர்த்தியாகப் பிள்ளைகளுக்குக் கதைகள் சொல்ல வராது. சிறுவயதில் தந்தையிடம் கதைகள் கேட்டிருந்தாலும் அவைகள் எதுவும் அவளின் ஞாபகத்தில் இல்லை. எப்பொழுதோ கேட்ட ராஜாவின் ஏழு மீன்கள் கதையில் கடைசியில் மீன்கள் என்ன ஆனது என்பதுகூட மறந்துவிட்டது. ராஜா வேட்டைக்குப் போய் ஏழு மீன்கள் கொண்டுவந்தது வரை அவளுக்குத் தெரியும், இத்தனை ஆண்டு காலத்தில்.

எப்பொழுதாவது பேத்தி, கதை சொல் என்கிறபொழுது அவ்வப்பொழுது என்னென்ன தனக்குத் தோன்றுமோ கற்பனையில் வந்ததையெல்லாம் உருவாக்கிச் சொல்லுவாள். அந்தக் கதைகளுக்கு ஒரு வழிமுறையென்று எதுவும் கிடையாது. ஆரம்பித்தவுடனேயே நித்யா தூக்கத்தில் விழுந்துவிடுவாள். அதனால் அநுபமா நித்யாவிற்குச் சொல்வதெல்லாம் முழுமையற்ற கதைகளே.

“முன்னொரு காலத்தில ஒரு காட்டுல ஒரு முனிவரு இருந்தாரு...” என்று கதை சொல்லத் தொடங்கினாள் அநுபமா.

“அய்யே! மறுபடியும் பழைய கதையா” என்றாள் நித்யா மனச்சோர்வோடு முகத்தை வைத்துக் கொண்டு.

“இதுல வேற எதுவும் இல்ல. முதல்ல கதையைக் கேளு. அதுக்கப்புறம் ஒனக்கே தெரியும். எப்பயும் எதையும் முழுசா கேட்கமாட்ட... என்னைச் சொல்லவும் விடமாட்ட.”

“சரி சொல்லு” என்று நித்யா அநுபமாவின் வயிற்றில் கையைப் போட்டுக்கொண்டு.

“அந்த முனிவரு காட்டுல தவம் செஞ்சுகிட்டு இருந்தாரு... ஒருநாள் அவரு...”

“அவருக்குப் பேரு எதும் இல்லையா என்ன?”

அநுபமா கொஞ்சநேரம் யோசிப்பதுபோல் நிறுத்தி, கடைசியில் “அவரோட பேரு ஆனந்தன்” என்றாள்.

“ஆனந்தனா? அது என்ன பேரு? முனிவர்களுக்கு இப்படிப்பட்ட பேர்கள்கூட இருக்குமா?”

“அது அப்படிதான்டி. சில முனிவர்களுக்கு அப்படிப்பட்ட பேர்கள் இருக்கும். புத்தரு சிஷ்யர் இல்ல... அவரு பேருகூட ஆனந்தன் தான்”

“ஓஹோ... அப்படின்னா இவரும் புத்தபிட்சுவா?”

“இல்ல. ஆனா அப்படிப்பட்டவர்னு வச்சுக்கோ. சந்நியாசிகளெல்லாம் ஒன்னுதான். மொத்தத்தில அவரு ஒரு காட்டுல தவம் செய்யுற முனிவரு.”

“சரி அப்படின்னா சொல்லு.”

“அந்த முனிவருக்குத் தவத்துமேல வெறுப்பு வந்து காடுமுழுக்கச் சுத்திப் பாக்கணும்னு ஆசை வந்துச்சு. தன்னோட ஆசிரமத்தை சிஷ்யங்ககிட்ட ஒப்படைச்சுட்டு அவரு காட்டுக்குள்ள போனாரு.

அவரு அப்படிச் சுத்திக்கிட்டே காட்டோட அதிசயங்கள், விசேஷங்களைப் பாத்துக்கிட்டே மலைகள், குன்றுகள் தாண்டி, கடைசியில ஒரு பெரிய மலையை அடைஞ்சாரு. அந்த மலை மேல அவ்வளவு அடர்த்தியான காடு. அன்னைக்குப் பௌர்ணமியா இருந்ததால சந்திரன் ஆகாசத்துல தொங்குற தங்கத்தட்டு போல ஜொலிச்சான். அவரு பகல்முழுக்கச் சுத்துன சோர்வால அன்னைக்கு ராத்திரி அங்கயிருக்குற ஒரு பாறை மேல தூங்கிட்டாரு.

அன்னைக்கு ராத்திரி அவருக்கு ஒரு கனவு வந்துச்சு. கனவுல ஒரு பெண் உருவம் தெரிஞ்சது. அவ தண்ணில தோளுவரைக்கும் முங்கி தலை மட்டும் தெரிஞ்சு யாரையோ கைய தூக்கிக்

கும்பிட்டுட்டு இருந்தாள். அவளைச் சுத்தி கருப்புத் தலமுடி தண்ணியில மிதந்துட்டுயிருந்துச்சு. முனிவருக்கு உடனே முழிப்பு வந்து எந்திச்சு உக்காந்தாரு. உடம்பு வேத்து வடிஞ்சது. கனவுல தெரிஞ்ச அவ ஞாபகத்துக்கு வராமபோயிட்டா. அவரு தன்னோட குடும்பத்தை விட்டுட்டு வந்து ரொம்ப வருசம் ஆயிட்டு. தாயி தகப்பன், பொண்டாட்டி பிள்ளைங்க, சொந்தக்காரங்க, சேக்காலிக இவங்களோட உருவமெல்லாம் இப்ப அவருக்கு ஞாபகமில்லை. இத்தன வருசத்துக்குப் பெறவு அவங்க இப்ப எங்கயிருக்காங்களோன்னுகூட அவருக்குத் தெரியாது.

கனவுல தெரிஞ்ச அவள நினைவுல கொண்டுவரதுக்கு முயற்சித்தாரு முனிவரு. எவ்வளவு முயற்சி செஞ்சாலும் அவ யாருன்னு தெரிஞ்சிக்க முடியல.

திரும்பத் தூக்கத்துல விழுந்து காலம்பர எந்திரிச்சுத் தன்னோட பிரயாணத்தைத் தொடங்குனாரு.

மலைய கடந்து கொஞ்சதூரம் நடந்ததும் சத்தம் இல்லாம ஊர்ந்து போற பாம்பு மாதிரி ஒரு ஆறு போயிட்டுயிருந்துச்சு. திரை திரையா மாறிப்போற அலைகளுக்கு அடியில ஆழம் இல்லாததுபோல, மனுசங்க நடந்துபோற அளவுக்கு முழங்கால் அளவு தண்ணி மட்டும் இருக்குற மாதிரி, தன்னைத் தானே அறிஞ்சவன் மாதிரி ஆறு அமைதியா போயிட்டுயிருந்துச்சு.

முனிவரு ஒரு நிமிசம் அங்கயே நின்னு ஆத்த பாத்தாரு. ஓட்டத்தோட வேகத்தைக் கவனிச்சா நீரோட அடிப்பகுதி இன்னும் ஆழமா இருக்கும்னு தோணிச்சு. ஒரு கணம் அங்கயே நின்னு யோசிச்சாரு. தண்ணியில நடந்து போகல. அங்க உதவிக்குப் படகுகூட எதும் இல்ல. ஆனா அப்பால போயேத் தீரணும். எப்படி?

“அப்புறம் அவரு ஆத்த எப்படித் தாண்டிப் போகமுடியும்?” என்று சொல்லிப் பேத்தியை நோக்கிப் பார்த்தாள் அநுபமா.

நித்யா எப்பொழுது தூங்கினாளோ தெரியாது. படுத்த பத்துநிமிடத்திலேயே தூங்கிவிட்டாள். தன்மேல் இருக்கிற பேத்தியின் கை கால்களைச் சரிசெய்து எடுத்து வைத்து மறுபடியும் நேராகப் படுத்தாள் அநுபமா.

பாதியிலேயே அங்கேயே நின்றுவிட்டது கதை. முனிவர் அங்கேயே நின்று போனார். அதன் பிறகு...? அதன் பிறகு என்ன ஆகுமோ! அவளுக்கே தெரியாது.

அவர் ஆற்றைக் கடக்கவில்லை.

தனக்குத் தூக்கம் வரவில்லை.

தூங்கலாம் என்று கண்களை மூடிக்கொண்டு பார்த்தாள். அதற்கும் தூக்கம் வருவதுபோல் தெரியவில்லை. கொஞ்சநேரம் கண்களைத் திறந்து இருட்டுக்குள் பார்த்து அப்படியே படுத்தாள்.

ஒவ்வொரு இரவும் அனுபமா இடைவிடாத யோசனைகளுடன் அங்கும் இங்கும் உருண்டு எப்பொழுதோ தூங்குகிறாள். படுத்ததும் முன் முழங்கால்களில் வலி தொடங்குகிறது. எழுந்து காலுக்குத் தேங்காய் எண்ணெய் தடவுகிறாள். அதன் பிறகு காற்றுவீசுவது தெரிந்தது. ஜன்னல் கதவுகளை எப்பொழுதும் வெளியே திறந்து வைத்திருப்பாள்.

அனுபமாவிற்கு, தான் சொல்லுகின்ற கதையை என்ன செய்வதென்று புரியவில்லை. தான் சொல்லுகின்ற கதை தனக்கே விந்தையாகத் தெரிந்தது. இப்படி என்றைக்கும் நடந்ததில்லை. பேத்திக்கு அதற்கு முன்பு எத்தனையோ கதைகள் சொல்லியிருந்தாலும் அவை எதுவும் அவளுக்கு நினைவில் இல்லை.

இந்தக் கதையை அங்கேயே நிறுத்திவிடலாம் என்று தோன்றவில்லை. கண் முன்பு கதையில் ஆற்றங்கரை முன்பு நின்றிருக்கிற முனிவர் மறுபடியும் நினைவுக்கு வந்தார்.

அவருக்கு எதிரில் ஆழமான ஆறு. அப்பால் இருக்கிற கரையை அடையவேண்டும். எப்படி? எதிரில் இளம்பச்சையான அடர்த்தியான காடு அவரை வாவென்று அழைத்துக் கொண்டிருந்தது.

இதற்கிடையில் படுக்கையறைக் கதவு பாதித் திறந்துகொண்டு ஹாலில் இருந்த டியூப்லைட் வெளிச்சம் மறுபடியும் உள்ளே வந்தது. மகன் உள்ளே வந்து, "படுத்துட்டியாம்மா... மருந்து சாப்டியா" என்று கேட்டு விட்டு, அவள் பதிலைக் கேட்காமலேயே நித்யாவை இரண்டு கைகளால் தூக்கிக்கொண்டு வெளியே போய்விட்டான்.

கதவு மூடப்பட்டது. அறை முழுக்க மறுபடியும் இருள்!

கண்களை மூடிக்கொண்டு தூங்கவேண்டும் என்று பார்த்தாள். இருட்டில் குளிர் பாறைமேல் சறுக்குவதுபோல் தோன்றியது.

அதன் பிறகு எங்கேயோ தொடங்கிய யோசனைகள் எங்கெங்கேயோ போனது. சிறுவயதில் வைக்கோல் பக்கத்தில் பனைமரத்தில் சாய்த்து வைக்கப்பட்டிருந்த அப்பாவின் சைக்கிள், நிழலில் புல் மேய்கிற தன்னுடைய எருமை. முற்றத்தில் வெந்நீருக்காக அம்மா வைத்த விறகடுப்புப் புகை...

சுற்றி சுற்றி அங்கேயே வரும் வழிமுறையற்ற ஆலோசனைகள். அந்தக் கதையைத் தொடர்ந்தால் நன்றாகயிருக்குமே என்று நினைத்தாலும் கொஞ்சநேரம் தூங்கினால் நன்றாகயிருக்குமே என்று தோன்றியது. இரட்டை நிலைப்பாடு. அறையின் உள்ளே உள்ள இருளுக்கு, அறையின் வெளிப்பகுதி வெளிச்சம் போன்ற இரட்டை நிலைப்பாடு.

நிஜமா தூக்கம்னா என்ன? ராத்திரிக்குச் செத்துப் போயி காலையில எழுறது...

அப்புறம் “சாவுன்னா?” - இனிமே எப்பயுமே எழவேணாம்.

“எழுந்திருக்கமுடியாத தூக்கம். தூக்கத்திலிருந்து விழிக்காமல் இருப்பதே மரணம். அதற்கு மேல் ஒன்றும் இல்லை” என்பார் அவளின் கணவர். அவர் சாவுக்கு அஞ்சவில்லை. எதிர்பார்த்தபடியே மிக எளிதாகப் போய்விட்டார். ஒருநாள் காலையில் அமர்ந்திருந்தவர் அமர்ந்தபடியே கண்ணை மூடிவிட்டார்.

‘அவளுக்கோ எந்தத் தூக்கமும் வரவில்லை’

அவள் சாவுக்கு எப்பொழுதும் பயப்படவில்லை. வாழவேண்டும் என்ற விருப்பமும் இல்லை. சாகவேண்டும் என்ற கவலையும் இல்லை.

கண்ணுக்கு எட்டிய தொலைவில் மனிதர்கள் யாரும் இல்லை. ஆற்றங்கரையில் உதவிக்குப் படகு எதுவும் இல்லை.

முனிவர் எங்கேயும் நகராமல் அங்கேயே நின்று போனார். அவரின் வெள்ளை நிற நீண்ட தாடி காற்றில் உயர்ந்து கொண்டிருந்தது. அவர், முன்னால் எப்படிப் போக என்று யோசித்தபடியே

அமைதியாக ஆற்றின் ஓட்டத்தைப் பார்த்துக் கொண்டிருந்தார். அவர் யோசித்துக்கொண்டிருக்கிறாரா? இல்லையென்றால் சும்மாவே அப்படி நின்றுகொண்டிருக்கிறாரா? அவரின் மனதில் என்னயிருக்கிறதோ யாருக்குத் தெரியும்?

யோசித்தால் தூக்கம் வரவில்லை. யோசிக்கக் கூடாது என்று நினைத்து ஏதோ ஒன்றை யோசித்துக் கொண்டிருந்தாள். புத்தி ஓரிடத்தில் நிலையாக இருக்கவில்லை. காலைவேளை, பூங்காவில் யோகா சொல்லித்தரும் இளம் மாஸ்டர் ‘கொஞ்சநேரம் கண்களை மூடிக்கொண்டு யோசனை இல்லாமல் ஒன்றிலேயே கவனம் செலுத்துங்கள்” என்றார். எதையும் யோசிக்காமல் எப்படி இருக்கமுடியும்? கண்களை மூடினால் எந்த மூக்கு மீது போகின்றது தியானம். இல்லை இல்லையென ஆலோசனை திசை மாறினால், கண்களை மூடிய இருட்டில் சிறுபிராய நாட்கள் நினைவுக்கு வருகின்றன. வேறு எந்தப் பக்கமும் சேராத ஆலோசனைகள்.

வேண்டாம் வேண்டாம் என்று நினைத்து மனதைச் சரிசெய்து ஆலோசனைகளைப் பின்னுக்கு இழுத்தாள். மங்கலான காட்சிகள் புதுப்பிக்கப்பட்ட செறிவுடன் கரைந்தன. கரைகின்ற கறுப்பு வெள்ளை நிழல்களுக்கு மத்தியில் மனிதர்கள் மறைந்துபோனார்கள்.

தூக்கம் இப்போதைக்கு வருவதாகயில்லை. அந்தப் பக்கமாகத் திரும்பிக் கிடக்கிறதெல்லாம் இந்தப்பக்கமாகத் திரும்பியது. கண்கள் முன்னால் எதுவும் தெரியாதவகையில் இமைகளை மூடிவைத்திருந்தாள். கண் முன்பு எழுந்து நிற்கிற காரிருள்.

“எல்லா ஆலோசனைகளையும் நீக்கிவிட்டு, உன்னுடைய எல்லாவற்றையும் பின்னுக்குத் தள்ளும்போது அந்தப் பின்னால் இருக்கிற ஒரே ஓர் அந்த நீ யார்? என்று தெரிந்துகொள் என்றாராம் ரமண மகரிஷி...” யோசனைகள் இல்லாமல் எப்படி? யாரும் இல்லாதிருக்கிற நீ உனக்குள்ளே யாராக இருக்கிறாய்? தூக்கம் போனால் யோசனையும் போகின்றது. தூங்குவது எப்படி? அது எப்பொழுது வருகிறதோ தெரியாது. வரும் வரைக்கும் காத்திருக்க வேண்டியதுதான். வந்த பிறகு அந்த இரவைக் கடக்கலாம். தூக்கம் போய்விட்டால் எல்லாம் நீங்கிவிடும்.

எங்கிருந்தோ அருகில் அடித்து வருகின்ற நினைவுகளின் குவியலைத் தூரமாகத் தள்ளினாள். கட்டாயப்படுத்தி உள்ளிருக்கிற அனைத்துக் கதவுகளையும் அடைத்துக்கொண்டாள்.

இலாபமில்லை... ஒருநிலைப்படுத்த முடியவில்லை. இதற்கு அந்த முனிவரே தேவலாம்.

முனிவர் ஆற்றைக் கடப்பதற்குக் கரையில் நின்று கொண்டேயிருக்கிறார். யாரையோ எதிர்பார்த்துக் காத்துக்கொண்டிருப்பது போல. படகோட்டிக்காகவா?

சின்ன சின்ன அலைகள்... சில ஆயிரம் பறவைகள் இறக்கைகளை விரித்துக்கொண்டு பறப்பதுபோல... ஒன்றன் பின் ஒன்றாக முன்னால் பாய்கிறது.. ஆறு வளைந்து திரிந்து என்னைக் கடந்து செல் என்று அழைப்பது போலிருந்தது.

சிறுவயதில் கார்த்திகை மாதத்தில் கடலில் குளிப்பதற்குப் போனபொழுது தண்ணீரில் ஆடிக் கொண்டிருந்தார்கள். அன்றைய தினம் சின்ன அக்கா அணிந்திருந்த இளம்பச்சை பாவடை தாவணி மேல் மாம்பழப்பிஞ்சு டிசைன் இன்னும் நினைவிலிருக்கிறது. அம்மாவிடம் தனக்கும் அதே மாதிரி பாவாடையே வாங்கித் தரவேண்டும் என்று பலமுறை சிடுசிடுத்தாள். இப்பொழுது என்ன ஆனது அந்தப் பாவடை தாவணி? அழுகி சிதைந்துபோய் மண் அடுக்கில் கலந்திருக்க கூடும். ஒருவேளை எரிந்திருந்தால் புகையாக மாறி எப்பொழுதோ காற்றில் கலந்துபோயிருக்கும். இத்தனை ஆண்டுகளுக்குப் பிறகும் இன்னும் இருக்குமா?

"அக்காவுக்கு வேப்பங்காயின்னா பைத்தியம்..." என்று கேலிசெய்வார்கள் தங்கைமார்கள். "இல்லை இல்லை பூசணிக்காய்ன்னா" என்பார்கள் அக்காமார்கள்.

"பகல்கனவு காணுறியாடி பைத்தியக்காரதனமா மூஞ்சிய வச்சிகிட்டு" என்ற அம்மாவின் திட்டும்.

அங்கே இங்கே சுற்றி யோசனைகள் மறுபடியும் எங்கேயோ போனது. அவைகளிலிருந்து மறுபடியும் வெளியே வந்தாள். நிஜமாகவே இப்படிப்பட்ட கற்பனைகள் தனக்குத் தான் வருகின்றதா? வேறு எவருக்கும் வராதா? உண்மையில் தனக்கு ஏதாவது பைத்தியம் பிடித்திருக்கிறதா?

நாற்பது வயதில் நடுராத்திரி வரைக்கும் கணவருக்குத் தூக்கம் வருவதில்லை. படுக்கையில் படுத்துக்கொண்டு பொழுதுபோகும் வரைக்கும் புத்தகங்களைப் படித்து, இரவு முழுக்க வானொலியில் பாடல்கள் கேட்டு, தூக்கத்திற்காக அப்படியும் இப்படியும்

உருண்டு தட்டுத் தடுமாறுவார். பார்த்துவிட்டுக் கடைசியில் தன்னருகில் வாவென்று அழைப்பார்.

சிறிது நேரம் கழித்து, கணவர் சோர்ந்து ஆழந்த உறக்கத்தில் மூழ்கிவிடுவார்.

“இப்பொழுது அதெல்லாம் எதற்கு ஞாபகத்திற்கு வந்தது?” அநுபமாவிற்குச் சிரிப்பு வந்தது. சிரிப்பில் வெட்கம் வந்தது. மறுபுறம் தீ பரவியது.

ஒரு நிமிடம் தூக்கத்தில் விழுந்துவிட்டால் வேறு எந்த யோசனைகளும் அருகில் வராது. சில மணிநேரங்கள் விரைவாகக் கடக்கலாம். இந்தக் கண்களுக்கு ஏதோ ஒரு கரை கிடைக்கணும். கண்களுக்கு எந்த உலகமும் தெரியாத கரையில் ஓய்வு கிடைப்பதற்கு. வசதியாக விடிந்துவிடும்.

கண் முன்பு யார் யாரோ நிழல்போல நகர்கிறார்கள். தாய், தந்தை, நண்பர்கள், கடந்த கால மனிதர்கள். இப்பொழுது வயதானவர்கள், இறந்து போனவர்கள், காலப்போக்கிலே உருவம் மாறியவர்கள், வண்ணமயமான துணிகள், வண்ணம் மங்கிய ஞாபகங்கள்..

அந்த நாள்... கார்த்திகை மாத தினம் நண்பர்களோடு சேர்ந்து சுற்றுலாவிற்குப் போனது. அவருடைய ஆறு சகோதரிகளும் வந்தனர். எங்கே போனது நினைவுக்கு வரவில்லை. நீண்ட தூரம் பேருந்தில் சென்று அதன்பின் அங்கிருந்து நடந்து சென்றோம்.

ஒருபுறம் பெரிய மலையைக் குடைந்து மத்தியில் சாலை போடப்பட்டிருந்தது போலிருந்தது. நடந்துசெல்லும்வரை செம்மண்சாலை. இன்னும் கொஞ்சம் முன்னுக்குச் சென்றால் அடர்த்தியான மரங்கள். மாதுளை, சாத்துக்குடி மரங்கள். எல்லாரும் ஓரிடத்தில் புல்லில் வட்டமாக அமர்ந்திருந்தனர். அதன் பின் ஒரு பெரிய மாமரத்தில் கட்டியிருந்த கயிற்று ஊஞ்சல்.

எல்லாம் முடிந்ததும் அநுபமா மரங்களின் மேலிருந்த காய்களைப் பார்த்துக்கொண்டு அவர்களைவிட்டு விலகி தூரமாக நடந்தாள். ஒருபக்கம் கிளைகளைத் தவிர்த்துப் பெரிய பெரிய பாறைகளின் மத்தியில் ஆக்ரோஷமாக ஓடுகின்ற ஆறு. ஆற்றின் இருபுறமும் அடர்த்தியான மரங்கள். மறுபக்கத்தில் அவ்வளவும் காடு.

ஆற்றில் முழங்கால் அளவுள்ள நீரில் ஸ்படிகம் போன்ற பாதம் தெரியும் சில பெண்கள் வண்ண வண்ணக் கற்களைச் சேகரித்துக் கொண்டிருந்தனர்.

தானும் கற்களைச் சேகரிக்கலாம் என்று தண்ணீருக்குள் இறங்கினாள். உள்ளங்காலில் குளிர்ந்த நீர் அடித்தது. தண்ணீரின் அடியில் வண்ணமயமான உருண்டைக் கற்கள். சிலவற்றை கைப்பிடியில் எடுத்துக் கொண்டாள். அங்கிருந்து இன்னும் கொஞ்சம் முன்னால் பார்த்தால் ஆழம் அதிகமாக இருந்தது.

இன்னும் இரண்டடி முன்னுக்கு எடுத்து வைத்தாள். தண்ணீரில் முன்னுக்குக் குனிந்தபோது, தான் அணிந்திருந்த இளம்பச்சை பாவாடை தாவணி தனக்கே தெரிந்து கொண்டிருந்தது.

இப்போது யாரும் இல்லை.

தன்னை யாரோ கவனிக்கிறார்கள் என்று சட்டென்று தலையை உயர்த்திப் பார்த்தால் அப்பால் கரையில் நின்றிருந்த கற்களுக்கு இடையில் யாரோ நின்று பார்த்துக் கொண்டிருந்தார். யாரது? உற்றுப் பார்த்தாள்.

இளம்பச்சை மரத்திற்கு அப்பால் கிடந்த கற்களுக்கு அப்பால் கசங்கிய துணியோடு நின்றிருந்த முனிவர்.

சுழல்போலத் தண்ணீர் கலங்கியது.

அப்படியென்றால் முனிவர் ஆற்றைக் கடந்து போனாரா? எப்பொழுது போனார்? எப்படிப் போனார்? எல்லாம் எப்பொர்ழுதோ நடந்தது. எப்பொழுது நடந்தது? தான் அசட்டையாக இருந்தபொழுது அவர் அக்கரைக்குப் போனாரா..? அவர் ஆற்றில் இறங்கி நடந்துபோகவில்லை. அங்கே உதவிக்குப் படகு எதுவும் இல்லை. துணி உலர்ந்து இருந்தது. அவர் நீச்சல் அடித்தது போலத் தெரியவில்லை. அவரின் முன்பு ஆர்ப்பரித்துச் சத்தமிட்டு செல்கின்ற ஆறு.

அவர் யாரையோ எதிர்பார்த்துக் கொண்டிருப்பதைப் போல ஆற்றங்கரையில் நின்றிருந்தார்.

“யாருக்காக இருக்கும்?”

‘அப்பால் கரையில் நின்றிருந்த அவரின் உருவம் கண்ணுக்குத் தெளிவாகத் தெரிந்தது. கசங்கிப் போன துணிகள், பின்னால்

சாய்ந்து கிடக்கிற கருத்த நீண்ட கூந்தல், நெஞ்சுவரை வளர்ந்த நீண்ட வரிவரியான தாடி. அவ்வளவு தூரத்திலிருந்து அவரின் முகத்தைப் பார்த்ததும் திடுக்கிட்டாள்.

'அவர் அவளை நோக்கியே பார்த்துக் கொண்டிருக்கிறார்!"

நன்றாகத் தெரிந்த மனிதரைப் பார்த்துக் கொண்டிருப்பதைப் போன்று!"

மறுபடியும் ஒருமுறை கண்களை அகலவிரித்து வெளிப்படையாகப் பார்த்தேன். அவரே தான்.

ஆற்றின்மேல் ஒரு படகு அலைகளால் வெட்டிக்கொண்டு, மோதுகிற அலைகளுக்கு மத்தியில், கலப்பு வண்ணங்களுக்கு மத்தியில், அவளுக்கு ஏதோ தெரிந்துகொண்டிருந்தது. இன்னொன்று ஏதோ தெரியவில்லை.

தன்னைப் பார்த்தது வெள்ளைத் தாடி வைத்திருந்த முனிவர் இல்லை... வேறு கருப்புத்தாடி வைத்திருக்கிற இவர் யார்...? கதையில் தனக்குத் தெரிந்த அமைதியாக ஓடுகிற ஆறு தானே... அப்போ நீர்வீழ்ச்சியாகக் குதிக்கிற இந்த ஆறு எது? அங்கே பள்ளத்தோடு கூடிய விசாலமான பரந்த வண்டல் மண் கடற்கரை... அப்போ நீர்வீழ்ச்சியாகக் குதிக்கின்ற இந்த ஆற்றின் இரண்டு பக்கங்களிலும் நின்ற பெரும் பாறைகள் எங்கே?

அவர் அந்தக் கரையில் நின்றிருக்கிறார்.

'இவள் இந்தக் கரையில் நின்றிருந்தாள்'!

அவர் அவளைப் பார்த்துத் தலையை அசைத்தார். அப்பால் இருக்கிற கரைக்கு வா என்பது போல.. அவ்வளவுதானா?.. அப்படி தான் இருக்க கூடும்.

"அவ்வளவுதான்...!"

ஒருமுறை அவள் தன்னைப் பார்த்ததும் மீண்டும் திடுக்கிட்டாள்.

ஆற்றின் நீர் மட்டம் படிப்படியாக உயர்ந்ததுபோல் தெரிந்தது. கால்கள் தரையைத் தொடவில்லை. அவள் எப்படி இருந்தாளோ அவளுக்கே தெரியவில்லை. வண்ணக் கற்களைப் பிடித்திருந்த விரல்கள் இன்னும் கொஞ்சம் இறுக்கமாக இறுகியது. பின்னால் திரும்பி ஓடலாம் என்று பார்த்தாள்.. பின்னுக்கும் முன்னுக்கும்

நகர்ந்து... பிரவாகத்தில் அடித்துக்கொண்டு தலைகீழாக மூழ்கி மூச்சுத் திணறி —

அங்கே எல்லாரும் பார்த்துக்கொண்டிருக்க அவர் முன்னால் குனிந்து தன் பலமான கைகளால் அவளைப் பிடித்துக்கொண்டு தண்ணீரிலிருந்து வெளியே இழுத்ததுபோல், அந்தத் தொலைவிலிருந்து அவளை மறுபக்கம் அழைத்துச் சென்றார்.

சில மணிநேரம் கடந்து எழுந்து பார்த்த சமயம், கணப்பொழுதில் நடந்து விட்டது..!

அநுபமாவிற்கு விழிப்பு வந்தது. தலையில் பச்சைத் தண்ணீரில் குளித்தது போன்று கண் சொக்கியிருந்தது. எதிர்பார்த்த கணத்தில் எந்த அசதியோ தூக்கத்துக்கு தள்ளியது.

பெரிய பிரவாகத்தில் நீந்திக்கொண்டு வந்ததுபோல் மனமெல்லாம் அமைதியாக இருந்தது. தடையின்றி ஏதோ ஆற்றைக் கடந்ததுபோல் திருப்தியாக இருந்தது.

கணங்கள் யாவும் கணப்பொழுதில் நிகழ்ந்தது போலவே விழிப்பு வந்ததும் அவள் தன் கனவை மறந்துவிட்டாள்.

பள்ளத்தாக்கு

"நேத்தைக்குப் போன மனுசன பத்தி இன்னைக்கு வர்ற துப்பு இல்லையே..." சீனுக்கு நேற்றிலிருந்து இதே யோசனை. இரவு முழுவதும் தூக்கம் வராமல் அவன் மனதில் எத்தனையோ கேள்விகள் இருட்டில் மின்மினிப்பூச்சிகளாய் மொய்த்துக் கொண்டிருந்தன.

ஆச்சாரி பல வருடங்களாக அங்கே மரங்களோடும், கற்களோடும் பின்னிப் பிணைந்த மனிதர். அந்த இடத்தைத் தவிர எங்குச் சென்றாலும் இருக்கமுடியாமல் திரும்பிவரும் மனிதர்.

'எவனோ அப்படி எதோ சொன்னான்னு, ஒரு பொண்ணு கூட கள்ளத் தொடர்ப தலைல கட்டுனாங்கன்னு - நேத்தைக்கு மதியம் போயிட்டாரு. போறதுக்கு முன்னாடி யாருட்டயும் சொல்லல.'

ஆச்சாரி சென்றதிலிருந்து சீனுக்கு ஒரே யோசனை. தலை முழுக்க விடை கிடைக்காத வினாக்கள். ஆச்சாரியைக் கண்டால் ஏதேதோ கேட்கவேண்டும் போலிருந்தது சீனுவுக்கு. அதிகாலையிலேயே எழுந்து மலை உச்சிக்குச் சென்று ஆடு மேய்ப்பவர்களிடமும் கோயிலுக்குச் செல்லும் வழியில் தெரிந்த சாமியார்களிடமும் கேட்டான். யாரைக் கேட்டாலும் தெரியாதென்ற பதிலே. பள்ளத்தாக்கில் ஆச்சாரியுடன் சேர்ந்து சுற்றிய இடங்கள் அனைத்திலும் தேடிப் பார்த்தான். காடு முழுவதும் அலசினான். ஆச்சாரி இல்லாத இடங்கள் வெறுமையாகத் தனியாகத் தோன்றியது. தேடித் தேடி காலை இழுத்துக்கொண்டு இறுதியாக ஜெயம்மாவின் குடிசையை நோக்கி நடந்தான்.

பள்ளத்தாக்கு நடுவில் உயரமாக வளர்ந்த மாமரம் பச்சைக்குடைபோல் இருந்தது. ஜெயம்மாவின் வைக்கோல் குடிசை மரத்தோடு சேர்ந்ததுபோல் இருந்தது. குடிசை முன்பு சின்ன 'டீக்' கொட்டகை.

சீனு போய்ச் சேர்ந்தபொழுது உடல்மேல் சாமி வந்ததுபோல் சென்னம்மாவைத் திட்டிக்கொண்டிருந்தாள் ஜெயம்மா. '....ஆம்பளைகளுக்கென்ன புரியும் பொம்பளைகளோட கஷ்டம். நம்புனதுக்கு ஒனக்குத் தான் கேவலம். போனவன் சொல்லவாச்சுச் செஞ்சானா? அவன் வழியை அவன் பார்த்துக்கிட்டான். ஒனக்கு வழி இல்லாம போச்சு. அதுக்குத்தான் எதுக்குன்னாலும் வழிமுறைன்னு ஒன்னு இருக்கணும்பாங்க...' அவளின் கத்தல்கள் கொஞ்சம் வெளிவந்ததும் கொட்டகையில் அமர்ந்திருந்தவர்களின் மௌனம் அதிகரித்துக் கொண்டிருந்தது. மரக்கிளைகளின் மத்தியிலிருந்து சில்வண்டு சப்தம் மட்டுமே நிரந்தரமாகக் கொய்யென்று கேட்டது. கொத்தப்பள்ளியிலிருந்து வந்த மணெம்மா உளுந்தைச் சலித்துக்கொண்டு, ஒரு காதை அங்கே வைத்து ஜெயம்மாவின் சாபங்களை குஷியாகக் கேட்டுக்கொண்டிருந்தாள். சென்னம்மா அங்கிருந்து செல்வது அவளுக்கு மகிழ்ச்சியாக இருந்தது. அவள் வகித்து வந்த பதவி தனக்குக் கிடைத்ததினால் இருக்கும்.

கொட்டகையில் அந்தந்த வேலைகள் அப்படியே கிடந்தன. மேசைக்கு முன்னால் அமர்ந்து டீ குடித்துக் கொண்டிருந்த யாத்ரீகர்கள் மரக்கிளைகளின் மீது அமர்ந்திருந்த குரங்குக் கூட்டத்தை விந்தையாகப் பார்த்துக் கொண்டிருந்தார்கள். சீனு ஒன்றிரண்டு எச்சில் தட்டுகள், க்ளாசுகளைக் கழுவுவதற்கு ஒரு பக்கமாக வைத்து, அடுப்பு மேல் இருந்த கெட்டிலில் இருந்து டீயைக் க்ளாசில் ஊற்றிக் குடிக்கப் போகும் பொழுது எதிரில் சென்னம்மாள் தென்பட்டாள். நேற்று காலையிலிருந்து அவள் எச்சிலைக் கூட விழுங்கவில்லை என்பது நினைவுக்கு வந்து மனதில் கவலையுடன் டீ க்ளாசை ஒரு புறமாக வைத்தான்.

சென்னம்மா அமைதியாகப் பந்தல் கம்பில் சாய்ந்தவாறு நின்றுகொண்டிருந்தாள். முப்பத்தைந்துக்குமேல் வயது. நெய்த புடவை, ஒழுங்கற்ற கூந்தல், உறக்கமற்ற கண்கள், ஓய்வற்ற கைகள். கழுத்தில் வேர்வைக்கு நனைந்து நனைந்து தோல் நிறத்திற்கு மாறிப்போய் இருக்கிறதோ இல்லையோ என்று

காணப்படும் மஞ்சள் கயிறு. அவள் கண்கள் இறந்த காலத்தையும் எதிர்காலத்தையும் கலந்து சூனியத்தை நோக்கிப் பார்த்துக் கொண்டிருந்தன. உண்மையில் அந்த இரண்டைப் பற்றியும் அவளுக்கு எப்பொழுதும் கவலையில்லை. அவள் ஒருநாள் முன்பு நடந்த சலசலப்பு, கொஞ்ச நாட்களாக நடந்துகொண்டிருக்கும் நிகழ்வுகளைக் கணக்கிட்டுக் கொண்டிருந்தாள்.

நேற்று காலையிலிருந்தே பள்ளத்தாக்கில் சலசலப்பு வெடித்தது. அப்பொழுதிலிருந்து, சென்னம்மாவையும் ஆச்சாரியையும் சேர்த்துத் திட்டிக்கொண்டே இருந்தாள் ஜெயம்மா. அப்பொழுதுவரை அவர்கள் இருவரும் அக்கா, தங்கை போல் பழகியவர்கள். தன்னையும் ஆச்சாரியையும் இணைத்துப்பேசி சாமி வந்தவள் போல் திட்டிக்கொண்டிருக்கிற ஜெயம்மாவை திகைத்துப் பார்த்தாள் சென்னம்மா. அப்பொழுதிலிருந்து அவள் அங்கே பச்சைத் தண்ணீரைக் கூடத் தொடவில்லை.

நடந்த தகராறு என்னவென்று சீனுக்கு முதலில் புரியவில்லை. புரிந்தபிறகு நம்ப முடியவில்லை. உண்மையோ இல்லையோ என்று தெரிந்து கொள்வதற்கு ஆச்சாரியை சந்திக்கவேண்டும் என்பதற்காக மலைக் கோயிலுக்குப் போனான். அப்பொழுதுதான் அவர் அங்கிருந்து போய்விட்டார் என்று தெரிந்தது.

ஆச்சாரி சென்றுவிட்டார் என்று சீனு சொன்னவுடனேயே ஜெயம்மாவுக்குக் கோபம் காட்டாறாகப் பொங்கியது. சட்டென எழுந்து குடிசைக்குள் நுழைந்து சென்னம்மாவின் துணிகளை எடுத்து வெளியே சுற்றி எறிந்தாள். இனி முகம் காட்ட தேவையில்லை என்றாள். சீனு குறுக்கிடப் போனால், "ஓ சீனய்யா! ஒனக்குத் தெரியாதா? நானும் இவள மாதிரி இங்க வரலையா? அப்போ எனக்குப் புருசன் துணை இருந்துச்சா? கைக் குழந்தையோடு என் வாழ்க்கையை நான் வாழ்ந்து காட்டலயா... நான் ஒத்தையா நிக்கலயா... இந்தக் கள்ளத் தொடர்பு நான் வெச்சிக்க முடியாதா..." என்று சென்னம்மாவின் துணிகளை வெளியே வீசினாள்.

ஜெயம்மா கொண்ட பிடிவாதத்தை விட்டுவிடும் ரகம் இல்லை. அதாவது முந்தைய நாள் காலை தொடங்கிய சலசலப்பு மறுநாள் சாயந்தரம் வரை நீண்டுகொண்டே இருந்தது. ஜெயம்மாவின் கடுமையான வார்த்தைகளுக்குச் சென்னம்மா ஒரு வார்த்தை கூடப் பேசவில்லை. வெளியே வீசப்பட்ட துணிகளை மூட்டையாகக்

கட்டிக் கொண்டாள். இரவு முழுவதும் குடிசை முன்பு உள்ள திண்ணையில் கண்மூடாமல் வெறுமையாய்ப் பார்த்தபடி அமர்ந்திருந்தாள். மகன் சாப்பிட்டானா சாப்பிடவில்லையா என்று கூடப் பார்க்கவில்லை.

ஆறிப்போன டீ க்ளாஸில் ஈக்கள் மொய்த்துக் கொண்டிருந்தன. சீனுக்கு ஆச்சாரி கண் முன்னே வந்து, "போனதும் போனாரு இவ மேல வதந்தியை நிஜம் ஆக்கிட்டுப் போயிட்டார்!" என்று நினைத்துக் கொண்டான். அப்பொழுதுவரை அவன் மனதில் அது இன்னும் அவதூறாகவே இருந்தது. நிஜமோ இல்லையோ அவன் இதுவரை யோசிக்கவில்லை.

அங்கே நிலவும் அமைதிக்குப் பங்கம் விளைவிக்கும் வகையில் ஜெயம்மா, "இங்க பாரு சீனய்யா! ஆச்சாரி செஞ்ச புண்யத்தை எடுத்துப் புத்துல ஊத்திட்டுப் போயிட்டான். அவனுக்கு முகம் பார்க்க வெட்கம், மானம் தடுக்குது. புது ஆளு வர்ற வரைக்கும் நீயே மலைல ஏறி விளக்குப் போட்டுட்டு வா" என்றாள்.

சீனு எதுவும் பேசாமல் போவதற்காக எழுந்து நின்று மேலே பார்த்தான். அவனைச் சுற்றியுள்ள பள்ளத்தாக்கில் மேற்கூரை இடிந்த தொன்மை கால கோட்டை துயரமாகத் தெரிந்தது. சுற்றி உயர்ந்த மலையின் செங்குத்தான சரிவில் உயரமான மரங்கள் கம்பீரமாக நின்று கொண்டிருந்தன. மலைச் சிகரங்களின் விரிசல்களிலிருந்து கற்பாறைகள் எப்பொழுது பள்ளத்தாக்கில் விழுமோ என்றவாறு இருந்தன.

ஜெயம்மாவின் ஏசல்கள் தொடர்ந்து கொண்டேயிருந்தன. அதைக் கேட்டு சென்னம்மா கட்டிய மூட்டையைக் கக்கத்தில் வைத்துக் கொண்டாள். பையன் எழுந்து நின்று கொண்டிருந்தான். சென்னம்மா கிளம்புவதைப் பார்த்து ஜெயம்மா, "ஓ மணெம்மா! அவளுக்கு ஒரு நூறு ரூபா எடுத்துக்கொடு. வச்சுக்கச் சொல்லு. எங்க போறாளோ என்னமோ" என்றாள்.

மணெம்மா உளுந்தைப் பக்கத்தில் வைத்துவிட்டுக் கைகளை முந்தானையில் துடைத்துக் கொண்டு தகர டப்பாவில் இருந்து நூறு ரூபாயை எடுத்துச் சென்னம்மாவிடம் கொடுக்கப் போனாள்.

சென்னம்மா அவளைப் பார்க்காமல் வெளியே நடந்து, "அக்கா போயிட்டுவரன்னு சொன்னா கூட அந்தப் பக்கமா திரும்பிப் படுத்துக்கிட்டு ஜெயம்மா சரின்னுகூடச் சொல்லல".

அம்மாவைப் பின்தொடர்ந்து நடந்துகொண்டு இருக்கிற பையன், 'பெரியம்மா, போயிட்டுவரேன்' என்றாலும் அசைவது போல் அசைந்து மறுபடியும் இறுக்கத்துடன் படுத்தாள். சென்னம்மா கண் ஓரத்திலிருந்து வருகிற கண்ணீரை முழங்கையால் துடைத்துக்கொண்டு, "போயிட்டுவரன் சீனய்யா" என்று தலைகுனிந்து வெளியே நடந்தாள்.

சீனு ஒருவித மனபாரத்தோடு பெருமூச்சுவிட்டு ஜெயம்மாவைப் பார்த்து, "இவளுக்கு என்ன இவ்வளவு கல்லு மனசு" என்று நினைத்துக் கொண்டு குளிப்பதற்காக அருவிப் பக்கம் நடந்தான். முன்னே சின்னதாக அடி எடுத்து வைத்ததும் ஜெயம்மாவின் பேச்சுப் பின்னால் இருந்து கேட்டது.

"ஓ சீனய்யா... சத்திரக்காரன்ட்ட சொல்லு, வயசானவங்க இரண்டு பேருக்குப் புண்ணியத்துக்குக் கிடைச்ச பச்சை மாங்காய்ச் செரிக்கலன்னு, ராத்திரிக்குச் சோறு சாப்பிடமாட்டாங்களாம். அவங்களுக்குச் சமைக்காதன்னு சொல்லு..." அவள் பேச்சுத் தூரமாகிக் கொண்டிருந்தது. பின்னால் திரும்பி, கேட்டுக்கொண்டே சென்னம்மாவை நிமிர்ந்து பார்த்தான். கக்கத்தில் மூட்டையோடு மகனின் கையைப் பிடித்துக்கொண்டு மெதுவாக வழியில் நடந்துபோய்க் கொண்டிருந்தாள் அவள்.

சீனு ஜெயம்மாவின் கை ஆள் இல்லை. அவனுக்கு இப்பொழுது இங்கே இருக்க வேண்டிய தலைவிதி ஒன்றும் கிடையாது. நாளைக்கு என்ன என்ற கவலையும் இல்லை. எங்கே போகவேண்டும் என்று நினைப்பானோ அங்கே போவான். கொஞ்ச நாள் சித்தேஸ்வரத்தில் இருப்பான். சிவராத்திரிக்கு ஸ்ரீசைலம் போவான். ரோகிணிக்குப் பைரவகோணைக்குப் போவான். எங்கே போனாலும் சாதுக்களிடம் நட்பு. சத்திரத்தில் சாப்பாடு, மரத்தின் கீழ் தூக்கம், அதே வாழ்க்கை. எங்கே போனாலும் அங்கே இருக்கும் மனிதர்களுடன் சேர்ந்திருப்பான். உனக்கு எனக்குன்னு இல்லாம வேலைசெய்வான். அவர்கள் கொடுத்ததை உண்பான். நீண்ட காலமாக அவன் பள்ளத்தாக்குக்கு வந்து கொண்டிருப்பதால் இங்கிருக்கும் மனிதர்கள் அவனுக்கு நல்ல பழக்கம். எல்லாருக்கும் வேலை செய்துகொடுப்பது போல ஜெயம்மா கொட்டகையில் எச்சில் டம்ளர்கள், தட்டுகள் கழுவுகிறான். டீ போடுவான். வந்தவர்களுக்குத் தேவையானதைச் செய்வான். இவ்வளவு செய்தும் அவன் அங்கே குடிப்பது வெறும் டீ மட்டும்தான்.

ஜெயம்மா கொட்டகையில் இருந்து அரைப் பர்லாங்கு தூரம் மலைச் சிகரம் மேலிருக்கிற கற்பாறை விரிசல்களிலிருந்து தண்ணீர் பள்ளத்தாக்கிற்கு அருவியாகக் கொட்டும். சீனு அங்கே சென்று அடைகின்ற நேரத்தில் ஒன்றிரண்டு யாத்ரீகர்கள் மேலிருந்து விழும் தண்ணீரின் கீழ் நின்று கூச்சலிட்டுக் கொண்டிருந்தார்கள். பள்ளத்தாக்கைச் சுற்றி நூறு மைல் தூரம் வறட்சிப் பகுதியானதால் அங்கே வரும் யாத்ரீகர்கள் மிகக் குறைவு.

துண்டை இடுப்பில் சுற்றிக்கொண்டு அருவியின் கீழ் நின்றுகொண்டிருந்த சீனுக்குக் குளிர்ந்த நீர் உடலில் பட்டு விரல்கள் மரத்துப் போயின. அவனுக்கு அங்கே குளிப்பதென்றால் மிகவும் விருப்பம். கற்பாறை விரிசல்களின் நடுவில் இருந்து விழுகிற நீர், மேலிருந்து தலையில் விழுந்து, தோள்பட்டைகளை, உடலைத் தடவிக்கொண்டு பாதங்களில் இருந்து கால்வாயில் விழும்போது அவன் புளகாங்கிதம் அடைவான். கண்ணைக் கட்டியது போன்று குறுக்காக விழும் நீர்த்திரையில் அவனது முழுப் பயணத்தைக், கஷ்டத்தைத், துக்கத்தை மறந்து பல மணிநேரமாகப் பரவசத்தோடு இருப்பான். ஆனால் அன்றைக்கு எதற்கோ நடுங்கிப் போகும் குளிரில் கூடச் சலனமற்ற யோகிபோல நீர்த்திரைக் கீழ் நின்றிருந்தான். மேலிருந்து விழுகின்ற நீர் அவனுக்கு இன்றைக்குப் பரவசத்தைத் தரவில்லை. குளிர்ந்த நீர் உடம்பைச் சுற்றித் தொட்டாலும் அவன் தவம் அசையாத முனிவர்போல் அமர்ந்து, “எவ்வளவு கடினமான மனசு” என்று ஜெயம்மாவை நினைத்துக்கொண்டு தனக்குத் தானே முணுமுணுத்தான். அந்தப் பள்ளத்தாக்கில் அவனுக்கு அதற்கு முன்பு இருந்த நிம்மதி இப்பொழுது இல்லை.

உச்சி முதல் பாதம் வரை உடம்பைத் துடைத்துக்கொண்டு கரைக்கு வந்து நின்றதும் உடல் நடுங்கிக் கொண்டிருந்தது. பொழுதாகியதும் யாத்ரீகர்கள் குளிக்கும் இடம் காலியானது. குளித்து முடித்தவர்கள் கோயில் படிக்கட்டில் போய்க் கொண்டிருந்தார்கள். உடம்பைத் துடைத்துக் கொண்டு விபூதி நாமம் வைத்துக் கொண்டு மலைக்கோயிலுக்கு நடக்கும்பொழுது அவர்களை வெகு தூரத்தில் இருந்து பார்த்துக் காட்டுக்கோழிகள் படபடவென்று செடிகளுக்குள் நுழைந்தன. யோசித்துக் கொண்டே மலையிலிருந்து இறங்கி சத்திரத்தை அடைந்தபொழுது சத்திரக்காரர் உள்ளே ஓய்வாக அமர்ந்து, “என்ன சீனய்யா இந்த நேரத்துல வந்திருக்குற?” என்றார்.

“விளக்கேத்தப் போயிட்டுருக்கன்... வயசானவங்க ரெண்டு பேருக்குச் சமைக்க வேணாம்னு ஜெயம்மா சொல்லுச்சு. அத சொல்லிட்டுப் போலாம்ன்னு இங்க வந்தேன்” என்றான் சீனு.

“சரி... சரி... இப்ப தான் கிழவி வந்து சொல்லிட்டுப்போனா. ஆச்சாரி ஆளயே காணோம்... நீ போய்ட்டுவா” என்றார் சத்திரக்காரர்.

பள்ளத்தாக்கிற்கு நுழைவதற்கு முன்பு அரைக் கிலோ மீட்டரில் ஒரு கற்குன்று அதன்மேல் பெரிய பாறை மலை வரும். அதை மலைக்கோயில் என்பார்கள். கோயில் ஒரே கல்லில் செதுக்கப்பட்டதால் அதற்கு அந்தப் பெயர் வந்திருக்க வேண்டும். ஒரே பாறையில் செதுக்கிய மூன்று நான்கு இருட்டு அறைகள். அவற்றில் தரையில் இறக்கப்பட்ட கருமையான லிங்கங்கள். அருவியில் இருந்து மலைக்கோயிலை அடையவேண்டுமென்றால் முதலில் கற்குன்றில் ஏற வேண்டியிருக்கும். தர்மசத்திரம் அந்த மலை செங்குத்தில் அமைந்துள்ளது. அதற்குப் பக்கத்தில் அருவியிலிருந்து வரும் தண்ணீர் தடதடவென்று கால்வாயில் வெளியே செல்லும்.

மலைப்பாறை மத்தியில் இருந்து படியேறி மலைக்கோயிலை அடைந்தான். மலையைக் குடைந்த அறைச் சுவர்கள்மேல் கற்பூரத்துடன் கூடிய தீபத்தில் கருத்த விளக்கெண்ணெய் பற்றாக்குறையுடன். பச்சிலையோடு கட்டப்பட்ட மல்லிகைப்பூக்கள், தேங்காய், சாம்பிராணி வாசனை. குளித்துவந்த பக்தர்கள் நந்தி முன்பு தேங்காயை உடைத்து வணங்குகிறார்கள். அருகருகே இருக்கிற அந்த மூன்று கோயில்களில் பக்தர்கள் யாராவது தீபம் அணையாமல் எண்ணெய் ஊற்றித் திரியைப் பற்ற வைத்து ஒளிரவிடுவார்கள். ஆனால் அதற்குக் கொஞ்ச தூரத்தில் உள்ள பாறைக்கு அடியில் இருக்கிற சுரங்கத்திற்குள் சென்று விளக்கேற்றி வரவேண்டுமென்றால் யாருக்காயினும் பயமே. ஓர் ஆள் நுழைகிற அளவில், பெரிய பாறையின் அடியில் இருப்பதால் அது எவருக்கும் தெரியாமல் மறைந்து இருக்கிறது. சுரங்கத்திற்கு இருபுறமும் உச்சந்தலையில் கிடாக் கொம்புகளோடு, கைகளில் கதையோடு பரமசிவனுக்குக் காவலாக உள்ள வீரபத்திரரின் செதுக்கிய சிலைகள். தினந்தோறும் அங்கே தீபாராதனை செய்வார் ஆச்சாரி. கடந்த சில வருடங்களாக அவருக்கு அதே வேலை. அவரைத் தவிர வேறு யாரும் அதற்குள்

போகமுடியாது. கடந்த இரவு யாருக்கும் சொல்லாமல் அவர் எங்கோ போய்விட்டார். அவருக்கும் சென்னம்மாவுக்கும் கள்ளதொடர்பு இருக்கும் என்று புகார் எழுந்தது. அது ஆச்சாரியின் காதுகளில் விழுந்தது. அங்கிருக்கும் மனிதர்கள் தன்னைப் பற்றி இப்படி நினைத்துவிட்டார்களே என்று தெரிந்ததால் அவர் பள்ளத்தாக்கில் இருந்து போய் விட்டார். போகும் முன் யாருக்கும் சொல்லவில்லை. அவர் திரும்ப வருவார் என்று எதிர்பார்ப்பவர்கள் கூட அங்கு யாரும் இல்லை.

சீனு சுரங்கத்தில் குறுக்காக வைத்த மரச்சட்டக் கதவை ஒருபுறம் தள்ளி முழங்காலிட்டுக் குனிந்து உள்ளே பார்த்தான். அவ்வளவு கும்மிருட்டு. அங்கிருந்து கொஞ்சம் முன்னுக்குத் தவழ்ந்து சற்று அகலமாகக் குடைந்த மனிதன் உட்காரும் அளவிற்கான அறையை அடைந்தான். தரைப் பள்ளத்தில் பதித்திருந்த சிவலிங்கத்தின் முன்பு முந்தைய நாள் சாயந்தரம் ஆச்சாரி பற்ற வைத்த விளக்கு மினுக் மினுக்கென்று அணையும் தருவாயில் இருந்தது. அணைந்திருக்கிற திரியைத் தூண்டி எண்ணெய் ஊற்றிய பொழுது ஆச்சாரி கண்களில் வந்து போனார். அங்கேதான் முதன்முறையாக ஆச்சாரியைப் பார்த்தான் அவன். கருங்காலி போன்ற மனிதர். விலா எலும்புவரை வளர்ந்த நீண்ட முடி. நெஞ்சுவரை தொங்கிக் கொண்டிருக்கும் பின்னிப் பிணைந்த கருப்புத் தாடி. அந்த ஒல்லியான மனிதரின் மார்பகம் ஆடையின்றிக் காணப்பட்டது. ஆச்சாரி படித்தவர் இல்லை. கேள்வி ஞானத்தில் தெரிந்துகொண்ட புராண காலட்சேபமே. வேட்டியை மேலே மடித்துத் தக்கனின் தலையை நறுக்கிய வீரபத்திரரின் தக்கயாகக் கதையைச் சொல்லும்பொழுது உடம்பு சிலிர்க்கும். காது கொடுத்துக் கேட்பான். ஆச்சாரி சுற்றுப்பக்க ஊர்களில் பேர் வாங்கிய பூசாரி. சொந்த பந்தம் யாரும் இல்லாத மனிதர்.

‘அப்படிப்பட்டவர் என்ன ஆனாரோ?’ அந்த மனிதருக்குப் பெண் தேவைபோல. சேர்த்து வைத்த புண்ணியம் என்ன ஆகும். சொந்த பந்தம் இல்லாத மனிதருக்கு இந்த சுக துக்கங்களை உணரமுடியுமா? யாருக்கும் சொல்லாமல் எதைத் தேடிச் சென்றார்? கல் போன்ற மனிதர் பெண்ணுக்காகக் கரைந்துவிட்டார். ஒற்றைக்காலில் தவம் செய்யும் முனிவர், பள்ளத்தாக்கில் வழுக்கி விழுந்ததுபோலச் சென்றுவிட்டார்’.

முதன்முறையாக அவன் அங்கே வந்தபொழுது ஆச்சாரியே அவனுக்குச் சுரங்கம் பற்றிக் கூறினார். அன்று ஆச்சாரி உள்ளே அமர்ந்து, "இதோட நீளம் பாமூர் (ஊர்ப் பெயர்) வரைக்கும் இருக்கும் சாமி. மொத்தம் முப்பது மைலு. அந்த...அவர் இருக்காரே பாரு சுப்பய்யாசாமி. அவர் ஒருத்தருதான் இங்க இருந்து அங்க வரைக்கும் போனாரு. அதுக்குத்தான் வெளிய அவரோட சிலையை செதுக்கி வச்சிருக்காங்க.."

இப்பொழுது சுரங்கத்திற்கு வெளியே சுப்பைய்யா சாமியே மிச்சம் இருக்கிறார். உள்ளே ஆச்சாரி இல்லை. அதைத் தவிர ஆச்சாரி பற்றி, அவரது கடந்த கால வாழ்க்கையைப் பற்றி எதுவும் தெரியாது. தெரிந்துகொள்ள வேண்டிய தேவையும் வரவில்லை.

கற்பிரதேசமாக இருப்பதால் உடல் முழுக்க வியர்த்துக் கொட்டியது. அங்கிருந்து இரண்டு படிகளுக்கு மேல் மெல்லிய விளக்கு வெளிச்சத்தில் மின்னிக்கொண்டிருக்கிற மற்றொரு அறை. அங்கிருந்து சுரங்கம் தொடங்குகிறது. சீனு முழங்கால் மேல் அமர்ந்துகொண்டே பயமுறுத்தும் இருட்டில் இரண்டாம் அறைப்பக்கம் நுழையத் தொடங்கினான். முன்னோக்கி நகரும்போது பூச்சிகள் ம்..ம்.. என்று ரீங்காரம் இட்டுக்கொண்டு இருந்தன. பூச்சிகள் அல்ல அவை, காட்டுப் பட்டாம்பூச்சிகள் என்று நினைத்தான். தீக்குச்சியைப் பற்றவைத்து உள்ளே நுழைந்தான். தாங்கமுடியாத நெடி. உள்ளே அணையும் தருவாயில் உள்ள விளக்குத் திரியைத் தூண்டி சந்தேகத்தோடு சுரங்கம் செல்லும் வழியைப் பார்த்தான். அவனுக்கு மையிருட்டாகத் தெரிந்தது. 'யாரும் வரமுடியாத இடத்திற்கு ஆச்சாரி எப்படி வர்றாரு? சென்னம்மா... ஆச்சாரி... அது உண்மைதானா? உண்மையோ பொய்யோ யாருக்குத் தெரியும்? அது எப்போதைக்கும் தெரியாத ரகசியம்'. யார் பார்த்தார்கள். உண்மையாதான் இருக்கும். உண்மை இல்லன்னா ஆச்சாரி எதுக்குப் போனார்? தப்பு செய்திருப்பார் போல அதனால தான் கிளம்பிப்போயிட்டாரு. போனவர் எப்படித் தனியா போனார்? எங்க போயிருப்பார்? சித்தேஸ்வரத்தில் இருப்பாரா... மஹாநந்தி போயிருப்பாரா... மறுபடியும் எப்ப வருவாரு?' அவனின் கைப் பக்கத்தில் இருட்டில் ஏதோ அசைந்த சப்தம் கேட்டது. 'யாரும் இல்லாத இடத்துல இது என்ன இருக்கும்? சுத்திட்டிருக்குற பாம்போ...'

அந்த யோசனை வந்தவுடன் பயத்தில் முழங்கால் மீது அமர்ந்து பின்னால் திரும்பி மேலே பார்த்தான். அவை பூச்சிகள் அல்ல. மங்கிய இருளில் மேற்கூரையில் தொங்கும் முதுகுக்குத் தட்டுப்படும் வௌவால்கள். அவை.. வௌவால்கள் கூட்டம். வேக வேகமாகத் தவழ்ந்து வெளியே வந்தான். உடல் முழுவதும் வியர்த்து இருந்தது. உடலிலும் வேட்டியிலும் கரி பூசியது போன்ற கருத்த கறை. ஆச்சாரி பழக்கப்பட்ட மனிதர், சீனுக்கு அதுவே முதல்முறை.

குகையிலிருந்து வெளியே வந்ததும் உடலில் குளிர்ந்த காற்றுப்பட்டு உயிர் வந்தது போலிருந்தது சீனுக்கு. பின்னே திரும்பி உள்ளே பார்த்தால் உள்ளே ஒளிவிடுகிற இரண்டு தீபங்கள் அரக்கனின் இரண்டு கண்கள் போல் தோன்றின. பள்ளத்தாக்கின் மத்தியில் இருள் சூழ்ந்ததால் மரங்களின் இடையில் காட்டுக்கோழிகள் சப்தமிட்டன. நீலவானத்தில் இருந்து நட்சத்திரங்கள் கிழித்துக் கொண்டுவந்தன. இருட்டிக் கொண்டிருந்தாலும் மரங்கொத்திப் பறவை டக்... டக்... என்று சபதம் இட்டுக் கொண்டிருந்தது. உயரமாக இருந்த மாமரத்தின் மேல் இரண்டு குரங்குகள் பேன் பார்த்துக் கொண்டிருந்தன. மலைக்கோயில் முன்பு பக்தர்கள் பூஜை செய்யும் படி மீது அமர்ந்திருந்தார்கள். சீனுக்குத் தான் வந்த வேலை முடிந்தது. இனி எங்கும் போக வேண்டிய வேலை இல்லை. அவனை எதிர்பார்த்துக் காத்திருப்பவர்கள் யாரும் இல்லை. எங்கு வேண்டுமானாலும் செல்லலாம். எங்கு வேண்டுமானாலும் தூங்கலாம். அவனுக்கென்று தனியான கூடு இல்லை. இல்லையென்றால், சத்திரக்காரர், “இப்ப சீனு எங்க போயிருக்கான், கீழ ஜெயம்மா கொட்டகையில படுத்துருக்கானோ என்னமோ” என்று எண்ணிக் கொள்வார். ‘சீனு சத்திரத்தில் இருப்பான்’ என்று ஜெயம்மா நினைத்துக் கொள்வாள். சத்திரத்தின் படியில் யாத்ரீகர்கள் சமையல் முடிந்தபிறகு அடிக்கும் மணிக்காகக் காத்திருந்தார்கள். உள்ளே சத்திரக்காரர் கண்ணாடி வைத்துக் கொண்டு கணக்குப் பார்த்துக் கொண்டிருந்தார்.

சீனுக்குப் பசியெடுக்கவில்லை. சத்திரக்காரரின் கண்ணில் படாமல் முன்னோக்கி நடந்தான். கூனிக் கிழவி மண்டபத்தில் படுக்கையை விரித்து அமர்ந்திருக்கக் கிழவன் படுத்திருந்தான். எங்கேயோ புனித ஸ்தலங்களில் மொட்டைப் போட்டுக்கொண்டு, நெற்றியில் பெரிய குங்குமப் பொட்டு வைத்திருக்கிறார்கள். அவன் கிழவியிடம் மட்டுமே பேசமுடியும். கிழவன் பிறவிச் செவிடன். சீனு அவள் அருகில் நின்று, “என்ன ஆச்சி, சாப்பிட்டது

செமிக்கலயா? என்று கேட்டான். கிழவி மங்கிய இருளில் புருவத்தில் கையைக் குறுக்காக வைத்து, “என்ன சீனய்யா, நீயா? ரெண்டு காயைப் பறிச்சுக் கொடுன்னு கேட்டதுக்குச் சென்னம்மா மவன் பறிச்சுக் கொடுத்தான். வாயெல்லாம் புளிப்பு...” கிழவி சொல்லிக்கொண்டே போனாள்.

அவர்கள் அங்கு வந்து மூன்று நாட்களே ஆயின. இன்றைக்கோ நாளைக்கோ உதிரும் இலைகள். வந்த நாளில், “என்ன ஆச்சி, இந்த வெயிலுல வராம இருந்தா தான் என்ன?” என்று கேட்டான் சீனு.

“என்ன சொல்ல சொல்ற பேரா! எங்க கிழவனுக்குத் தேசமெல்லாம் சுத்தணும்னு புத்தி வந்திருக்கு. முடியாத வேலை. எங்கயும் ஓரிடத்துல இருக்குற ரகம் இல்ல. மகன், மகள் மட்டும் அல்ல யார் பேச்சையும் கேட்கமாட்டாரு. பிடிவாதக்கார கம்னாட்டி!என் உசுர வாங்குவாரு. ஐம்பது வருசமா தாங்கிட்டு இருக்கன். என்னத்த சொல்ல என் கஷ்டத்தை” என்றாள். தன்னைப் பற்றித்தான் பேசுகிறார்கள் என்று கிழவன் பொக்கை வாயால் புன்முறுவல் செய்தான். அவர்கள் இருவரும் மூன்றுநாட்களாகச் சத்திரத்திலேயே படுத்துக் கொண்டிருக்கிறார்கள்.

கிழவி முணுமுணுத்துக்கொண்டே தரை மீது படுத்தாள். சீனு அவளைப் பற்றி நினைத்துக்கொண்டே முன்னோக்கி நடந்தான்.

“ஐம்பது வருஷ குடும்ப வாழ்க்கை. புருசனை இன்னும் சகிச்சுட்டு இருக்குறா. “உன் வழியில நீ போ! அப்படின்னு சொல்லிருக்கலாம்ல... எதுக்கு அப்படிச் சொல்லல? விடமுடியாத குணம். எப்படி விட்டுட்டு இருக்கமுடியும்? பிணைப்பு அப்படிப்பட்டது. இதுவரைக்கும் வந்த துணை இந்த நிமிடத்துல போகமுடியுமா...” நினைக்க நினைக்கச் சீனுக்கு அவளின் ஐம்பது ஆண்டு கால வாழ்க்கை பெரிய பள்ளத்தாக்காய்த் தோன்றியது. அந்தப் பள்ளத்தாக்கில் அவனுக்கு இன்னும் என்னென்னவோ தெரிந்தன. இளம்வயதில் இருக்கிற இளைஞர்கள் இளைஞிகள்... கல்யாணம்.. பிள்ளைகள்... குடும்பம்... பிள்ளைகளின் கல்யாணம்... பேரன்கள், பேத்திகள்... பயணங்கள்... யோசிக்கின்றபொழுது சீனு அந்தக் கிழவியை யாரும் அடையமுடியாத உயரத்தில் வைத்துப் பார்த்தான்.

"புருசன் பொண்டாட்டின்னா இப்படியிருக்கணும். சென்னம்மா, உனக்குப் புருசன் இல்லையா? நீ இந்தக் கிழவிமாதிரி எதுக்கு இல்ல? நீ செஞ்ச தப்பு என்ன?" நினைத்துக்கொண்டான் சீனு.

அவன் மலை ஏறிக்கொண்டிருக்கும் பொழுது காலில் சின்னச் சின்னக் கற்கள் பட்டுக் கீழே உருண்டன. மேலே சென்றபொழுது மனிதர்கள் கண்களுக்குச் சின்னதாகத் தெரிந்தார்கள். அங்கங்கே எரிந்துகொண்டிருக்கும் விளக்குகள். ஜெயம்மா மாமரத்துக் கீழிருந்த கடையை அடைத்திருந்தாள். குடிசையினுள் மின்னிக் கொண்டிருந்தது விளக்கு. அவனுக்கு ஜெயம்மாவின் கடந்த காலம் கண் முன்பு ஆடியது.

ஜெயம்மாவைப் பத்தாண்டுகளாகப் பார்த்துக் கொண்டிருக்கிறான். பதினைந்து வருடம் முன்பு புருசனைத் தொலைத்துவிட்டு மூன்று மாதக் கைக்குழந்தையோடு அங்கே வந்தாள். அப்பொழுதிலிருந்து அங்கேயே வாழ்க்கை. அந்த மரத்தின் கீழே சின்னக் கொட்டகையைப் போட்டுக்கொண்டாள். "வார்த்தைக் கடினமா பேசினாலும் நல்ல மனசுக்காரி. அங்க வரும் பக்தர்களுக்கு, யாத்ரீகர்களுக்கு ரெண்டு ரூபாயிக்கு டீ வித்தாலும் திக்குத்திசை தெரியாத சாமியார்களுக்கு, சாதுக்களுக்கு ஐம்பது காசுக்கே டீ கொடுப்பாள். காசுக்கு ஆசைப்படுற குணம் இல்லை. அந்தம்மா தானம் செய்யாத பொழுதே இல்லை. நியதிப்படி வாழ்க்கை நடத்தி வந்தாள். புண்ணியவதி. அந்த அம்மா போல வாழனும்னா எவ்வளவோ கஷ்டத்தைப் பொறுத்துக்கணும். நல்லப்படியா வாழனும்னா பெரிய கஷ்டம். மோசமா வாழனும்னா லட்சக்கணக்கான வழியிருக்கு."

யோசித்துக் கொண்டே எவ்வளவு நேரம் நடந்தானோ தெரியாது. மலைச் சிகரத்தின் மேல் பெரிய பாறைமேல் நின்றால் எதிரில் பள்ளத்தாக்கு கண்ணுக்குத் தெரியாத ஆழமாக இருந்தது. "இந்தப் பள்ளத்தாக்கைக் காட்டிலும் ஜெயம்மாவின் வாழ்க்கை ஆழமாக உள்ளது. அவளின் வாழ்க்கை முழுவதும் தாங்கிக்கொள்ளும் இருட்டு"! சீனு தனக்குள் தானே முணுமுணுத்த பொழுது காலில் சின்னக் கல் இடறி கடகடவென்று பள்ளத்தாக்கில் விழுந்தது. முன்னுக்கு வளைவதுபோல் வளைந்து சமாளித்துப் பின்னுக்கு நகர்ந்து நின்றான். எதிரில் கண்ணுக்குத் தெரியாத ஆழமான படுகுழி.

'ஜெயம்மா எங்கே! சென்னம்மா எங்கே!' அவர்கள் இருவரிடையில் எத்தனை வேறுபாடு! அவள் மலை உச்சியில்! இவள் அதளபாதாளத்தில்!. சென்னம்மா கூட ஜெயம்மா மாதிரி இருக்கக்கூடாதா… எங்கேயிருக்கு தப்பு? அவள் செஞ்ச தவறு என்ன? சென்னம்மா ஜெயம்மா போல இல்லையென்று அவனுக்கு வருத்தத்தை அளித்தது. அவனின் அமைதியின்மைக்குக் காரணம் கூட அதுதான். பள்ளத்தாக்கின்மேல் கூடுகளுக்கு வந்தடையும் பறவை கூட்டத்தைப் பார்த்து அவனுக்கு மேலும் பயம் தோன்றியது. அவனின் மனம் முழுவதும் கூடு இல்லாத பறவை போல அமைதியற்றுக் கடந்த காலத்திலிருந்து நிகழ்காலத்திற்கும் நிகழ்காலத்திலிருந்து கடந்த காலத்திற்கும் அலைபாய்ந்தது.

அந்தப் பேச்சை எடுத்தால், ஜெயம்மா மாதிரியே பத்து மாதங்கள் முன்பு பத்து வயது பையனோடு வந்தாள் சென்னம்மா. அருகில் புருசன் இல்லை. முகத்தில் பொட்டு மட்டும் உள்ளது. முதல் இரண்டு நாட்கள் சத்திரத்தில் படுத்திருந்தாள். அந்த இரண்டு நாட்களும் உடல்நோக வேலை செய்தாள். அதற்குப் பிறகு அவளுக்கு ஜெயம்மா அறிமுகம் ஆனாள். வந்தநாளிலேயே, "ஒன் புருசன் எங்க?" என்று ஜெயம்மா கேட்டதும், "என்னத்த சொல்லக்கா.. ஒரு வேலைக்கும் போமாட்டான், ஓர் இடத்துல இருக்கமாட்டான். அவனும் செய்யமாட்டான், என்னையும் செய்ய விடமாட்டான். அப்படிப்பட்டவன்ட்ட எப்படி வாழ்றதுனு பையன தூக்கிட்டுத் தேசாந்திரியா போயிட்டுருக்கன். உனக்கு பாரமா இருக்கமாட்டன்" என்றாள் சென்னம்மா.

"பாரம் என்ன தங்கச்சி?" இந்தக் காட்டுல வாயில்லாபூச்சிகள் நிறைய இருக்கு. அதுகளோட சேர்ந்துதான் நாங்களும்… அப்படித்தான் நீயும்" என்றாள் ஜெயம்மா. 'எவ்வளவு நல்ல மனசு! இந்தக் காலத்துல இப்படி யாரு இருப்பா? மனசு எவ்வளவு மென்மை ஆனால் பேச்சுக் கடுத்தப் பேச்சு. யார் என்ன சொன்னாலும் பாயும் குணம் இல்லை, மன தைரியம் உள்ள மனுசி. கோபம் வந்தால் அவள் வாய்க்குப் பள்ளத்தாக்குக் கற்கள் கூடப் பயப்படும்.சென்னம்மாவிற்கு வந்த நாளிலிருந்து வேலையிலே பொழுது கழிந்தது. ஹோட்டலுக்கு மாவு ஆட்டுவதில் இருந்து சத்திரத்தில் அரிசியில் கல்லைப் பொறுக்குகிற வேலை வரைக்கும் செய்தாள் சென்னம்மா. 'இந்தம்மா வடை போட்டா எவ்வளவு சுவையா இருக்கு' என்றனர். என்னோடது உன்னோடதுன்னு பங்கு போடாமல், அங்கங்கே கிடைத்த வேலைகளைச் செய்தாள்.

வளைந்த இடுப்பு எப்பொழுதும் நிமிராமல். செய்கிற வேலையைத் தவிர வாய்ப் பேச்சு கிடையாது. ஜெயம்மாவைக் கேட்டால், குழிபறிக்கிற ஊமை சிறுக்கி அப்படித்தான் போல என்பாள். அந்தப் பெண் எவ்வளவு கஷ்டப்பட்டாலும் எவரிடமும் கை நீட்டவில்லை. உயிர்வாழ்வதற்கு ஒரு பிடி சோற்றைத் தவிர வேறு எதையும் அவள் எதிர்பார்க்கவில்லை.

அங்கு மட்டும் இல்லாமல் பள்ளத்தாக்கிற்கு வரும் பாதை பக்கத்தில் உள்ள மலைக்கோயிலைத் தினந்தோறும் சுத்தம் செய்யும் வேலை கூட சென்னம்மாவே செய்வாள். ஆச்சாரி அங்கே தான் அவளுக்கு அறிமுகம் ஆனார். கோயிலைக் கூட்டும்பொழுது, கழுவும்பொழுது ஆச்சாரி பக்கத்தில் இருந்து வேலை வாங்குவார். வேலை முடிந்து உணவு உண்டு எல்லாரும் படுத்தபிறகு நடுராத்திரியில் அவரின் புராண காலட்சேபம் தொடங்கும். விளக்குத் தூணின் கீழ் அமர்ந்து ஸ்ரீகாளஹஸ்தீஸ்வர சதகம், மார்கண்டேய புராணம், தக்கயாகம் சொல்லுவார். அவ்வப்பொழுது சீனுவும் போய்க் கேட்பான். ஆச்சாரி காட்டுக்குப்போய் விறகு வெட்டிக் கொண்டு வருவார். சென்னம்மா சத்திரம், கோயில் முன்பு கூட்டி கோலம் போடுவாள். ஆச்சாரி தேவையான அரிசி பருப்பு வாங்குவதற்குக் கொத்தப்பள்ளி போனால் இவள் காசுகொடுத்துத் தனக்குத் தேவையான சாமான்களை அவர் மூலம் வாங்கிக் கொள்வாள். தெரியாதவர்கள் இவர்களைப் பார்த்தால் கணவன், மனைவி என்று நினைத்துக் கொள்வார்கள். அவர்களின் பழக்கத்தைப் பார்த்து, மனிதனுக்கு மனிதன் துணை என்று நினைத்தான் அவன். இறுதியாகத் தெரியாமல் செய்த நட்பு உலகத்தின் பார்வைக்குப் பாவமாகத் தெரிந்தது. சிலர் அவர்கள் இருவரையும் அருவிப் பக்கம் பார்த்தோம் என்றும் சிலர் காட்டில் வெட்டிப்பேச்சுப் பேசிக்கொண்டிருந்தார்கள் என்றும் சொன்னார்கள். அவர்கள் பார்த்தது தினமும் நடப்பதே. எல்லார் முன்னாடியும் பேசுவதை விடுத்துக் காட்டுக்குச் சென்று பேசிக்கொண்டது தவறானது. மற்றவர்கள் பார்த்ததை நான் பார்க்கவில்லையா! ஒரு நாள் சீனு மரத்துக்குக் கீழ் படுத்திருக்கும் பொழுது விடியற்காலையில் மலைக்கு மேலிருந்து கற்கள் உருண்டுவிழுகிற சப்தம் கேட்டது. கடமான் கூட்டம் என்று நினைத்து ஓடி மேலே ஏறும் பொழுது, கீழே இறங்கிவந்தார் ஆச்சாரி.

மேலிருந்து பார்த்தால் கீழே சென்னம்மா அருவியின் கீழ் குளித்துக் கொண்டிருந்தாள். கீழிருந்து பார்த்தால் மேலிருக்கும் மனிதன்

தெரியமாட்டான். 'தனக்கு அப்பொழுதும் சந்தேகம் வரவில்லை. அவர்கள் இருவர் மீதும் தீய சிந்தனை இல்லை. அவர்களின் கள்ளத் தொடர்பு உண்மைதானா? உண்மையோ இல்லையோ யாருக்குத் தெரியும்? நிஜமாத்தான் இருக்கும். கண்களால் பார்க்காதது எப்படி நிஜமாகும்? இல்லையெனில் ஆச்சாரி எதற்குப் போனார்? ஒரு வேளை நிஜமா இருந்தா.. மலையில பூசை செய்துகொண்டு வாழும் பூசாரிக்குக் காதல் வந்தது என்று எண்ணவா? வந்தால்தான் தப்பு என்ன? அவளுக்கும் யாரும் இல்லை. ஆச்சாரிக்கும் யாரும் இல்லை.

'எல்லாரும் போலவே வாழச்சொல்லுது இந்த உலகம். புருசன் இருந்தா கூனிக் கிழவி போலச் சகிச்சுட்டு வாழணும். இல்லன்னா ஜெயம்மா போலத் தனியா வாழணும். அது தவிர வேறு வழியில்லயா? ஒரு பக்கம் கூனிக் கிழவி.. மறுபக்கம் ஜெயம்மா. ஒருவரின் வாழ்க்கை நல்ல குடும்ப வாழ்க்கை... இன்னொருவரின் வாழ்க்கை ஒற்றை மரம் போன்ற தனிமை. அப்போ சென்னம்மா? அதுவே உண்மையா இருந்தால் அவளை விட்டுவிட்டு எதற்குப் போனார் ஆச்சாரி? தப்பு இல்லையா?

அவன் மலைப்பாறை மேலே நின்று கீழே பார்த்தான். பள்ளத்தாக்கில் புதர்செடிகளுக்கு இடையில் ஒற்றையடிப் பாதையில் கக்கத்தில் மூட்டையோடு நிதானமாகச் சென்னம்மா நடந்து கொண்டிருந்தாள். அவளின் பையன் கையில் குச்சியோடு பக்கத்தில் நடந்து கொண்டிருந்தான்.

"எல்லாரும் சேர்ந்து அவளைத் தனிமையாக்கி வெளியே தள்ளினார்கள். அங்கிருந்து கொத்தப்பள்ளிக்கு ஆறுமைல் தூரம் நடக்கவேண்டும். இருட்டுல ஒத்தையா எப்படிப் போவாள்?"

"சென்னம்மா" என்று கையைத் தூக்கி அழைத்தான் சீனு. அவளுக்குக் கேட்க வாய்ப்பில்லை.

அவனை யாரோ கைகளைப் பிடித்துப் பின்னே இழுப்பது போன்று தோன்றியது. விடுவித்துக்கொண்டு கொஞ்ச தூரம் கீழே ஓடினான். மனசுக்கு நெருக்கமாக உள்ள மனிதர்கள் தூரமாகிப் போவதுபோல், தூரமாகயிருக்கிற மனிதர்கள் நெருங்கி வருவதைப்போல்... தலை கிறுகிறுத்தது. அவனுக்கு எல்லாம் மாயையாகத் தோன்றியது.

அருவியின் கீழ் நின்றதுபோல் கண்களைச் சுற்றிலும் நீர்த்தாரை. பள்ளத்தாக்கை நோக்கிப் போனான், ஒரேயடியாக இருளில் குதித்தது போன்று. முன்னோக்கி ஓடினான் சீனு. இருளில் இருந்து சூனியத்தை நோக்கி நழுவி போவதுபோல... அவன் கண்களில் வந்துநின்றான் ஆச்சாரி.

தண்ணரீன் மத்தியில் நனைந்து... நீளமான கூந்தலைத் தலை மேல் முடிந்து... அதே உருவம்... நனைந்த மெல்லிய தாடி... வெற்று உடம்பு... அவர் இந்தப் படுகுழிக்குள் சென்று விட்டாரா? பிணைப்பில் கரைந்து போனாரா? இல்லை. தெளிவற்ற உருவம்... எல்லாவற்றையும் தாண்டி மனிதனுக்கு மனிதனே துணை என்று நம்பிய மனிதர். அதற்குமேல் வேறெதுவும் இல்லை. படிப்படியாகத் தெரிகின்ற உருவம்...

"சென்னம்மா" என்று மற்றொருமுறை சப்தமாக அழைத்தான் சீனு. அந்தப் பக்கத்திலிருந்து பதில் வரவில்லை.

மலைகளின் இடையில் குடைந்த உயரமான ஒற்றையடிப் பாதையை விட்டு மங்கலான வெளிச்சத்தில் புதர் செடிகளைத் தள்ளிக்கொண்டு, ஓடி வந்து அவளை நில் என்று சப்தம் போட்டான். அவன் பாறை மேல் படபட என்று இறங்குகிற சப்தத்திற்கு மரங்கள் மீதிருக்கிற கொண்டைக் குருவிகள் காற்றில் மேல் எழும்பி வட்டமிட்டன. மர்மஸ்தானத்தில் அடிப்பட்ட காட்டு மிருகம் ஒன்று மலையிலிருந்து கீழே விழுவது போல் அவன் பாறைகளில் இருந்து விழுந்து ஓடிவரும்பொழுது செடியின் முட்கள் உடம்பில் கீறின. பாறைகள் உருளுகின்ற சப்தத்திற்கு மரத்தின் மேல் உள்ள குரங்குகள் பக்கத்து மரங்களின் மேல் தாவின.

மரங்களின் மத்தியில் இருந்து மெதுவாக நடந்துபோய்க் கொண்டிருக்கிற சென்னம்மாவிற்கு மலைமேலிருந்து யாரோ தன்னை அழைத்தது போலிருந்ததைக் கேட்டு இதயம் படபடவென்று அடித்து அங்கேயே நின்றுவிட்டாள். அவளின் கண்களுக்கு அழைப்புக் குரலைத் தவிர மனிதர்கள் யாரும் கண்ணுக்குத் தெரியவில்லை. ஒரு நிமிடம் கழித்து மலை மேலிருந்து மரக்கிளைகள் உடைந்து பள்ளத்தாக்கில் விழுந்ததுபோல் சீனு அவள் முன்பு தோன்றினான்.

அவள் முன்பு விழுந்தும் விழாததுமாய்ச் சீனு மேலே எழுந்து, "எங்க போற சென்னம்மா?" என்றான் தட்டுத்தடுமாறி. அவன் உடம்பு முழுக்கப் புழுதி பரவியது.

. உடல்முழுக்க மரக்கிளைகள் கீறிய இரத்தம் தோய்ந்த கோடுகள்.

சென்னம்மா அவனை ஆச்சர்யமாகப் பார்த்து, "என்ன சீனய்யா? நீ வாழ்றல்ல... நானும் அப்படித்தான்" என்று சிரித்தாள். அந்தச் சிரிப்பில் கவலை தென்படவில்லை.

சீனு அவள் கைகளில் இருந்த மூட்டையை வாங்கி, "நானும் உன்கூட வரேன் சென்னம்மா.. உனக்கு எதாச்சும் ஆதரவு கிடைச்ச பிறகு, என் வழியில நா போறேன்" என்றான்.

சென்னம்மா ஆச்சர்யமாக சீனுவைப் பார்த்து விட்டு மறுபடியும் நடக்கத் தொடங்கினாள். மூவரும் பள்ளத்தாக்கில் இருந்து வெளியேறினார்கள்.

- நன்னூல், ஜனவரி - பிப்ரவரி 2023

பகல் கனவு

காலை இங்கே -

இந்த அறை ஜன்னல் கதவைத் திறந்து பார்த்தால் வெளியே வீதியில் செல்லும் பலதரப்பட்ட மனிதர்கள், வேலைக்குச் செல்பவர்களின் ஆரவாரம் தெரியும். அந்த வீதியின் இன்னொரு திருப்பத்தில் திரும்பினால் பெரிய சாலை வந்து கூடும். இந்த வீதியில் கூட்டங்கூட்டமாக அவர்கள் அனைவரும் தாம் செய்கின்ற வேலைமேல் நம்பிக்கை வைத்து, கண்கள் முழுக்கப் பெரிய லட்சியங்களோடு, பின்னால்கூடத் திரும்பிப் பார்க்காமல், வேக வேகமாக நடந்து செல்லும் ஜனங்கள். அவர்களில் தொழிற்சாலையில் வேலைசெய்யும் கூலிகளோடு கூடப் பல வகையினர் இருக்கிறார்கள்.

மாலையில் -

நான் திரும்பி வரும்பொழுது இங்கெல்லாம் இருட்டிவிடும். காலையில் இங்கே சென்றவர்கள் தளர்ந்த சரீரத்தோடு, உடைந்த பார்வைகளுடன் ஒவ்வொருவராகத் திரும்பி தொடர்ந்து வருகிறார்கள். நான் கொஞ்சநேரம் அடுப்பில் மல்யுத்தம் செய்து சமைத்து முடிக்கப் பத்துமணியாகிவிடும். அதற்குப் பிறகு கொஞ்சநேரம் வானொலியில் பாட்டைக் கேட்டு, இரவு எப்பொழுதோ தூங்கச்சென்று, காலையில் எழுந்து மறுபடியும் இங்கிருந்து போவதுமாக.

காலைக்கும் மாலைக்கும் நடுவில் -

என்னோடு சேர்ந்து இந்த அறையில் வேறுயாரும் இல்லையாகையால் இங்கே நிர்மானுஷ்யத்தோடு

கூடிய நிசப்தமே இருக்கும். காலியாகத் தென்படும் வீதிகள், அவ்வப்பொழுது வீடுகளில் சிறுபிள்ளைகளின் அழுகைகள், இடைவிடாமல் வெளியேயும் உள்ளேயும் வரும் காற்றோடுகூடக் கீச்கீச்சென்று திரியும் இரண்டு சிட்டுக் குருவிகள் செய்யும் சப்தத்தைத் தவிர வேறெதுவும் இங்கே கேட்காது.

அவை இங்கே எப்பொழுது வந்தனவோ தெரியாது. சீக்கிரமே கடந்துபோன நாட்களில் ஒருநாள் நடுராத்திரி எங்கோ தூரத்திலிருந்து திருமண இசைத் தெளிவாக, அமைதியாக, திகிலாகக் கேட்கும்பொழுது வீட்டின் கூரையின் கீழ் இருக்கும் உத்தரத்தின் மீது பார்த்தேன் அவைகளை. அந்த நாளில் இருந்து என்னோடு அந்த இரண்டு சிட்டுக்குருவிகளும் கூடச் சகவாசம் செய்கின்றன. இந்த அறையில் பகலில் நான் இல்லாதபொழுது திறந்த ஜன்னலிலிருந்து உள்ளே வந்து இங்கே என்னைவிட அதிகநேரம் செலவுசெய்து நிரந்தரமாகச், சுதந்திரமாகச் சுற்றித்திரிகின்றன அவை.

என் அறைக்கு மேலே இரும்பு உருளையால் ஆன உத்தரத்திற்கும் கூரைச் சீட்டுக்கும் இடையில் வைக்கோலினால் கூடுகட்டவேண்டும் என்று அந்த நாளிலிருந்து அவைகளின் நிரந்தர முயற்சி. தூரத்திலிருந்து அவைகள் கொண்டுவந்த காய்ந்த வைக்கோல்களை உத்தரத்தின் மீது நிற்கவைக்க, அவை நான் படுக்கிற பாயின் பக்கத்திலே தரையில் விழும். முதலில் அவைகளையெல்லாம் துடைத்து வெளியே வீசவேண்டும் என்று எண்ணிக் கொண்டேன். ஆனால் எங்கிருந்தோ வைக்கோல்களை எடுத்துக் கொண்டுவரும் அந்தச் சிட்டுக்குருவிகளுக்குச் சிரமம் எதற்கென்று அந்த வைக்கோல்களை அப்படியே விட்டுவிட்டேன். நாட்கள் கடந்து போகையில் நான் படுக்கிற பாயின் பக்கத்தில் பெரிய வைக்கோல் குப்பை உருவாகி விட்டது. ஆனால் எத்தனை நாட்கள் கழிந்தாலும் அவைகளுக்கு ஒரு கூடுமட்டும் அமையவில்லை.

தினசரி மாலை வீட்டுக்கு வந்ததும் ஆவலுடன் கதவைத் திறந்து கூரையைப் பார்ப்பேன். அப்பொழுதாவது அவை ஒரு கூடுகட்டுமோ என்ற என் ஆசை நிராசை ஆனது. இந்தச் சிட்டுக்குருவிகள் எந்த அடித்தளமும் இன்றி இந்த உருளை உத்தரத்தின் மீது இல்லாமல் வேறு எங்காவது இதைவிடப் பாதுகாப்பாக இருக்கும் இடத்தில் தன்னுடைய கூட்டைக் கட்டக்கூடாதா என்று தோன்றும்.

இதெல்லாம் மனோரமா இங்கே வருவதற்கு முந்தைய சங்கதி. முன்பு ஒருநாள் கதவைத் திறந்து அவள் என் அறைக்குள் பிரவேசித்தாள். என் முன்னோர்களிலிருந்து, அவர்களின் நம்பிக்கைகளில் இருந்து, அவர்களின் பழக்க வழக்கங்களிலிருந்து, என் இயலாமையிலிருந்து நடந்துகொண்டு வந்தது. உண்மையைச் சொல்லவேண்டுமென்றால் நான் யார் என்று கூட எனக்குத் தெரியாது. இது என் ஒருவனின் அனுபவமாக இருக்க வாய்ப்பில்லை. இது என்னவோ அரிதான விஷயம் இல்லையென்பது என் நம்பிக்கை.

என் நலம் விரும்பிகளும் நண்பர்களும் இப்படிக் கேட்கிறார்கள், "நிஜமா ஒனக்குத் தெரியாம ஒன் அனுமதியில்லாம மனோரமா ஒன் வாழ்க்கைக்குள்ள வந்தாளா?" என்று.

நான் தயக்கமின்றி ஆம் என்று பதில் சொல்வேன். விசித்திரம் என்னவென்றால் அதற்குப் பிறகு மனோரமா கூட என்னிடம் அவ்வாறே சொன்னாள். நான் அப்படித்தான் அவள் வாழ்க்கையில் நுழைந்தேன். ஒருவேளை பலருக்கு அப்படித்தான் நடந்திருக்க வேண்டும். அப்பொழுது மனோரமா யாரோ எனக்குத் தெரியாது. அதற்கு முன்பு நாங்கள் இருவரும் ஒருவருக்கொருவர் அந்நியர்களாக இருந்தோம்.

மனோரமா இங்கே வந்த நாள் எனக்கு நன்றாக நினைவில் இருந்தது. பாதித் திறந்திருந்த கதவிலிருந்து வெயிலுக்கு ஜொலிக்கின்ற சிவப்புப் பட்டுச்சேலையில், தயங்கிய கண்களால் அறையின் நான்குமூலைகளையும் பார்த்த அவளைப் பார்த்தால் ஏதோ இனம்புரியாத கருணை பிறந்தது. சுவருக்குப் பக்கத்தில் மர ஸ்டூலில் விருந்தாளியாக அமர்ந்து, பல நாட்களாகத் தேய்க்காத சமையல் பாத்திரங்களை, ஒட்டடை நிறைந்த அறை சுவர்களைச் சோதனை செய்கின்ற பார்வை பார்த்து நீண்ட நேர அமைதிக்குப் பின் அவள் பேச ஆரம்பித்தாள்.

"இந்தத் தூசி, ஒட்டடை, எதுக்கு இப்படி?"

இந்த அறை ஆரம்பத்தில் இருந்து இப்படியே இருந்தது. சிதறிக்கிடக்கிற பொருள்கள் அனைத்தையும் ஒரு முறைப்படி எடுத்து வைக்கிறேன். அவற்றில் எது முக்கியமானது, எது உதவாதது என்று ஒரு வகையில் புரியவில்லை. மேலும் தரையின் மேல் இந்தப் புழுதி, சுவரின் மேல் ஒட்டடை இப்படி இருப்பதற்குப் பிரத்யேகக் காரணம் என்று எதுவும் இல்லை.

அவளின் அடுத்தக் கேள்வி, “ஒங்க அறை சுவருல அலங்காரம் எதும் பண்ணலையா? கொறைஞ்சபட்சம் ஒரு காலெண்டர் கூட இல்லையா?

“இல்ல. ஏன்? எதுக்குன்னு?”

“நீங்க நம்பிக்கையில்லாதவரா? ஒங்களுக்குன்னு கனவுகள் இல்லையா? அந்தக் கனவோடையும் நம்பிக்கையோடையும் வாழணும்னு...” இதெல்லாம் அவள் பேச்சுகளின் சாராம்சம்.

என் அறையின் சுவர்களை இப்படி வெறுமையாக, வெண்மையாக வைத்திருப்பதே என் விருப்பம். அலங்கரிக்கப்பட்ட சித்திரங்களில் எனக்கு முதலில் மனிதர்களின் ஆன்மாக்களும் அவர்களின் விருப்பங்களும் தோன்றும். அவை பொருத்தப்பட்டுள்ள சிறிது காலத்தில் அவைகளில் எந்த ஈர்ப்பும் தெரியாமல் வெளிறிப்போகின்றன. அலங்கரிக்கப்பட்டவற்றைப் பொறுத்தவரை ஆர்வம் குறைந்து, சிறிதுகாலத்தில் மனிதர்கள் எவரும் அவைகளைப் பார்க்காமல், தனியாக இருக்கும். அலங்காரங்கள் உயிரற்றுப் போவதைக் கண்களால் பார்த்தேன். அவைகளை மாட்டவில்லை. அதனால்தான் இந்த அறைச் சுவர்களை வெறுமையாக வைத்திருப்பதையே விரும்புகிறேன்.

நீண்ட மௌனத்திற்குப் பிறகு அவள் தன் பட்டுச்சேலையின் முந்தானையால் கண்களைத் துடைத்துக்கொள்வதை நான் கண்டேன். அவள் அப்படி அமர்ந்து அமைதியாகப் புலம்புவது எனக்குப் பெரும் வேதனையைத் தந்தது.

இவளுக்கென்ன வேணும்? எதற்கு இவ்வளவு துக்கம்? இந்த அறையின் வெற்றுச் சுவர்களுக்கிடையில் பாதுகாப்பைத் தேடி எந்த ஆதாரமும் கிடைக்காத சூனியத்தில் நழுவி தெரியாத தனிமையிலும் அழ முடியவில்லையா? பார்த்துக் கொண்டிருக்கும்போதே என் கண் முன்பே சிவப்புச் சேலை அணிந்த பெண். அலை அலையாகக் காற்றில் எழுந்த அவளின் சேலை, காற்றில் நீட்டிய அவளின் கைகள்.

எங்கள் இருவரின் மௌனத்தைக் கலைத்து, கீச்கீச் என்று அப்பொழுதே உள்ள வந்த சிட்டுக்குருவிகள், அவள் திடுக்கிட்டுத் தலையைத் தூக்கி அவைகளை விசித்திரமாகப் பார்த்தாள்.

“என்ன இது?” நீர் நிறைந்த அவளின் கண்களில் புன்னகை.

“இந்த அறை மேல ஒரு கூடு கட்டிக்கணும்னு அதுகளோட நிரந்தர முயற்சி. எத்தனையோ தடவை பார்த்துட்டுயிருக்கன், நீ வரதுக்கு முன்னாடியிருந்தும்...” அப்பொழுதும் அவள் சுவரின் பக்கத்தில் இருக்கிற வைக்கோல்களைப் பார்க்கவில்லை.

என் வார்த்தைகளைக்கேட்டு அவள் மறுபடியும் சிரித்தாள். தற்காலிகமாக அவள் தன் துக்கத்தை மறந்துபோனமைக்காகப் பெருமூச்சு விட்டுக்கொண்டேன்.

அன்று மாலை நான் வீட்டிற்கு வந்தபொழுது என் அறையின் தோற்றமே மாறிப்போயிருந்தது. அறை முழுக்கச் சுத்தமாகத் துடைத்து, சுவரின் மேல் இருந்த ஒட்டடைகளை அடித்து. எப்பொழுதும் கந்தல்கோலமாகச் சிதறிக்கிடக்கும் புத்தகங்கள் அலமாரியில் ஒரு முறைப்படி அடிபணிந்து அமர்ந்திருந்தன. ஒரு மூலையில் கிடந்த சாமிப் படங்கள், அதற்கு மேல் சுவரில் தொங்குகின்ற இளம்பச்சை மலைகள், அதற்கு மேல் நீலவானம், பறவைகள், நதிக் கரையில் தண்ணீரில் பாதங்களை வைத்து அமர்ந்திருக்கிற மனோரமா.

அறைக்குள் புதிதாக வந்த பொருட்களால், சுவரில் தொங்கவிடப்பட்ட சித்திரத்தின் பின்னால் மனோரமாவைப் பார்த்து எனக்குள் நினைத்துக்கொண்ட வார்த்தைகளை வெளியே சொன்னேன்.

“மனு! இந்த அலங்காரங்களின் பின்னால, சுவருல மாட்டுன இந்த ஓவியங்களுக்குப் பின்னால நீதா தெரியுற. அவைகள் வெறும்....”

“அலங்காரம் வெறும் அலங்காரத்துக்காக இல்ல ரமணா... அது வாழ்வுக்குரியது!”

“அவள் அனுபவிக்க விரும்புவது வாழ்க்கையை! மேலும் எனக்கு என்ன தெரியும்? இந்த முறை படுகுழியில் நழுவிப்போவது என் முறை. தலைகீழாகப் பள்ளத்தில் விழுந்ததுபோல... பள்ளத்தாக்கைச் சுற்றிலும் தெரிந்தும் தெரியாத தெளிவற்ற அவளின் ரூபம். தலைகீழாகத் தொங்குகின்ற சரீரம். மேலோங்கி விழுந்த என் கைகால்கள். அவளைத் தேடிக்கொண்டு சூனியத்துக்குள் நழுவினேன்.

அந்த நொடியில் அவளைப் பார்த்ததும் நான் என்னை இழந்ததைத் தெளிவாக உணர்ந்தேன். பல இரும்புத் திரைகளுக்குக் கீழே நொறுங்கி உடைந்த துண்டுகளான என்னைத் தேடி நானே

மறுபடியும் கட்டியெழுப்பவேண்டும் என்ற வேட்கை அந்த நாளில் தொடங்கியது.

மனோரமா தன்னோடு கொஞ்சம் சமையல் பாத்திரங்களையும் கொண்டுவந்தாள். அவள் கொண்டுவந்த கிண்ணங்கள் என் சமையல் கிண்ணங்களோடு கலந்துவிட்டன. இப்பொழுது என் சமையல் பாத்திரங்களை நான் அடையாளம் காணமுடியாது.

அவளைப் பார்த்து, "நமக்கு இவ்வளவு சாமான்கள் தேவைதானா" என்று கேட்டேன்.

"எந்தப் பொருளு எப்ப தேவைப்படும்னு சொல்லமுடியாது. சொந்தக்காரங்க, நண்பர்கள் யாராவது வந்தா இந்தப் பொருட்கள், கிண்ணங்கள் சரிபோகாது. இதுபோக நமக்கு இன்னும் தேவை" என்றாள் அவள்.

"இன்னுமா!" என்றேன் சோகமாக.

"ரொம்பதூரத்துல இருக்குற எங்க சொந்தக்காரங்க இங்க எதுக்கு வரப்போறாங்க! எப்பவாது வரும் ஒன்னுரெண்டு பேருக்காக இதெல்லாம் எதுக்கு? இவையெல்லாம் என் கண்ணுக்கு இணைத்த பிணைப்புகள் போலத் தெரிந்தது. ஆனாலும் அவள் விருப்பத்தை மறுக்கறதுக்கு நான் யாரு?"

இதற்கிடையில் சுவருக்குக் கொஞ்சம் இந்தப்பக்கமாகக் குவித்து வைக்கப்பட்டிருந்த வைக்கோல்கள் கண்களில் பட்டன.

"மனு! இந்த வைக்கோல்களை வெளியே தூக்கிப்போடலயா?"

"இல்ல. அதை வெளிய தூக்கிப்போடத் தோணல. அப்படி செஞ்சா அவை எங்கயாவது போய்டுமோன்னு எனக்குப் பயம். அது அப்படியே இருக்கட்டும். அது இல்லன்னாலும் எனக்கு எதும் தோணாது.

அவளிடம் இருந்து நான் எதிர்பார்க்காத பதில். இந்த நொடியில் மனோரமா என் கண்களுக்குப் புதிதாகத் தெரிந்தாள். முன்பெல்லாம் இந்த வைக்கோல்களைப் பார்த்தவர்கள் வாய்விட்டுச் சிரித்தார்கள். அவள், அவர்கள் போலில்லாமல் தன்னைப்போலவே அவைகளுடன் தோழமை கொள்கிறாளா! அவைகள் மேல் நேசத்தை வளர்த்துக் கொண்டாளா! அவளின் கடந்தகால வாழ்க்கை வேறு. என் வாழ்க்கை வேறு. இரண்டு

வேறு வேறு வாழ்க்கையைச் சேர்ந்தவர்கள், கடைசியில் இந்த ஒரு விசயத்தில் எங்கள் இருவரின் எண்ணமும் ஒன்றே.

அன்றைக்கு இரவு என் தலைமுடிக்குள் விரல்களைக் கோதிக்கொண்டு "ஒன் கடந்த காலத்தைப் பத்திச் சொல்லு" என்றாள்.

அவள் தெரிந்துகொள்ள நினைத்த என் வாழ்க்கை, எந்தச் சிறப்பும் இல்லாத வாழ்க்கை பற்றிச் சொல்வதற்கு என்னயிருக்கிறது? அதற்காகத்தான் "எதுவுமில்ல" என்றேன்.

'அப்படி இல்ல. இதுக்கு முன்னாடி நீ எங்கயிருந்த?"

இதுபோன்ற இன்னொரு அறை. கடந்த பதினைந்து ஆண்டுகளாக அநேக வீடுகள் மாறினேன். ஒருமுறை என் பொருட்கள் எல்லாவற்றையும் விட்டுவிட்டுப் போய்விட்டேன். இன்னொருமுறை வெள்ளத்தில் என் புத்தகங்கள், டேபிள் விளக்கு அடித்துப் போவதைப் பார்த்துக் கொண்டிருந்தேன். அப்பொழுதிலிருந்து எல்லா உறவுகளையும் விட்டுவிட்டுக் காற்றில் வாழ்வதைக் கற்றுக்கொண்டேன்.

மனோரமா எப்பொழுது தூங்கினாளோ தெரியாது. வெளியே ஒரே மழைக்காற்று. அதன் பின் மழை. மின்சாரம் போனதும் எழுந்து மண்ணெண்ணெய் விளக்கு ஏற்றி அமர்ந்திருந்தேன். உத்தரத்தின்மேல் சிட்டுக்குருவிகள் அப்படியே பயத்தில் நடுங்கிக்கொண்டு அமர்ந்திருந்தன.

பார்த்துக் கொண்டிருக்கும்பொழுதே சிறிது நாட்கள் கழிந்துபோயின. இதற்கிடைப்பட்ட காலத்தில் என் வீட்டுக்கு வரும் விருந்தினர்கள் எவரும் இல்லை. அவள் தன்னோடு கொண்டுவந்த கிண்ணத்திற்குப் பெரிய வேலை எதுவும் இல்லாமல் போனது. அவைகளைப் புழங்கினாலும் புழங்காவிட்டாலும் ஜாக்கிரதையாக எடுத்து சுத்தம் செய்து மறுபடியும் அவைகளை இருந்த இடத்திலே வைத்தாள். முதலில் அவளின் உறவினர்கள் ஓரிருவர் வந்துபோனார்கள். அவர்கள் வந்தபொழுது மாத்திரம் அவள் தன்னோடு கொண்டுவந்த பொருட்களைப் பயன்படுத்தினாள். அவை தமக்காக வரும் விருந்தினர்களை எதிர்பார்த்துப் பல நாட்கள் கவிழ்ந்து படுத்திருந்தன.

"யாரும் வரல அவைகளுக்காக, உபயோகம் இல்லாத அவைகளுக்காக எதுக்கு நமக்குச் சிரமம்" என்றேன் நான்.

"நாம இருக்கிறோம்னு தெரிஞ்சுக்கிறதுக்காகத்தான் இவை" - அவளுக்குத் தெரிந்த வாழ்க்கை!

நான் இங்கே ஒரு பாலைவனத்தைப் பார்க்கிறேன். அவள் தொலைதூர பாலைவன சோலையைக் காட்டினாள். அதன் அருகில் நெருங்கும்போது, படிப்படியாகச் சோலை ஒரு கானல்நீராக எஞ்சியிருக்கிறது. அப்படி நிகழ்ந்தபொழுது அவள் நனைந்த பறவைபோல என்னுள் முடங்கிப் போய் அழுவாள். நான் கற்சிலைபோல வெறித்துப்பார்த்தேன்.

சிலசமயங்களில் கானல்நீராகத் தோன்றியது சோலையாக மாறிவிடும். அப்படி நடந்ததும் அவள் கண்களில் சந்தோசம் சாரல் மழையாகப் பெய்கிறது. அப்பொழுது கூட நான் அவளைப் பார்த்துக் கற்சிலைபோல அமர்ந்துவிடுகிறேன் - அவளின் ஆனந்தத்தை ரசித்துக் கொண்டு.

மேலிருந்து சிட்டுக்குருவிகள் கொண்டுவந்து போட்ட வைக்கோல்கள் நிரந்தரமாக விழுந்துகொண்டே இருந்தன. அவைகள் கட்டவிருக்கும் கூடுக்காக இப்பொழுது நாங்கள் இருவரும் ஆவலுடன் காத்திருக்கிறோம்.

அவள் இங்குவந்த ஒரு மாதத்திற்குப் பிறகு, ஒருநாள் காலையில் நான் தூக்கத்திலிருந்து எழுந்ததும் அவள் ஜன்னல் கதவுகளைத் திறந்து பாதையில் நடக்கும் ஜனக்கூட்டத்தையும் ஆரவாரத்தையும் பார்த்துக்கொண்டு அமர்ந்திருந்தாள்.

"இவங்க எல்லாரும் யாரு ரமணா?"

"அவர்கள் தொழிற்சாலைகளிலும் காகிதங்களுக்கு மத்தியிலும் வேலை செய்யும் மனிதர்கள்." கண்களை மூடிக்கொண்டு பதில் சொன்னேன். உண்மையில் இப்படிப்பட்டவர்களுடன் தான், நான் தினசரி வேலை செய்கிறேன். அவர்கள் எல்லாம் இவர்கள் போன்றவர்கள்தான். அவர்களின் அன்றாட வாழ்க்கையின் பெரும்பகுதி ஓய்வற்ற வேலைகளிலேயே கடந்துபோகிறது.

இப்பொழுது தினமும் காலையிலேயே எழுந்து அவர்களை உற்சாகமாகப் பார்ப்பதைத் தொடங்கினாள். அவளின் கண்களில் எதிர்காலம் பற்றிப் புதிய நம்பிக்கைகள், ஆசைகள். சில நாட்களில் அவள் ஓர் உத்தியோகத்தைத் தேடிக்கொண்டாள். காலையிலேயே அவள் தன் பணிகளை முடித்துக்கொண்டு, பையைத் தோளில்

மாட்டிக்கொண்டு வேகவேகமாக நடந்து அறையின் வெளியே காணப்படும் ஆரவாரத்தில் கலந்துவிட்டாள்.

இப்பொழுது மறுபடியும் காலையில் தனக்குத் துணையாக இங்கு எவரும் இல்லாதபொழுது கூட, அந்த இரண்டு சிட்டுக்குருவிகள் ஜன்னல் கதவுகள் மத்தியிலிருந்து தானாகவே சுதந்திரமாக நிரந்தரமாக வெளியேயும் உள்ளேயும் பறந்து ஒரு கூடுக்காக முயற்சித்துக் கொண்டிருந்தன.

இருவரும் காலை எட்டுமணிக்கெல்லாம் வீட்டிலிருந்து வெளியே போனால், மாலை இருட்டிய பிறகே வருவது. அவள் என்னைவிட வெகுதூரம் செல்லவேண்டும். ஆகையால் நான் முன்னதாக எழுந்து கிண்ணங்களைக் கழுவி, காய்கறிகளை நறுக்கி வைப்பேன். அவள் எழுந்ததும் இருவருக்கும் அடுப்பில் டீ வைத்து ஒரு பக்கம் நேரத்தோடு காலைக்கடன் முடித்துவிட்டு அலுவலகத்திற்குத் தயாராகும்பொழுதே சமையலை முடித்து விடுவாள். அவளின் தூக்கம் சொறுகும் கண்களையும் கலைந்த கூந்தலையும் பார்த்துக்கொண்டு அமர்ந்திருப்பேன்.

முதலில் தான் செய்யும் வேலை பற்றியும் தன்னுடன் பணிபுரியும் சகஊழியர்கள் பற்றியும் அதிகமாகச் சொல்லிக்கொண்டு இருப்பாள். எனக்கும் அவளைப் போலப் புதிதாக அவர்களைப் பற்றி, அவர்களின் வாழ்க்கையைப் பற்றித் தெரிந்துகொள்வதில் குதூகலமாகயிருந்தது. நாங்களெல்லாம் எங்கள் பிள்ளைகளுக்காக வாழ்கிறோம் என்றார்களாம். முதலில் தன் தேவைகளுக்காக, அதன்பிறகு பிள்ளைகளுக்காக வாழ்ந்த பிறகு மேலும் தமக்காக வாழ்வது என்பது கிடையாதாம். அந்த நேரத்தில் நாங்கள் இருவரும் எதிர்காலத்தில் செய்யவேண்டிய பணிகளைப் பற்றி சொல்லுவாள். மனோரமாவைப் பார்க்கும்போது பழையபடி என் உற்சாகம் நினைவுக்கு வந்தது.

ஒருநாள் அவளுக்கு முன்னால் வந்து அவளுக்காக எதிர்பார்த்து அமர்ந்து கவிழ்த்து வைக்கப்பட்ட கிண்ணங்களைப் பார்த்தேன். பயன்படுத்தப்படாமல், கழுவப்படாமல், தூசிநிறைந்து காணப்பட்டன அவை. அவள் சுவரில் தொங்கவிட்டிருந்த மலைகள், காடுகள், யாரும் அவைகளின் பக்கம் பார்க்காமல் ஒளியிழந்து நின்று கொண்டிருந்தன. சிலந்திப்பூச்சி ஒன்று மலை உச்சிக்கும் நதிக் கரைக்கும் இடையில் பாலம் கட்டிக் கொண்டு இருந்தது.

தனக்காக வாங்கிய புத்தகங்களின் மேல், அவள் அலங்கரித்த அறைச்சுவர் மேல் மனோரமாவிற்கு இப்பொழுது ஆர்வம் இல்லையென்று எனக்குப் புரிந்தது. இந்த நான்கு சுவர்களின் மத்தியில் இருந்து அவள் நகரத்தின் மீது பறந்துபோனாள்.

இங்கிருப்பதைவிட அவளுக்குத் தான் விரும்பிய வாழ்க்கையை அங்கு அனுபவிக்கிறாளோ என்னவோ. அதுதான் உண்மையென்றால் என்னை விட யார் மகிழ்ச்சியடைவார்! அதைத் தெரிந்துகொள்வதற்கு நான் எப்பொழுதாவது கேட்டுக்கொண்டே இருக்கிறேன், "உன் உத்தியோகம் எப்படி இருக்கிறது?" என்று.

"என்னயிருக்கு, வழக்கம்போலத்தான்" என்றாள் ஆர்வமில்லாமல்.

"மனு! இந்தக் கிண்ணங்களைப் பார், அதில் எவ்வளவு தூசி! நான் கழுவி வைக்கட்டுமா?" என்று கேட்டேன்.

"வேணாம் ரமணா, அவைகளின் தேவை நமக்கு இன்னும் வரவில்லை. உண்மையில் முடிந்தவரைக்கும் சாமான்களைக் குறைத்துக்கொண்டால் நல்லது."

இருப்பினும் தினசரி அவள் பயன்படுத்தும் கிண்ணங்களைச் சுத்தமாகக் கழுவித்துடைத்து ஓர் ஒழுங்கான முறையில் வைப்பது, சுவரில் ஒட்டப்பட்டிருந்த சித்திரங்களைத் துடைத்துக் கொண்டே இருந்தேன். அவளின் விருப்பங்களையும் ஆசைகளையும் கனவுகளையும் அந்த வாழ்வின்மேல் வாஞ்சையையும் உயிர்ப்புடன் வைப்பதே என் முயற்சி.

பழைய மனோரமாவிற்கும் இப்பொழுதிருக்கிற பற்றில்லாத யுவதிக்கும் எவ்வளவு வித்தியாசம்! வர வர மனோரமா என்னைப்போல மாறிவிட்டாளா! நான் இன்னும் பழைய மனோரமாவிற்கு, அவள் விரும்புகின்ற வாழ்க்கையைத் தேடிக்கொண்டே இருக்கிறேனா?

அறையில் கூரையின் அடியில் இருந்து வைக்கோல்கள் ஒவ்வொன்றாக விழுந்து கொண்டேயிருந்தன. அந்த இரண்டு சிட்டுக்குருவிகளுக்கு இன்னும் ஒரு கூடு அமையவில்லை. அவைகளின் சங்கதியை அவள் என்றோ மறந்துபோய்விட்டாள். இப்பொழுது அவளுக்குக் காலையிலிருந்து மாலை வரைக்கும் ஒரே வேலை. ஒரு ஞாயிற்றுக்கிழமை மட்டுமல்லாமல் விடுமுறை நாள் மட்டுமே இருவரும் வீட்டில் இருப்போம். இருவருக்கும் அது ஓர் அரிதான நாளாகத் தோன்றியது.

இருந்தாற்போல ஒருநாள், "ரமணா! அந்தச் சுவர் மேல எதும் இல்லாம இருந்தா நல்லாயிருக்கும்லா" என்றாள்.

"ஏன்? எதுக்கு அப்படி?"

அவை இருக்கின்றவரைக்கும் பிணைப்பாகத் தோன்றும். "எதுவும் இல்லாமல் இருப்பதே சுதந்திரம்" அயர்ந்து ஏதோ ஒன்றைச் சொல்லவிரும்பி... கண்களை மூடிக்கொண்டு சொல்லிக்கொண்டே தூங்கிவிட்டாள்.

அன்றைய இரவு அவள் சொன்னவைகளை யோசித்துக்கொண்டு, பாய்மேல் படுத்துக்கொண்டு உத்தரத்தை நோக்கிப் பார்த்தேன். அங்கே இருந்த இரண்டு சிட்டுக்குருவிகள் இல்லை. அவசரமாக எழுந்து அறையின் நான்கு மூலைகளையும் பார்த்தேன். கதவைத் திறந்து வெளியே சுவரின்மேல், கூரையின் கீழ் இருக்கின்றனவோ என்று தேடினேன். இருட்டில் அவைகளின் தடமே இல்லை.

மனோரமாவிற்கு விழிப்பு வந்து, தூக்கக் கலக்கத்தில் தலையைத் தூக்கி, "என்ன ஆச்சு ரமணா?" என்று என் பதிலுக்காகக் காத்திருக்காமல் அந்தப் பக்கமாகத் திரும்பிப் படுத்துக் கொண்டாள்.

இதயத்திற்கு எவ்வளோ நெருக்கமாக இருக்கிற தோழர்கள் திரும்ப வரமுடியாத தொலைதூர நாட்டிற்குப் பறந்துபோனதுபோல மனம் முழுக்கச் சோகத்தில் மூழ்கியது. எந்த ஆதாரமும் இல்லாத இடத்தில் கூடு கட்ட சாத்தியப்படாமல் வேறு பத்திரமான இடத்தைத் தேடிக்கொண்டு வேறு எங்கேயோ போய்விட்டனவோ என்னவோ. நன்றாக யோசித்துப் பார்க்கையில் எப்பொழுதும் சாத்தியப்படாத கூடுக்காக என்னோடு இருப்பதை விடத் தனக்குப் பாதுகாப்பு தருகிற வேறு இடத்திற்குப் போவது நல்லதுதானே என்று தோன்றியது.

மனோரமா பகல்முழுவதும் வேலைசெய்து வந்த சோர்வினால் அயர்ந்து தூங்கிக் கொண்டிருந்தாள். நான் குவித்து வைக்கப்பட்டிருந்த வைக்கோல்களை எடுத்து வெளியே வீசிவிட்டுப் பாய்மேல் அவளின் பக்கத்தில் சோகத்தோடு படுத்தேன். கனவில்... கீச்கீச் என்று கூடுகட்டிக்கொண்டு, இன்னும் சிட்டுக்குருவிகள்.

அத்தங்கி மலை

நாகம்மா தன்னைப் பற்றி என்ன நினைக்கிறாளோ, அவள் மனதில் என்ன இருக்கிறதோ சிவாவிற்குத் தெரியாது. அவனுக்குத் தெரிந்ததெல்லாம் கடந்த சில ஆண்டுகளாக அவளோடு செலவழித்த நாட்களும் பகிரப்பட்ட நட்பும்.

சிவராத்திரி கடந்த பிறகு வரும் முதல் பௌர்ணமி நாளில் தொடங்கும் சிங்கரகொண்டா கோயில் திருவிழாவிற்கு இன்னும் நான்கு நாட்களே இருக்கையில்.

நாகி குடிசை முன்புள்ள சாலையில் துவரம் பருப்புத் துவையல் அரைத்துக் கொண்டிருந்தாள். அவளின் மகன் மூன்று வயது மணி, வராண்டாவில் பாயில் படுத்துத் தூங்கிக் கொண்டிருந்தான். அடர்த்தியான மரத்தோப்புக்கு அப்பால் பத்து கெஜம் தூரத்தில் இருக்கிற சிவாவின் ஆச்சி, வீட்டின்முன்பு, கீழே உள்பக்கமாகத் தளர்ந்து தொங்கிக்கொண்டிருக்கிற கட்டிலில் அமர்ந்து பக்கத்தில் ஒதுங்கி ஓர் ஊன்றுகோல் வைத்துக்கொண்டு குனிந்திருந்தாள். அவளுக்குக் கண் தெரியாது. தாத்தா எருமை மாடுகளை மேய்த்திடச் சென்றிருந்தார். மற்ற மனிதர்களின் சப்தம் இல்லை. கயிற்றுக் கட்டில் மேல் அமர்ந்து, சுற்றுப்பக்கத்தில் வேறு எவரும் இருக்கிறார்களா என்று பார்த்து யாருக்கும் கேட்காதபடி முன்னுக்கு வளைந்து நாகியிடம் சொன்னான் -

"ஓ நாகி! சிங்கரகொண்டா கோயில் திருவிழா அன்னிக்கு ராத்திரி அத்தங்கி மலைக்கும் கோபாலபுரத்துக்கும் நடுவுல இருக்கிற பாறை

பக்கத்துல ஒனக்காக எதிர்பார்த்துக் காத்துட்டுயிருப்பேன். இருட்டுனதும் மணியைத் தூக்கிக்கிட்டு அங்க வா. நாம அங்கயிருந்து ஓங்கோலுக்குப் பஸ்ல ஏறிப்போவோம். நீ அங்க வரலன்னா இனிமே ஒன் முகத்துல முழிக்கமாட்டன். இதான் கடைசி.”

அவன் அப்படிச் சொன்னதும் நாகி திகைத்துப் பயத்தில் படாரென்று எழுந்து நின்றாள். அன்றைக்கு நாகி ஆம் என்றும் சொல்லவில்லை, இல்லையென்றும் சொல்லவில்லை. அவள் அப்படி எழுந்து விதானத்தைப் பிடித்துக்கொண்டு நீண்ட நேரம் ஆலோசித்து நின்று கடைசியில் சிறிதாகத் தனக்குள் தானே சிரித்துக் கொண்டாள். அந்தச் சிரிப்பைப் பார்த்து அவள் தன்னோடு வருவாள் என்ற நம்பிக்கை சிவாவிற்கு உண்டானது. அப்பொழுதுவரை தன்னோடு வருவாளா இல்லையா என்று நினைத்த ஆள்!

அன்றைக்கு அவள் எதைச் சொன்னாலும் அவன் கேட்கும் நிலையில் இல்லை. தான் சொல்ல வந்ததைச் சொல்லி, எழுந்து இந்தப்பக்கமாக வந்தான். சிவாவிற்கு நீண்ட காலமாக நாகி ஒரு புரியாத புதிர் போன்ற மனுசியாக இருந்துவிட்டாள். அவனது வார்த்தைகளில் சொன்னால்,

“நெருக்கமாக இருப்பது போல் தெரிகிறாள். ஆனாலும் விலகியே இருக்கிறாள். தொலைவில் இருந்து சிரிக்கிறாள். அருகில் வந்தால் திட்டுகிறாள்.”

அப்பொழுதுவரை நாகம்மா தன்னைப் பற்றி என்ன நினைக்கிறாளோ, அவள் மனதில் என்ன இருக்கிறதோ என்று சிவாவிற்குத் தெரியாது. அவனுக்குத் தெரிந்ததெல்லாம் நாகம்மாவை அங்கிருந்து தூரமாக அழைத்துக்கொண்டு செல்லவேண்டும். தன்னோடு வரவேண்டும் என்று வருடம் முதலாகக் கேட்டுக்கொண்டே இருக்கிறான். அவள் வருகிறேன் என்றும் சொல்லவில்லை, வரவில்லை என்றும் சொல்லவில்லை.

“ஓ நாகே! நான்னா ஒனக்கு இஷ்டம் தான?” என்று சிவா கேட்டால் சிரித்துத் தலையாட்டுவாள்.

“அப்போ ஊரவிட்டு ஓடிப் போலாமா?” என்று அவன் சொன்னால், பதறிப்போய் பார்ப்பாள். அப்பொழுது அவள் முகமெல்லாம் ஒருவிதமாக மாறிப்போய், உடலெல்லாம் பயத்தில்

இறுகி, அவன் எப்பொழுதும் பார்த்திராத மனுசி போல, தெரியாத மனுசியாகக் காட்டுவாள்.

“சிவா! இதெல்லாம் உனக்கெதுக்கு? ஊருல யாருக்காவது தெரிஞ்சா அவ்வளவுதான்! நாகப்பாம்பு பகைய வாங்கிக்காத. நாகமல்லி சங்கதி தெரியாதா? ஏழு சமுத்திரத்துக்கு அப்பால ஓடிப்போனாலும் புடிச்சுக் கொல்வான். ஒனக்கென்ன குறைச்ச? கல்யாணம் செஞ்சு கொழந்தைக்குட்டியோடு சுகமா வாழ வேண்டியவன். ஒரு கொழந்தையோட அம்மாவைக் கல்யாணம் செய்றதுக்கு உன்க்கென்ன கர்மமா புடிச்சுருக்கு? இதெல்லாம் விட்டுடு” என்றாள்.

நாகம்மாவிற்கு அதற்குமுன்பே திருமணமாகிவிட்டது. அது திருமணமே இல்லை. நாகமல்லி வைத்துக்கொண்டிருக்கிற வைப்பாட்டி என்றார்கள் ஊரில் உள்ள அனைவரும். நாகமல்லியின் உண்மையான பெயர் நாகமல்லேஸ்வரராவ். அவரின் வயது நாகியைவிட மூன்று மடங்கு அதிகம். நாகிக்கு அவரின் கடைக்குட்டி மகளைவிடச் சின்ன வயது. ஆச்சியைக் கேட்டால், “திருமணமாவது… இழவாவது! திருட்டுப்பய. வயசுக்கு வராத பிள்ளையைக் கெடுத்துக் குட்டிச்சுவராக்கி அதோட வாழ்க்கையை அழிச்சு நாசம் பண்ணிட்டான்” என்றாள்.

அவன் அவளைத் தன்னோடு வரசொல்லி, அவளின் கடந்த காலத்தைத் தெரிந்ததிலிருந்து கேட்டுக்கொண்டே இருக்கிறான். அவன் அப்படிக் கேட்டபொழுதெல்லாம் நாகி, பதறிய கண்களுடன், “யப்பா! அவருக்குத் தெரிஞ்சா, இன்னும் எதாவது இருக்கா? வெட்டிக் குவிச்சுப் போட்டுருவாரு” என்றாள்.

“யாரவர்?” என்றவாறு சிவா அந்தக் கண்களைப் பார்த்துச் சிரித்து,

“யாரா இருந்தா ஒனக்கென்ன? பண்ணிக்கிட்டவருன்னு நினைச்சுக்கோ…”

“மக வயசுல இருக்கிறவள பண்ணிக்கிட்டாரு! அவருக்குப் புத்தியில்லன்னாலும் ஒப்புக்குறதுக்கு ஒனக்கென்ன வந்தது? என்றான்.

அந்த வார்த்தையைக் கேட்டதும் அவள் முகம் முழுக்கக் கோபமாக மாறிப்போனது. “யாரா இருந்தா ஒனக்கென்ன?’ பண்ணிக்கிட்டாரோ வச்சுக்கிட்டாரோ, எங்க சங்கதி

ஒனக்கெதுக்கு?” என்று தூக்கியெறிந்து பேசினாள். நாகிக்குக் கோபம் எவ்வளவு சீக்கிரமாக வருகிறதோ அவ்வளவு சீக்கிரமாகவே குளிர்ந்துபோய்விடும். ‘நாகி சூதுவாது இல்லாம பழகுறவ” என்பாள் ஆச்சி. எப்பொழுது பார்த்தாலும் அழுக்கு நிறைந்த மண் நிறத்தில் நெய்யப்பட்ட கட்டம் போட்ட புடவை, இடுப்புக்குச் சுற்றிக்கொண்ட முந்தானையோடு கிர்கிரென்று சுற்றி, கலகலவென்று பேசிக்கொண்டே இருப்பாள்.

அவ்வளவு லட்சணமான பெண்ணின் வாழ்க்கை இப்படி ஆகிவிட்டது. எப்பொழுதாவது நாகமல்லி வந்தால், அந்த நாளில் வெளியே வரமாட்டாள். அவர் வீட்டில் இருக்கின்றபொழுது அந்த வீட்டுப்பக்கம் போகவேண்டுமென்றால் எல்லாரும் பயப்படுவர். நாகமல்லி சரியான சந்தேகப் பேர்வழி. இல்லாதது பொல்லாததுகெல்லாம் நாகியை அடிப்பார். நாகமல்லி வெளியே போனதும் நாகி கொஞ்சம் மூச்சை விடுவாள். சிவா எருமைமாட்டைப் பத்திக்கொண்டு சென்றால் கைப்பிள்ளையை இடுப்பில் வைத்துக் கொண்டு வருவாள். இருவரும் காடு கரை சுற்றுவர். வேலமரத்தின்மேல் பச்சை வண்டைப் பிடிப்பார்கள். களாக்காய்களை இலந்தைப் பழங்களைப் பறித்துத் தின்பார்கள். கோயில் கிணற்றில் இறங்கி நீச்சல் அடிப்பார்கள். கிணற்றுப் படியில் அமர்ந்து மணிக்கணக்கில் பேசிக்கொண்டிருப்பார்கள். அவனோடு காடு மேடு திரிந்து தன் கவலைகளையெல்லாம் மறந்துபோவாள். இருவரின் உறவும் பின்னிப்பிணைந்த கொடி போல் ஆகிவிட்டது. அவள் இல்லையென்றால் அவன் இல்லையென்ற நிலையானது.

“ஓ நாகே! எனக்குக் கூலி வேல தெரியும். வா எங்கயாவதுபோயி வாழலாம். என்னோட வா, ஒன்னையும் மணியையும் நல்லாப் பாத்துப்பேன்” என்றான் ஒருநாள்.

“சிவா! ஒனக்குப் பேய் புடிச்சுருக்கா சொல்லு. என்னை கல்யாணம் பண்ணிக்கிட்டு உனக்கு என்ன கிடைக்கும்? உன் ஆச்சி, தாத்தா என்ன நெனைப்பாங்க? திருட்டு முண்ட மருந்து வச்சுத் தாய் தகப்பன் இல்லாத பச்சைப்பிள்ளைய வலவீசி புடிச்சுட்டான்னு சொல்லமாட்டாங்களா. சொல்லப்போனா இது தப்பு தானே.”

அந்த நாளிலிருந்தே, மணியைத் தூக்கிக்கொண்டு தன்னோடு வரவேண்டுமென்று கேட்டுக்கொண்டே இருந்தான் சிவா. அவள் தன் மனதில் இருப்பதைச் சொல்லவே மாட்டாள்.

கேட்கும்பொழுதெல்லாம் ஏதோ ஒன்றைச் சொல்லித் தப்பித்துக் கொள்வாள்.

அப்படிக் கேட்டுக்கொண்டே சிவா கடைசியில் நாகியைக் கோயில் திருவிழாவிற்கு வாவென்றும் இதுவே கடைசி என்றும் சொல்லி, அந்த நாள் விடியற்காலையிலேயே அத்தங்கியிலிருந்து சிங்கரகொண்டாக்குப் போனான். தெரிந்தவர்கள் யாராவது பஸ்ஸில் ஏறுகிறார்களோ என்று பின்னால் போய் அமர்ந்தான். அத்தங்கியிலிருந்து சிங்கரகொண்டாக்கு இரண்டு மைல் தூரம். சிங்கரகொண்டா இறங்கியும் இறங்காமலும் பாபநாச குளத்திலே மூன்று முழுக்கு முழுகி, வெயில் வருவதற்கு முன்பே மலைக்குப் போய்த் தரிசனம் செய்துகொண்டு, தேங்காயை உடைத்தான். வெயில் காய்ந்தவுடன் ஜனம் அதிகரித்துக்கொண்டே இருந்தனர். சிவா படியில் இறங்கி மத்தியில் நின்று அண்ணாந்து அத்தங்கி மலையைப் பார்த்தான். கிலோமீட்டர் தூரத்தில் சுற்றிலும் பாறைகளுடன் நிற்கிற மலை, கம்பீரமாக நின்று கொண்டிருந்தது. மலையின்மேல் காட்டுச் செடிகள், முட்புதர்கள் கலந்து நிர்மானுஷ்யமாக இருந்தது.

கோயில் முன்பு மலையின் கீழ், படியின் மேல் வரிசை பெருகிக்கொண்டே இருந்தது. அவனுக்குத் தரிசனம் சீக்கிரமே ஆகிவிட்டதற்குச் சந்தோசமாக இருந்தது. அதே வேகத்தில் தபதபவென்று படியில் இறங்கி மலையில் இருந்து இறங்கிப்போனான். மலைக்கு இறங்கும் படியின் அருகில் பூக்கள், தேங்காய்களை விற்கும் கடைகளின் அருகில் கோயிலுக்குப் போகும் பெண்களும் முதியவர்களும் கூடிக்கொண்டே இருந்தனர். குளத்தின் முகத்துவாரம் வந்ததும் ஆடவர்கள் சட்டையைக் கழற்றிவைத்துவிட்டுக் குளத்தில் முழுகினர். குளத்தின் கரையோரம் தெள்ளத் தெளிந்த தண்ணீர், கூட்டம் கூடுகையில் சேற்றின் நிறத்திற்கு மாறுகின்றது..

குளக்கரைக்குக் கொஞ்சம் இந்தப்பக்கம் மண்சாலைக்கு இரண்டுபக்கத்திலும் முளைத்திருக்கிற பொம்மைக் கடைகள். ஒருபக்கம் வெயிலைப் பொருட்படுத்தாமல் மேலே ஏறுகின்ற ஜனங்கள் கொட்டிக் குவித்தது போல் கோயில் திருவிழாவிற்கு வந்துகொண்டே இருக்கிறார்கள். எங்கு பார்த்தாலும் காளைகளின் மேல் கரும்புகள், காற்றில் படபடவென்று ஆடுகிற தோரணங்கள் கட்டிய வண்ண வண்ண காகிதங்கள், பொம்மைகள்.

வளையல் கொட்டகைமுன் தாவணிகளுடன் சிரித்துத் துள்ளிக்குதித்துச் சுற்றித்திரிகிற வயசுப் பெண்களைப் பார்த்தால் சிவாவிற்கு நாகியைப் பார்த்ததுபோலிருந்தது. "அந்தப் பெண்ணோட வாழ்க்கை அப்படி இல்லாமல் இருந்திருந்தால் இப்படித்தான் இருந்திருக்குமோ என்னவோ" என்று நினைத்துக் கொண்டான். அவளுடைய கதையைத் தெரிந்ததும் முதலில் நம்பவில்லை. "உண்மையிலேயே இப்படியெல்லாம் நடக்குமா?" என்று எண்ணிக்கொண்டான். கண்ணின் முன்பு நிஜம் தோன்றியது. வெயில் கொஞ்சங் கொஞ்சமாக வளர அவளின் கடந்தகாலத்தின் நிழல் மெதுமெதுவாக அவனை சூழ்ந்து கொண்டிருந்தது.

ஒருநாள் அந்திவேளையில் வாசல்முன்பு ஆச்சியிடம் பேசிக்கொண்டிருந்தான். நாகியும் அங்கிருந்தாள். மணி அங்கே தரையின் மேல் அமர்ந்து விளையாடிக் கொண்டிருந்தான். அப்பொழுது கேட்டது. "நாகி!" இருட்டில் செடியின் இடையில் இருந்து அழைப்பு. செடிக்கு அப்பால் நிழல் போல நின்றிருந்த கருப்பு உருவம். எவ்வளவுநேரம் நின்றுகொண்டு பார்த்துக் கொண்டிருந்ததோ தெரியாது. மங்கலான இருட்டில் ஒளிர்கின்ற கடுக்கண். அவரை அடையாளம் காணமுடிந்தது. அவர் நாகமல்லி.

அந்த அழைப்பைக் கேட்டதும் நாகி திகைத்தாள். ஒரு கணத்தில் அவள் முகம் நிறம் மாறியது. அப்பொழுதவள் தனக்கு முழுவதுமாக அறிமுகம் இல்லாத யாரோ ஒரு புதிய நபர் போலத் தெரிந்தாள். படாரென்று எழுந்து பையனின் கையைப் பிடித்துக்கொண்டு நடுங்குகின்ற சரீரத்தோடு வேகவேகமாகப் போனாள்.

அன்றைக்கு நாகமல்லி நாகியைச், சிறுத்தைப்புலி, மான்குட்டியைக் கவ்வியதுபோல் இருட்டில் செடிகளின் மத்தியில் இருந்து இழுத்துக்கொண்டு போனார்.

அதற்குப் பிறகு செடியின் மத்தியில் இருட்டில் சலசலக்கிற கிளைகள். நாகியின் அலறல். ஓடிப்போய்ச் செடியின் இடையில் நின்றுகொண்டு பார்த்தான். நாகியின் நீண்ட கூந்தலை நாகமல்லி கைகளில் பாம்புபோலச் சுற்றிக்கொண்டு இழுத்துக் கொண்டுசென்றான். கடைசி மூச்சு இருக்கிறவரை போராடுகிற மான்குட்டிபோலச் சுருண்டுகிடந்தாள் நாகி. அவன் முன்னே குதிக்க சென்றான். எங்கிருந்தோ வந்த தாத்தா, "உனக்கெதுக்கு வீண் வம்பு?" என்று கைகளால் பின்னால் இழுத்தார்.

“அன்னைக்கு மட்டும் தாத்தா தடுக்காம இருந்திருந்தா ரெண்டுல ஒன்னு தெரிஞ்சிருக்கும்” என்று நினைத்துக் கொண்டான் சிவா. அதற்கு மறுநாள் நாகி வந்தாள். கண்கள் வீங்கிப்போய் இருந்தன. “அவன் ஒன்னை அடிச்சானா?” கேட்டான். இல்லையென்று சொன்னாள். அடித்தாலும் சொல்லமாட்டாள்.

அன்றைக்குத் துவரஞ்செடி பக்கத்தில் தண்ணீர் இல்லாத கால்வாயில் இருவரும் அமர்ந்து துவரங்காயை ஒடித்துத் தின்று, “ஒன் தலவிதி இப்படியாயிட்டே?” என்று சிவா சொன்னதும், நாகி பச்சைத் துவரங்காயைத் மென்றுகொண்டு, “என்னத்த சொல்ல சிவா! அப்போ எனக்குத் தெரிஞ்சும் தெரியாத வயசு. சந்தையில் பசுவை விக்குறமாதிரி என் அம்மா என்ன அவன்கிட்ட வித்துட்டா. பணத்துக்கு ஆசைப்பட்டு என் அண்ணனும் அவனோட வார்த்தைகளைத்தான் கேட்டான். அவ்வளவு இருந்தும் அவனுக்கு ஆம்புள புள்ள இல்லையாம். அதுக்குத்தான் என்னைச் செஞ்சுகிட்டாராம். அதெல்லாம் வெறும்பேச்சுக்குத்தான்னு எனக்குத் தெரியாதா!” என்றாள்.

அன்றைக்கு அவளை நாகமல்லியின் சிறையில் இருந்து தப்புவிக்கவேண்டும் என்று உறுதியாக நினைத்துக் கொண்டான். அவள் எதற்கோ ஊஞ்சாலடுவதுபோல் தெரிந்தது. இவ்வளவு நாட்களும் சொல்லி சொல்லிக் கடைசியில் இங்கே வரை இழுத்து வந்தான். இந்த ஒரு நாள் கழிந்தால் போதும். அவள் தைரியப்படுத்திக்கொண்டு வந்தால், அதுவே போதும் என்று நினைத்துக் கொண்டான்.

பார்த்துக்கொண்டிருக்கும்பொழுதே வெயில் அதிகரித்தது. மலையின் கீழ் உள்ள சாலை நெடுகிலும் பொம்மைக் கொட்டகைமுன் மக்கள் கூட்டம் கூடியது. எங்கு பார்த்தாலும் கொய்யென்ற பொம்மைக் காகித ஊதலின் சப்தம். பேரனைத் தோள் மீது சுமந்து நடக்கிற தாத்தா. கையில் கரும்புத் துண்டு கட்டு.

சிவா கொஞ்ச நேரம் கொட்டகை முன்பு நின்று பொம்மைகளைப் பார்த்து, இன்னும் கொஞ்சநேரம் பூமி பெற்றெடுத்தது போன்ற மக்கள் கூட்டத்தைப் பார்த்து நடந்து கொண்டிருந்தான். ஈரத்தோடு புதிதாகக் கட்டிய பொம்மைக் கடைகளோடு பழைய சந்தையும் நினைவுக்கு வந்தது. தெரு முழுக்கக் காகித ஊதல்கள், மூங்கில் புல்லாங்குழல்களை ஊதிக்கொண்டு நடந்துகொண்டிருக்கிற

பிள்ளைகள், பக்கத்தில் வெயிலுக்குத் தலையில் முக்காடு போட்டுக்கொண்டு நடக்கிற பெண்கள், அவர்கள் அனைவரையும் உற்றுப் பார்த்துக்கொண்டு நடந்துகொண்டு இருந்தவன் நின்றே போனான்.

அவ... நாகி! அவனின் இதயம் படபடவென்று அடித்தது. அவர்களின் அருகில் செல்லலாம் என்று வேகவேகமாக நடந்து, மக்கள் கூட்டத்துக்குள் நுழைந்து முன்னேறிப்போனான்.

அப்படி அவன் போனபொழுது கொட்டகை முன்பு கூடிய ஜனகூட்டத்தின் நடுவில் இருந்து அந்தப் பையன் எங்கோ மாயமாகிப்போனான், அவளின் சுவடே இல்லை. மறுபடியும் தெரிவார்களோவென்று அங்கேயே கொஞ்சநேரம் நின்றிருந்தான். அவர்களைத் தேடிக்கொண்டு அங்கேயே இரண்டு மூன்று முறை அந்தத் திருவிழாக் கூட்டத்தில் சுற்றிவந்தான். எவ்வளவு நேரம் நின்றிருந்தாலும் அவர்கள் மறுபடியும் அந்தப்பக்கம் வரவில்லை. எத்தனைமுறை சுற்றினாலும் அவர்கள் இருவரும் மறுபடியும் தென்படவில்லை.

அவள் முகத்தை மூடிக்கொண்டிருந்த முந்தானையிலிருந்து மூக்குத்தி தெரிந்து அசல் நாகிபோலவே காணப்பட்டாள். நாகி மூக்குத்தி போடமாட்டாள். அவன் அவளை எந்தத் தூரத்தில் நின்றிருந்தாலும் எத்தனை பேர் மத்தியில் இருந்தாலும் அடையாளம் கண்டுவிடுவான். அவளின் சரீரம், நடை, கை அசைவு, பச்சைக்குத்து அவையெல்லாம் பழகிப்போன பரிச்சயம் அவனுக்கு.

ஆச்சி சொன்னதுபோல நாகி நல்ல சூதுவாது இன்றி பழகக் கூடியவள். பொழுதுவிடிந்ததிலிருந்து சாயந்தரம் வரைக்கும் கிணற்றில் இருந்து ரோட்டுக்கும் வீட்டுக்கும் நடுவில் பம்பரமாகச் சுற்றிக்கொண்டு, ஏதோ ஒரு வேலையைச் செய்துகொண்டிருக்கும் மனுசி. நாலு பேர் நன்றாகயிருக்கவேண்டுமே என்று எண்ணுகிற மனுசியே தவிர தன் சுகத்தை விரும்பியதில்லை. எப்பொழுது கேட்டாலும் சாப்பிட்டேன் என்று சொல்வாளே தவிர எப்பொழுது பார்த்தாலும் வீட்டில் அரிசி இருக்காது. அவன் எத்தனைமுறை அந்த வீட்டுக்குச் சென்றும் பார்த்ததில்லை! யாரையும் கேட்கும் ரகமும் கிடையாது. ஒருவரிடமும் கையை நீட்டும் மனுசியும் கிடையாது.

அவன் கண் முன்பு கிர்கிர் என்று சுற்றுகிற வண்ணராட்டினம். ஜனங்களின் கால்களில் இருந்து மேலே பறக்கின்ற புழுதி. மணிக்கென்று கொட்டடிக்கிற கோழிக்குஞ்சு பொம்மை, காகித ஊதல், கீ கொடுத்தால் கிர்கிர் என்று சுற்றுகிற வண்ணராட்டினத்தை வாங்கினான். நாகிக்காக இலைப்பச்சைப் பூச்சேலையை வாங்கினான். தான் கரும்புத்துண்டு கட்டை வாங்கிக் கொள்ளலாம் என்று நினைத்து, சுமையெதற்கென்று நினைத்து அமைதியாகிவிட்டான்.

அவன் சிந்தனைகள் பல விதமாகச் சென்றன. அந்தத் தாயும் பிள்ளையும் மறுபடியும் அகப்பட்டால் நன்றாகயிருக்கும். அந்தப் பையனைப் பின்னால் இருந்து பார்த்தால் அச்சுஅசல் மணி போலவே இருந்தான். அவள்... அச்சுஅசல் நாகிபோலவே இருந்தாள். ஒரு வேளை நாகிதானோ என்னமோ. இந்தமுறை அருகில்போய் சத்தியமா பக்கத்தில் போய்ப் பார்ப்பேன் என்று நினைத்தான். அவர்களைத் தேடி மறுபடியும் திருவிழாவின் அந்தக் கடைசியில் இருந்து இந்தக் கடைசி வரைக்கும் சுற்றினான். அவர்கள் மறுபடியும் தென்படவில்லை.

அவனின் பக்கத்தில்தான் புலி வேடத்தில் பல்டி அடிக்கிற போத்துராஜூ. பின்னால் டும்டும் என்று மேளம் அடிக்கிற பெண். கணவன் மனைவி போல, எல்லாரும் விலகி விலகி நடக்கிறார்கள். பிள்ளைகள் தாயின் பின்னால் மறைந்துகொண்டு போகிறார்கள். பார்த்துக்கொண்டிருக்கும்பொழுதே சூரியன் உதயமானான். சூரியன் மேற்கில் இறங்கி இறங்காத பொழுது நீல வானத்தில் வட்டப் பௌர்ணமி சந்திரன் அடியெடுத்துவைத்தான். இந்த நேரத்துக்கு இருட்டாகிவிடும். நாகி வரும் வேளை என்று நினைத்துக்கொண்டு அத்தங்கி மலையைநோக்கி நடந்தான். அவனுக்கு எதிராகக் காளையின் மீது கரும்புத்துண்டுகள், அவைகளோடு கூட டிராக்டர்களின்மேல் கூத்து வரிசைகட்டி வந்து கொண்டே இருந்தன.

மக்களை மிதித்துக்கொண்டு தள்ளிக்கொண்டு தப்பித்துக்கொண்டு என்ன ஆனால் என்ன என்று கடைசியில் சிவா அத்தங்கி மலையை அடைந்தான். அத்தங்கி மலை சிங்கரகொண்டாக்கு அரை கிலோ மீட்டர் தூரம் கூட இருக்காது. பூமியில் இருந்து மேலெழுந்த பெரிய ஒரு கோபுரம்போல, முழங்கால்கள் மீது அமர்ந்து வானத்தை நோக்கிப் பார்க்கும் இராட்சசன் போல இருந்தது.

மலைமேல் கற்பாறைகள், முட்புதர்கள் தவிர ஜன நடமாட்டம் இருக்காது. சிங்கரகொண்டா எப்பொழுதும் வந்துபோகிற பக்தர்களால் என்றுமான பச்சை மாவிலை தோரணங்களுடன் சலசலவென்று ஆடிக்கொண்டு இருந்தால், அத்தங்கி மலை ஜனசஞ்சாரம் இல்லாத விரிசல் அடைந்த மலைப்பாறைகளோடு அடர்த்தியான மரங்களோடு பயத்தை உண்டாக்குகிறது.

மலையைச் சுற்றி மக்களுக்காகப் போடப்பட்ட பனைமரப்பந்தலைக் கடந்து, திருவிழாவிற்கு வந்த மக்களைப் பார்க்கும்விதமாகப் பெரிய பாறைமேல் அமர்ந்தான் சிவா. எப்பொழுதோ மேலிருந்து கீழாக உருண்டு மலையடிவாரத்தில் நின்றிருந்த பெரிய பாறை அது. ஒரு பக்கம் சிங்கரகொண்டா திருவிழா மக்களால் கலகலப்பாக இருந்தாலும், அத்தங்கி மலை நிலவோடு தனியாக நின்றிருந்தது. அந்த மலைபோலவே அவனும் தனியாக இருட்டில் முடங்கிப்போய் அமர்ந்திருக்கிற பறவைபோல அமர்ந்திருந்தான். அவனின் தலைமுழுக்க நாகம்மா பற்றிய ஆலோசனைகளே. இடுப்பில் பிள்ளையை வைத்துக்கொண்டு நடக்கிற ஒவ்வொரு பெண்ணும் அவனுக்கு நாகம்மாவைப் போன்றே தென்பட்டனர். அவர்களின் பக்கத்தில் வந்து, இது நாகம்மா இல்லையென்று தெரிந்து ஏமாற்றம் அடைந்தான். உண்மையில் "அவள் வருவாளா…" என்று நினைத்துக் கொண்டான். அவளது பயத்திற்குக் கூடுதலாக, ஒருநாள் அவனுக்கு முறைப்பெண் உறவாக அமையும் கஸ்தூரி, ஆச்சியைக் காணவந்தாள். அந்தப் பெண்ணோடு கூட அவளின் தம்பியும். திண்ணையில் கலகலப்பாக, யாரது என்று நினைத்துக்கொண்டு நாகி தன் குடிசையில் இருந்து வெளியே வந்தாள்.

"கஸ்தூரி… எங்க சிவாவுக்கு வரப்போற பொண்ணு!" என்றாள் ஆச்சி. ஒருபக்கம் தாத்தா அவனைத் தன்னோடு சேர்த்து அணைத்துக்கொண்டார். சிவாவிற்கு மனசு திடுகிட்டது. கஸ்தூரியை சின்னவயதில் எப்பொழுதோ பார்த்ததே தவிர இப்பொழுது வரைக்கும் பார்த்ததில்லை.

கஸ்தூரியைப் பார்த்ததும் நாகியின் கண்களில் பிரகாசம். "அப்படியா!" என்று வேகவேகமாக முன்னுக்கு வந்து கஸ்தூரியை அன்பாக அருகில் அழைத்தாள். மேலிருந்து கீழாக அணுஅணுவாகப் பார்த்தாள். நட்போடு இரண்டு கைகளோடு கைகளை வைத்தாள். அதற்குள்ளாகவே எவ்வளவு அன்பு காட்டினாள்! அதெல்லாம்

தனக்காகத்தானா? சிவாவிற்கு அங்கிருக்கப் பிடிக்கவில்லை. வேகவேகமாக அடியெடுத்து வைத்து வெளியே நடந்தான்.

"எங்கடா போற?" தூரத்திலிருந்து கத்தினார் தாத்தா.

"சிவாவிற்கு வெட்கம் வந்துட்டோ என்னமோ" கடகடவென்று சிரித்தாள் நாகி. கஸ்தூரி தலைகுனிந்துகொண்டே இருந்தாள்.

அன்றைக்குக் கஸ்தூரியைப் பார்த்தபிறகு நாகி அவனைவிட்டு மேலும் விலகிநடக்கத் தொடங்கினாள். அதற்குமுன்பு எளிதாக அணுகமுடிந்த அவள், கொஞ்சகாலம் அவனுக்கு அகப்படாமல் தப்பித்துத் திரிந்தாள்.

நரிகள் இரண்டு, வாயைத் திறந்து கொண்டு மலைமேல் போவது கண்ணுக்குத் தெரிந்ததும் இந்த உலகத்திற்கு வந்தான் சிவா. மேலே பார்த்தால் நட்சத்திரங்கள், வெண்ணிலா. கீழே பார்த்தால் விளக்கு வெளிச்சத்தில் எல்லாத் திசைகளும் ஒளி திருவிழா பூண்டது. 'நிசமா அந்தப் புள்ள வருவாளா?' வந்தா நா இங்கயிருக்கன்னு தெரியுமா? வரச் சொல்லவேண்டிய இடம் இது கிடையாதோ...' குளத்துப் பக்கமோ கோயிலுக்கோ வான்னு சொல்லியிருக்கணும். இங்க வரச் சொல்லித் தப்புப்பண்ணிட்டனோ...' என்று நினைத்துக் கொண்டான் ஒரு கணம். இப்பொழுது எதுவும் செய்யமுடியாது. இங்கிருந்து கிலோமீட்டர் தூரம் வரைக்கும் மனிதர்கள் வருவதையும் போவதையும் பார்க்கமுடியும். 'ஒரு வேளை அவ வந்தா தப்பிபோற வாய்ப்பு இல்லை' என்று தனக்குத் தானே சமாதானம் சொல்லிக் கொண்டான்.

தூரத்தில் கூட்டத்தின் மத்தியில் வெளிச்சம், கூத்தில் கள்ளு கலயத்தைத் தோளில் சுமந்து கொண்ட அரிச்சந்திரன் - இல்லை இல்லை... வீரதாசனை மயானத்தில் இருந்து காரிருளைப் பற்றி எடுத்த ராகம் காற்றில் அலை அலையாக மிதப்பது போல் இருந்தது..

"...வளர்ந்த பயிர்களைத் தின்னவரும் சிறுபறவைகளை இருட்டில் வேட்டையாடும் ஆந்தை..."

அங்கே இருள் இல்லை. கீழே மின்சார விளக்குகளில், மேலே நட்சத்திரங்களில் சந்திரனின் ஒளிக்கற்றையால் பூமியிலிருந்து வானத்திற்கு ஒளி விளக்குத் தோரணம் கட்டியது போலிருந்தது.

உலகமெல்லாம் ஒளிவெளிச்சத்தில் இருந்தால் அவன் மட்டும் இருட்டில் அவளுக்காக எதிர்பார்த்துக் காத்துக் கொண்டிருந்தான்.

நேரம் கொஞ்சம் கழிந்ததும் அவனுள் பொறுமையின்மை வளர்ந்து கொண்டிருந்தது. 'இந்தப் புள்ள வருவாளா மாட்டாளா', என்று அலுத்துக்கொண்டான் மறுபடியும் மனதில். கிட்டத்தட்ட நள்ளிரவு ஆகிவிட்டது அங்கும் இங்கும் சுற்றுகிற மக்கள் கூத்துக்கு அருகில் ஒன்று சேர்ந்தார்கள். பௌர்ணமி நிலவில், ஒளி விளக்குகளின் ஒளியில் மலை பிரகாசித்தது. குளிர்ந்த காற்று மலையைச் சுற்றிலும் வந்துகொண்டிருந்தது.

பகல்முழுவதும் சுற்றிய களைப்பினால் சிவா எப்பொழுது கண் இமைகளை மூடித் தூங்கினானோ தெரியாது. அமர்ந்துகொண்டே அந்தப் பெரிய பாறைமேல் பின்னால் சாய்ந்தான். அப்பொழுதுவரை கக்கத்தில் வைத்திருந்த கைப்பை, பிடிதளர்ந்து ஒருபுறம் நழுவிவிட்டது. சோர்வால் கண்கள் சொக்கி ஆழ்ந்த உறக்கத்தில் விழுந்துவிட்டான். அவ்வளவு காரிருள். தூரத்தில் இருந்து மூங்கில் குழலில் இருந்து மெல்லிய பாட்டுக் கேட்டுக்கொண்டு இருந்தது.

சிவா கவனமாகக் கேட்டான். மறுபடியும் அதே சப்தம். எழுந்து கண்களை உருட்டி சிமிட்டிப் பார்த்தான். அதே பையன். பக்கத்தில் தாயில்லை. மங்கலான வெளிச்சத்தில் முகம் சரியாகத் தெரியவில்லை. தனியாகப் போய்க்கொண்டிருந்தான். சந்தேகம் இல்லை. மணியே தான்! அப்புறம் நாகியெங்க? 'ஓ மணி!' என்று உரக்க அழைத்தான். அந்தப் பையன் அழைப்பைக் கேட்காமல் மூங்கில் குழலை ஊதிக்கொண்டு பாறைகளின் நடுவில் சென்றுவிட்டான். மணி... மணி... என்று அழைத்துக்கொண்டே சிவா இருட்டில் தடுமாறிக்கொண்டு கரும்பாறை மத்தியில் சென்று நின்றான். அங்கு முழுவதும் வெளிச்சம் இல்லாத மங்கலான இருள். தான் தேடிய பையன் அங்கு எங்கும் இல்லை. அங்கே... மலைப்பாறை கிடையாது... பாழடைந்த வீடுபோல இருந்தது. சுவரைச் சுற்றி படிக்கட்டுகள். முகட்டுக்கு மேலே ஜன்னலில் இருந்து வெளிர் மஞ்சள் நிறத்தில் தெரியும் வெளிச்சம். மேலிருந்து சிவா! என்ற அழைப்பு. யாரது! அது நாகியின் குரல் போல இருந்தது. மங்கலான இருளில் கல் தடுக்கி முன்னால் தடுமாறினான் சிவா.

"சிவா... இங்க..."

காரிருள். பொத்தலான சுவர்கள். வட்டமாகச் செல்லும் படிக்கட்டுகளின் மேல் ஏறி கதவுக்கு இந்தப்பக்கமாக நின்றிருந்தான். அறை நடுவில் மெல்லிய விளக்கு வெளிச்சத்தில் பாயின்மேல் அமர்ந்திருந்தாள் நாகி. அவள் மடியில் பச்சைக்குழந்தை அசந்து தூங்கிக் கொண்டிருந்தது.

“அருகில் வா சிவா” நாகி சிறுபுன்னகையோடு அழைத்தாள். வெளிர் மஞ்சள் விளக்கு வெளிச்சத்தில் அவளின் கன்னங்கள் பிரகாசித்தன.

அப்படியே பார்த்துக்கொண்டு முன்னுக்குப் போய் நின்று, விரிந்த கண்களால் அவளின் மடியைப் பார்த்தான். அவ்வளவுதான்! அவனின் கண்களுக்கு நாகி தென்படவில்லை. அந்த மடியில் அப்பாவித்தனமான குழந்தைப்பருவத்தில் கண்கள் மூடிக்கொண்டு உறங்கிக்கொண்டிருக்கிற சிசு. சேலை முந்தானையை ஒதுக்கினால்... அங்கே... கஸ்தூரி!

அவன் பயத்தில் பெரிதாக அலறினான். அயர்ந்த தூக்கத்தில் அவனின் அலறல் அவனுக்கே கேட்டுத் திடீரென்று எழுந்து அமர்ந்தான். குளிர்ந்தகாற்று வீசினாலும் உடம்பெல்லாம் வியர்த்தது. எங்கே இருக்கிறான் அவன்? மேலே ஆகாசமெல்லாம் வெண்ணிலா. அப்புறம் தான் பார்த்த இருள் எங்கே? நாகி வரவில்லையா? தனக்காக நாகி வரவில்லை என்று தெரிந்தபிறகு அவன் மனம்முழுக்கக் கவலை சூழ்ந்தது.

கனவின் நினைவுகள் பின் முன்னாகவும், முன் பின்னாகவும் கலந்துபோய்த் தெளிவில்லாமல் கண்ணுக்குத் தெரிந்தன. மறுபடியும் ஒன்றுக்குப்பின் மற்றொன்றை நினைவுப்படுத்தி... முதலில் அர்த்தம் புலப்படவில்லை.

அது கனவு! திடுக்கிட்டுக் கண்களைச் சுழற்றினான். நன்றாக அலைந்து திரிந்த சோர்வினாலும் தூக்கத்தினாலும் அவனின் கண்கள் சிவந்துபோயிருந்தன. பௌர்ணமி சந்திரன் மேற்கே இறங்கிக் கொண்டிருந்தான். இன்னும் கொஞ்சநேரம் கடந்தால் விடிந்துவிடும். இரவுமுழுவதும் விழித்திருந்த மக்கள் ஊருக்குள் தங்கள் வீடுகளை நோக்கி நடக்கத் தொடங்கினார்கள். அங்கங்கே மின்னிக்கொண்டிருக்கிற தீபத்தோடு கூடிய கூத்துகள்.

அந்தக் கனவு! அதன் பொருள் என்ன? எய்த அம்புபோலத் தபதபவென்று நடக்கின்ற அவளை முதல்முறையாகப் பார்த்ததில்

இருந்து கடைசி வரை அவளோடு கழித்த நிமிடங்களை மனனம் செய்துகொண்டு மந்திரித்துவிட்ட மனிதன் போல அத்தங்கியை நோக்கி நடக்கத் தொடங்கினான். கடந்த நாட்கள் எல்லாவற்றையும் யோசித்துப் பார்க்கையில் அவனுக்கும் அந்தக் கனவுக்கும் ஏதோ சம்பந்தம் இருக்கிறது என்று நினைத்தான். இருட்டிலிருந்து நிலவுக்கு நடந்து வருவது போல் கொஞ்சம் கொஞ்சமாக அவனுக்கு அந்தக் கனவு புரிய தொடங்கியது. மண்சாலை தோப்புப் பக்கத்தில் நடந்துகொண்டே அவன் தனக்குத் தானே முணங்கிக்கொண்டான்.

'கஸ்தூரியைக் கல்யாணம் செஞ்சுகிட்டுத் தன்னோட வாழ்க்கையைத் தான் வாழணும்னு சொல்றாளா? என் சுகம் ஒன்றை மட்டும் விரும்பும் மனுசியா? அப்புறம் தன் வாழ்க்கையைப் பற்றி? இப்படியொரு பொண்ணு கிடச்சா எத்தன ஜென்மம்ன்னாலும் எடுக்கலாம்!' அவனின் காலின் கீழே களிமண் கட்டிகள் வழுக்கிக் கொண்டிருந்தன.

'கஸ்தூரிக்கு நானில்லையென்றால் இன்னொருவர் கிடைப்பார். நாகி, உன் நிலைமை என்ன ஆகும்? ஆனா நீ இல்லாம நான் எப்படி வாழ்றது…'

எப்பொழுதும் பொருள்புரியாத மனுசி என்று நினைத்துக்கொண்டான். இரவு வந்ததும் தெளிவில்லாத கனவு கொஞ்சம் புரிந்ததுபோல, அப்பொழுதுவரை புரியாத நாகம்மா தெளிவாகிறாள். எப்பொழுதும் புரியாது என்று நினைத்த நாகி அவனால் அடைய முடியாத அளவுக்கு உயரமாகத் தெரிந்தாள். அவளை எப்பொழுது பார்ப்போமோ என்று ஓட்டமும் நடையுமாய் நடந்துசெல்லும்போது அவன் அடிகள் அத்தங்கியின் எல்லையை நோக்கி முன்னேறின.

கரடுமுரடான சாலையின் அருகில், துவரவயல்வெளி தம் நிழலைப் பார்த்துச் சிரித்துக்கொண்டு காற்றுக்கு ஆடிக்கொண்டிருந்தன. ஓட்டமாய் நடந்து காட்டின் எல்லையையும் கடந்து, வயல்வெளியில் அடர்த்தியான மரங்களைக் கிழித்துக்கொண்டு அவளின் குடிசைக்குச் சென்று நின்றான். அங்கே பயங்கரமான நிசப்தம் தவிர வேறொன்றும் இல்லை. தாழ்வாரம் முழுக்க உதிர்ந்த இலைகள். வீட்டின் கதவில் பூட்டு தொங்கிக்கொண்டிருந்தது. அங்கே நாகி இல்லை.

"அப்புறம்... நாகி எங்கே?"

அவன் நடுங்கும் கால்களுடன் தன் வீட்டின்பக்கம் நடந்தான். வெளியில் கயிற்றுக் கட்டில்மேல் ஆச்சி அமர்ந்திருந்தாள். எப்பொழுது எழுந்தாளோ தெரியாது. பக்கத்தில் தரைமேல் ஈச்சம்பாய் விரித்துக்கொண்டு தாத்தா சோர்வுடன் தூங்கிக்கொண்டிருந்தார். சத்தம்கேட்டு ஆச்சி நகர்ந்து தரைமேல் பார்த்து, "யாருடா?" என்றாள்.

சிவா அதிர்ச்சியடைந்து அவசரப்படாமல் நின்றுகொண்டே "நாகியைப் பார்த்தாயா... கண்ணுல படல?" என்றான்.

"இன்னும் என்னடா நாகி? நேத்து ராத்திரி போயிட்டா! நாகமல்லி வந்து கூட்டிட்டுப்போயிட்டானே! போறதுக்கு முன்னாடி இங்க வந்தா...." இன்னும் சொல்லலாமா வேண்டாமா என்பது போல யோசித்துக் கொஞ்சநேரம் அமைதியானாள். எதையும் பார்க்க முடியாத இருட்டில் கண்கள் தரையில் பதிந்தது.

பார்வையற்ற ஆச்சி எல்லாவற்றையும் பார்த்ததுபோல இன்னும் முணுமுணுத்துக் கொண்டிருந்தாள். எதுவும் தெரியாதது போன்ற மனுசி எல்லாம் தெரிந்தது போல் பார்த்தாள்.

"பரிதாபப்பட்டுச் சும்மா வான்னு சொன்னா பொண்ணு உன் பின்னாலயே வருவாளா? பரிதாபம் யாருக்கு வேணும்டா?"அந்த வார்த்தையைக் கேட்டதும் சிவா அமைதியாக அவள் முன் தரையில் மண்டியிட்டான்.

கருப்பு மழை

"எங்கள் பிரிய பரலோக பிதாவே, கிருபையும் சமாதானமும் கொண்டிருப்பதாக, இதோ தந்தையே, உம்முடைய அடியவன், உலகப் பயணத்தை முடித்துக்கொண்டு உம்மிடம் வருகிறாராக..."

பாஸ்டர் ஜெபித்துக் கொண்டிருக்கும்போது ஒரு கைப்பிடி மண்ணைக் கையில் வாங்கிக் கொண்டேன்.

என்னோடு என் இரண்டு அண்ணன்கள், அக்காக்கள், உறவினர்கள் மற்றும் நண்பர்கள் ஒரு பிடி மண்ணைப் பெற்றனர்.

சாயங்கால மஞ்சள் வெயிலில் சவப்பெட்டி இறக்கிய குழியைச் சுற்றி அனைவரும் சோகமான முகத்தோடு நின்று கொண்டிருந்தனர்.

குழியில் இருந்த சவப்பெட்டியில் அவன் நிம்மதியாகப் படுத்துக்கொண்டிருந்தான். எப்பொழுதும்போல, எதுவும் நடக்காதது போல.

அனைவருக்கும் கடைசிப் பார்வை. அவனின் கடைசிப் பிரியாவிடை.

விறைத்திருந்த உடலை அகற்ற முடியாமல், அலங்காரமாகத் தைக்கப்பட்ட கருப்பு அங்கி உடல்மேல் கலைந்து கிடந்தது.

கிறித்துவ மதப்படி இப்படி மனிதனை சவப்பெட்டியில் வைத்துப் புதைப்பதை நான் எப்பொழுதும் பார்த்ததில்லை. மயானத்தில் மனிதர்களை எரிப்பது மட்டுமே எனக்குத் தெரியும். இதெல்லாம் எனக்குப் புதிது.

அவன் எப்பொழுதும் அப்படித்தான். எதுவும் சாதாரணமாக நடக்காது. ஏதோ ஒரு தனிச்சிறப்பாய். அதேபோல் அசாதாரணமாகவும் நடக்காது..

இப்படி நடக்கும் என்று உண்மையில் என்றும் நினைக்கவில்லை. இத்தனை வருடங்களாக அவன் இல்லை என்ற குறை மாத்திரமே. அந்தச் சுமையைச் சுமக்க முடியாமல் அப்படியே காகிதத்தில் எழுதினால் மனநிம்மதி கிடைக்குமென்று இப்படி எழுதுவதைத் தொடங்கினேன்.

***

அவனது முழுப்பெயர் பாதர்ல ஹரேராம கோடீஸ்வர ப்ரசாத்.

எங்கள் தாத்தா பெயர் 'கோட்டய்யா.'

வீட்டில் அனைவரும் 'ஹரி' என்று அழைப்பார்கள். வெளியே நண்பர்கள் 'ப்ரசாத்' என்று அழைப்பார்கள்.

எனக்கு முன்னால் பிறந்தவன். என்னை விட மூன்று ஆண்டுகளே மூத்தவன்.

எங்கள் இருவர் இடையேயும் வயது வித்தியாசம் குறைவு என்பதால் சிறுபிராயத்திலிருந்தே நான் அவனை 'டேய்' என்று அழைப்பது வழக்கமானது.

பார்ப்பதற்கு அவன் என்னைவிடச் சிறியவன் போலக் காணப்படுவான். இருவரும் ஏறக்குறைய ஒரே உயரம். என்னைவிட ஒல்லியாக இருந்து அவனே எனக்குத் தம்பிபோலக் காணப்படுவான். எங்கள் தந்தையின் சாயல். ஆனால் கருப்பு. நான் பார்க்க எங்கள் அம்மாவைப் போல இருக்கிறேன் என்பார்கள். நாங்கள் நான்குபேர் அண்ணன் தம்பிகள், வரிசைப்படி அவன் மூன்றாமவன். எங்களுக்கு இரண்டு அக்காக்கள் கூட இருக்கிறார்கள். எல்லாரையும் விட நான்தான் சின்னவன்.

அந்த நாட்களில் எங்கள் தந்தை நாகார்ஜுனசாகர் ப்ராஜக்ட்டில் பணிசெய்துகொண்டிருந்தார். நாங்கள் அன்றைக்குக் குண்டூரு ஜில்லா மாச்சர்லா பி.டபிள்யூ.டி காலனியில் குடியிருந்தோம். எனக்கு விவரம் வந்தது மாச்சர்லாவில்தான். எங்கள் தந்தை டிபார்ட்மெண்டில் ஜூனியர் கிளார்க் ஆகையால் காலனியில் நாங்கள் இருந்தது மூன்று அறைகள் கொண்ட சிறிய வீடு.

பின்னால் கொல்லைப்புறம். வீடு சிறியதாகயிருந்தாலும் வீட்டைச் சுற்றிலும் விசாலமான காலி இடம் இருந்தது. வீட்டிலிருந்து நாலடி தூரத்தில் ஆகாயத்தை நோக்கிக் கிளைகளை நீட்டி உயரமாக வளர்ந்த பெரிய பெரிய வேப்ப மரங்கள், வாகை மரங்கள் இருந்தன. அவைகளோடுகூட நாங்கள் கொல்லைப்புறத்தில் கீரை பாத்திகளை வளர்த்தோம். வீட்டின்முன்பு வாசலில் இருந்து தோட்டம் வரைக்கும் செல்லும் பாதையின் இருபுறமும் விதவிதமான பூச்செடிகள் யார் வந்தாலும் தலையாட்டி வரவேற்று அழைத்தன. கொல்லைப்புறத்தில் எப்பொழுதும் பத்துப்பதினைந்து கோழிகள் திரிந்துகொண்டிருக்கும். கவர்ன்மெண்ட் குவாட்ரஸ் ஆகையால் வீடுகள் அனைத்தும் தூரம் தூரமாக இருந்தன.

எனக்கு விவரம் தெரிந்தநாட்களில் எங்கள் பெரிய அக்கா, பெரிய அண்ணன் இன்டர் முடித்து எங்கள் காலனி பக்கத்தில் உள்ள எஸ்.கே.பி.ஆர். காலேஜில் டிகிரி படித்துக் கொண்டிருந்தார்கள். பெரிய அண்ணன் சூரியசேகர் ப்ரசாத் முதலில் இருந்து காலேஜில் மாணவர் யூனியனில் சேர்ந்து தீவிர உணர்வுகளைக் கொண்டிருந்தார். அப்படித்தான் எங்கள் வீட்டில் இடதுசாரி சித்தாந்தம் வந்து சேர்ந்தது. காலேஜில் படிக்கிற காலத்தில் அவர்களைத் தீவிர ரஷ்ய 'பாய்ஸ்' என்பார்கள். சுந்தரராவ் என்ற தீவிரவாத மாணவர், பெரிய அண்ணன் சிநேகிதர் ஆகையால் அடிக்கடி எங்கள் வீட்டிற்கு வந்து செல்வார். அவர் மாச்சர்லா அருகில் ஜம்முலமடகா என்ற ஊரினர்.

வீட்டில் மூத்த அண்ணன்கள் இருவருமே நேர் எதிரான குணம் கொண்டவர்கள். மூத்த அண்ணன் அப்படி இருந்தால் இன்டர் படிக்கும் இரண்டாவது அண்ணன் கிருஷ்ண ப்ரசாத் பெரிய அண்ணனின் கருத்துக்களுக்கு முற்றிலும் நேர் எதிரானவர். பேருக்கு ஏற்றார் போல் கிருஷ்ணனே. எப்பொழுதும் போக்கிரி வேலைகளால் ஏதோ ஒரு பிரச்சனையை வீட்டுக்குக் கொண்டுவருவார்.

எங்கள் அப்பா செய்றதே ரொம்பச் சின்ன உத்தியோகம் ஆனாலும், வீட்டில் எது இருந்தாலும் இல்லாவிட்டாலும் விதவிதமான வார, மாத பத்திரிகைகள் வந்தன. பெரியவர்களுக்கு ஆந்திர ஜோதி, ப்ரபா, ஆந்திர பத்திரிக்கா போன்றன. சிறியவர்களுக்கு அம்புலிமாமா. அந்த நாட்களில் எங்கள் வீட்டில் என் கண்களுக்குத் தெரிந்த இரண்டு புத்தகங்கள் கடைசியில் புச்சிபாபு மிஞ்சவில்லை,

மற்றொன்று அல்லசானி பெத்தண்ணாவின் மனுசரித்திரம். இந்த இரண்டும் எங்கள் அப்பா மச்சிலிப்பட்டிணம் நேஷனல் காலேஜ்ல பி.ஏ. படிக்கும்பொழுது வாங்கிய புத்தகங்கள். இரண்டாம் ஆண்டு காலேஜில் படிக்கிறபோது காலேஜ் பீஸ் கட்டமுடியாமல் அவர் படிப்பு நின்றுவிட்டதென்று ஒருமுறை சொன்னார். புத்தகங்கள் படிப்பது அவரிடம் இருந்தே எங்கள் வீட்டில் பரம்பரையாக வந்தது என்று நினைக்கிறேன். இத்தனை பத்திரிகைகள், புத்தகங்கள் வீட்டில் இருந்தாலும் அவைகளைப் பற்றி அவர் எப்பொழுதும் எங்கள் எவருக்கும் பலான புத்தகம் படியுங்கள் என்றும் வேறு யாருடனாவது புத்தகங்கள் குறித்து விவாதியுங்கள் என்றும் சொன்னதை நான் எப்பொழுதும் பார்த்ததில்லை.

பகல்முழுக்கப் பள்ளியிலோ கல்லூரியிலோ இருந்து, வீட்டில் இல்லாமல் நாங்கள் ஞாயிற்றுக்கிழமை வரும்போதும் மட்டும் வீட்டில் இருந்தோம். விடுமுறை நாட்களில் எங்கள் அண்ணன்கள் செடிக்குப் பாத்திக் கட்டுவதோ, கோழிக்கூட்டைச் சுத்தம் செய்வதோ ஏதோ ஒரு வேலை செய்வார்கள். எங்கள் பெரிய அண்ணன் வீட்டுக்குப் பின்னால் இருக்கிற பெரிய வாகை மரத்தின் விசாலமான கிளை மீது குச்சியால் படுக்கைக் கட்டினான். வீட்டின் ஒரு பக்கத்தில் உள்ள தோட்டத்தில் நான் புதர்போல் இருக்கிற இலந்தைச் செடியைக் குடிசை போல உருவாக்கி உள்ளே தரையைச் சுத்தம் செய்து அதில் உட்காருவேன். அந்த நாட்களில் பாம்பு பற்றிய பயம் தெரியாது எனக்கு. அந்தச் செடியில் எப்பொழுதும் பாம்புகளைப் பார்த்ததும் கிடையாது.

ஞாயிற்றுக்கிழமை மத்தியானம் சாப்பாடு ஆனதும் எங்கள் தந்தையார் சாய்வு நாற்காலியில் படுத்துக்கொண்டு ஆகாசவாணி வானொலி நாடகத்தை வைப்பார். ஒவ்வொரு ஞாயிறும் எங்கள் வீட்டில் நடக்கும் வழக்கம் இது. உள்ளே வேலைப் பார்த்துக் கொண்டிருக்கும் எங்கள் அம்மாவைத் தவிர நாங்கள் எல்லாரும் அமைதியாக அமர்ந்து அந்த நாடகத்தைக் கேட்போம்.

வானொலியில் நாடகம் முடிகிற வரைக்கும் சின்னக்கா பாடப்புத்தகத்தை வைத்துக்கொண்டு அமர்ந்திருந்தால் பெரியக்கா கிழிந்துபோன உடைகளை ஊசி நூலால் தைத்துக்கொண்டே இருப்பாள். அவர்கள் இருவரின் காதுகளும் வானொலியைக் கேட்டுக்கொண்டிருக்கும். பெரிய அண்ணன் ஜன்னலின் அருகில்

அமர்ந்து வெளியே மரங்களைப் பார்த்துக்கொண்டு அந்த நாடகத்தைக் கேட்பார்.

மறுபடியும் ஞாயிற்றுக்கிழமை மத்தியானம் எப்பொழுது வருமோவென்று நாடகத்தை எதிர்பார்த்திருப்போம். நாடகம் முடியும் நேரத்தில் பெரிய அமைதி வீடு முழுக்கப் பரவியிருக்கும். மதியத்தைக் கடந்து சூரியன் தன்னுடைய இளம் மஞ்சள் கதிர்களை வீட்டினுள் பாய்ச்சுவான். திறந்த ஜன்னலில் இருந்து மெல்லிய காற்று உள்ளே வரும். கனத்த இதயத்தோடு மாலைக்குள் எங்கேயோ ஒரு பக்கம் சென்றுவிடுவோம்.

ஒருமுறை இரண்டாவது அண்ணன் சுவரில் சாய்ந்துகொண்டு ஏதோ எழுதிக்கொண்டு இருக்கும் பொழுது பார்த்தேன். நான் அருகில் வருவதைப் பார்த்து, "எதுக்குடா இதெல்லாம் உனக்கு... எல்லாம் உனக்கே வேணும். போ படி போ" என்று கடிந்துகொண்டார். என்னைத் திட்டினாரே தவிர காகித்தை மட்டும் என்னிடமிருந்து மறைக்கமுடியவில்லை. ஒருமுறை அவர் வெளியே சென்ற நேரத்தில் ரகசியமாக அந்தக் காகிதங்களை எடுத்துப் பார்த்தேன். தடித்த வெள்ளைக் காகிதத்தில் பென்சிலால் கிராமத்துப் பெண்களின் உருவங்கள், அழகான முகம், வட்டமான பெரிய நாசி, நீண்ட ஜடை, தோள்கள் மேல் மெல்லிய தாவணி. பிற்காலத்தில் அவையெல்லாம் கோபியர்களின் உருவங்களாக ஆக்கப்பட்டன. அப்படிப் படிப்படியாக எண்ணிலடங்கா ராதாகிருஷ்ண உருவங்களை வரைந்தார்.

படம் வரைவதோடு, சின்ன அண்ணாவிற்குக் கதைகள் எழுதுகிற பழக்கம் கூட இருந்தது. சில காலத்திற்கு நாவல் ஒன்றை எழுதிப் பாதியில் நிறுத்தினார். அதன் பெயர் 'காட்டில் ஒரு சிறுவன்".

எந்த மனிதனுக்கு அவனது விதி எப்படியிருக்குமோ தெரியாது இல்லையா. மனிதர்கள் நினைப்பதெல்லாம் நடந்தால் அது எப்படி வாழ்க்கையாகும். சின்ன அண்ணன் நெல்லூரில் ஐ.டி.ஐ. முடித்ததும் ஏர்போர்ஸில் உத்தியோகம் வந்து சிறுவயதிலேயே சென்னைக்குச் சென்று விட்டார். எப்பொழுதோ வருடத்திற்கு இரண்டு மாத விடுமுறையில் வீட்டிற்கு வருவார்.

ஒருநாள் பெரிய அண்ணன் கல்லூரி நூலகத்திலிருந்து ஒரு புத்தகத்தை வீட்டுக்கு எடுத்து வந்தார்.

அது மாக்ஸிம் கார்க்கி எழுதிய 'தாய்' நாவல். நான் கார்க்கி பேரைக் கேட்பது அதுவே முதல்முறை.

அட்டைப் படத்தின்மேல் பழுப்பு நிற பிர்ச் மர ஓவியம்.

இந்நூலை ரஷ்யாவில் உள்ள பிரகதி பப்ளிஷிங் ஹவுஸ் வெளியிட்டது.

அப்போதுவரை ரஷ்யா என்றொரு நாடு இருந்ததாக நாங்கள் யாரும் கேள்விப்படவில்லை.

எங்கள் அப்பா புத்தகத்தைக் கையில் எடுத்துக்கொண்டு, "புத்தகம் பார்ப்பதற்கு ரொம்ப நல்லா இருக்கு" என்றார்.

அதன் பிறகு கார்க்கியின் மற்ற கதைப் புத்தகங்கள் வீட்டிற்கு வந்தன.

முதல் இருவர் இப்படியென்றால், எங்கள் மூன்றாவது அண்ணன் ஹரியின் வேலைகள் இன்னொரு ரகமாக இருக்கும். எப்பொழுதும் அவன் உயர்நிலைப்பள்ளி நண்பர்களோடு சுற்றிக்கொண்டிருப்பான். அவனின் நடத்தை எப்பொழுதும் விசித்திரமாக இருக்கும் எனக்கு.

எங்கள் இருவருக்கும் எப்பொழுதும் ஆகாது. எப்பொழுதும் கழுத்தைப் பிடித்துக்கொண்டு தரையில் விழுந்து உருண்டுகொண்டு அடித்துக் கொண்டிருப்போம்.

அவன் என்னைப் பொருட்படுத்தமாட்டான். அவன் நண்பர்களோடு விளையாட விடமாட்டான்.

அவனது எல்லாம் வேற ரகம்.

ஒருநாள் அவனும் நானும் மாச்சர்லா சென்னகேசவசாமி திருவிழாவிற்குச் சென்றோம். "மக்கள் கூட்டம் அதிகமாயிருக்கு, ஜாக்கிரதையா போயிட்டு வாங்க" என்று வீட்டில் உள்ளவர்கள் சொல்லி அனுப்பினார்கள். ரயில் தண்டாவளத்திலிருந்து மணிக்கூண்டு வரை மக்கள் கூட்டம் அலைமோதியது. மெயின்ரோட்டிலிருந்து எல்லாத் தெருக்களும் மக்களால் நிறைந்திருந்தன. வழி தெரிந்த காரணத்தால் தொலைந்து போனாலும் வீட்டுக்குத் திரும்பி வந்துவிடமுடியும். நினைத்ததுபோலவே மணிக்கூண்டுக்கு அருகில் இருவரும் தொலைந்துபோனோம். அவன் தெரிவானோ என்று ஒரு வீட்டின்

உயரமான சுற்றுச்சுவர் மீது ஏறிப் பார்த்தேன். கண்ணுக்கெட்டிய தூரம் அவன் தெரியவில்லை. தேரோட்டத்தைப் பார்ப்போம் என்று எண்ணிய என்னை மக்கள் கால்களால் தள்ளிக்கொண்டு கோயில்வரை போனார்கள். சென்னகேசவரை தேரில் ஏற்றிக்கொண்டிருந்தார்கள். தடித்த மனிதர்கள் பெரிய சங்கலியைச் சரிபார்த்துக் கொண்டிருந்தார்கள். கத்திக்கொண்டிருக்கிற மக்கள் கூட்டம். அந்தத் தள்ளுமுள்ளுவில் அலறல்கள், கத்தல்கள். மறுபுறம் காற்றிலே வெளிச்சத் தீபாராதனைகள். கூட்ட நெரிசலில் என்னைப் பின்னே தள்ளினார்கள். இனி தேரோட்டத்தைப் பார்ப்பது கஷ்டம் என்று எப்படியோ கூட்டத்தில் இருந்து வெளியேறி வீட்டை நோக்கி நடந்தேன்.

ரயில் தண்டவாளத்தைக் கடந்ததும் அவன் தெரிந்தான். கையில் சிறிய அட்டைப் பெட்டி. அதில் ஏதோ பொம்மை இருக்கிறது.

இருவரும் வீட்டுக்கு வந்து எவருக்கும் தெரியாமல் அறையின் மூலையில் சென்று அந்தப் பெட்டியைத் திறந்தோம்.

அது சாவிகொடுத்தால் மேளம் வாசிக்கும் கோமாளியின் வண்ணமயமான பொம்மை. எங்கள் வீட்டில் இருக்கிற பொருட்களுடன் ஒப்பிட்டால் அந்த வண்ணமயமான பொம்மை மிக விலையுயர்ந்ததாகத் தோன்றியது. அதன் புதுமை என்னைப் பயமுறுத்தியது. அந்தச் சமையலறை மங்கிய இருளில் அழுக்குச் சுவர்களுக்கு இடையில் பழைய பொருட்கள் மத்தியில் இப்படியொரு பொருளா என்று தோன்றியது.

அவன் அதனை ஒருமுறை சாவி கொடுத்துத் தரைமேல் விட்டான்.

அது "டிரிங்.. டிரிங்.." என்று தரையின் மேல் வட்டமாகச் சுற்றி மேளம் அடிக்கத் தொடங்கியது. அந்தச் சத்தத்திற்கு வீட்டில் இருப்பவர்கள் யாராவது வருவார்களோ என்று அவன் படார் என்று அதனை அழுத்தினான்.

"இதை வாங்க பணம் எங்கிருந்து வந்தது?" என்று கேட்டேன்.

அவன் பதில் சொல்லவில்லை. அந்தப் பொம்மையை அவன் வீட்டில் உள்ளவர்களுக்குக் காட்டவில்லை. பொம்மையைச் சமையலறையில் எங்கள் அம்மாவின் சேலை வைக்கிற டிரங்குப் பெட்டியில் மறைத்து வைத்துப் பின்பக்கமாக வெளியே போனான்.

நான் முன்னறைக்கு வந்து பார்த்தால் முன்னறையில் பெரிய அண்ணனின் நண்பர் சுந்தர ராவு நின்று ஸ்ரீஸ்ரீயின் மஹாபிரஸ்தானம் படித்துக்கொண்டிருந்தார். அவனுக்கு எதிரில் பெரிய அண்ணன் ஜன்னல் திண்டின்மேல் அமர்ந்து வெளியே பார்த்து ஆர்வத்துடன் கேட்டுக்கொண்டிருந்தார்.

"..... புஷ்கின், கோகோல், ஷெகோவ் டால்ஸ்டாய்

தஸ்தயேவ்ஸ்கி கார்க்கி கூப்ரின்

ஷில்பா சாம்ராட்டுக்களின் வாழ்க்கைக்குப் பிறகு

பாப சேற்றிலிருந்து தாமரை பிறந்தது

ரஷ்யா தொழிலாளர்களின் ஒரு சொர்க்கம்!

ரஷ்யா! ரஷ்யா! ரஷ்யா! ரஷ்யா!.."

எனக்கு அப்போது கார்க்கியின் பெயர் தெரிந்திருந்தாலும் டால்ஸ்டாய், தஸ்தயேவ்ஸ்கி போன்றவர்களை நான் அறியேன், அதன் பிறகு என் வயதிற்கு இவர்களைப் பற்றிப் பேசுவது பெரிது.

அந்த நாளிலே பெரிய அண்ணனுக்கு ஸ்டாப் செலக்சன் கமிஷனிலிருந்து கடிதம் வந்தது. மத்திய அரசாங்க உத்தியோகம் வந்து குண்டூரு போய்விட்டார்.

அப்படி இரண்டு அண்ணன்களும் உத்தியோகம் வந்து போனபிறகு வீட்டில் மீதியிருந்தது அம்மா, அப்பா தவிர இரண்டு அக்காக்களும், நானும் ஹரியும்.

நான் ஆறாம் வகுப்பில் இருந்து ஏழாம் வகுப்பிற்குச் சென்றபொழுது எங்கள் அப்பாவிற்கு மாச்சர்லாவில் இருந்து பிரகாசம் ஜில்லா அத்தங்கிக்கு டிரான்ஸ்பர் ஆனது. தெரிந்து தெரியாத சிறுவயது நினைவுகளிலிருந்து வெளியுலகம் அறியும் வயது அது. அதுவரை மாச்சர்லா தவிர வெளி உலகம் ஒன்று இருக்கிறது என்று தெரியாது எனக்கு.

***

விபரம் தெரிந்த நாளிலிருந்து மாச்சர்லாவின் சூழ்நிலையே பழக்கமாகிவிட்ட எனக்கு வெளியுலகம் தெரியாது. வருடத்துக்கு ஒரு முறையாவது மாச்சர்லாவிலிருந்து ரயிலில்

குண்டூரில் உள்ள ஆச்சியின் ஊருக்குப் போவதைத் தவிர வேறு ஊரைத் தாண்டியதில்லை. அப்படி ஆறாம் வகுப்பில் இருக்கும்போதே அத்தங்கிக்கு வந்த நான் மறுபடியும் பின்னால் திரும்பி எப்பொழுதாவது மாச்சர்லா செல்லுவோம் என்ற கற்பனையிலேயே இருந்தவன். அப்படிப் பயத்தோடயே சில வருடங்களாக எனக்குள்ளாகவே முதிர்ச்சியடையாத குழந்தையாகவே இருந்துவிட்டேன். எப்பொழுதும் நான் சுற்றிய மரங்கள், வயல்வெளிகள், மாச்சர்லாவில் நாங்கள் இருந்த அந்த மூன்று அறை வீடு, அங்கே காற்றில் வரும் வாகைப் பூ வாசனை, கோடைகால வெயிலில் தகதகவென்று காற்றில் ஆடும் வாகைக் காய்கள், ஐந்தாம் வகுப்பு வரை நான் படித்த தகரக் கொட்டகை பள்ளிக்கூடம் அடிக்கடி நினைவுக்கு வரும். இலைப்பச்சை சாயங்காலத்தில் செந்நிற மலர்கள் கொண்ட குல்மொஹர் மரத்தின்மேல் ராமர்பச்சைக்கிளியின் கீச்சொலி தூக்கத்தைக் கெடுக்கும். இப்படியான மாச்சர்லாவை மறந்துபோவதற்கு நீண்ட நாட்கள் பிடித்தன.

வகுப்பில் ஹரி என்னைவிட மூன்று வகுப்புகள் முன்னாடி. நான் ஆறாம் வகுப்பில் இருந்தபொழுது அவன் உயர்நிலைப்பள்ளியில் ஒன்பதாம் வகுப்பு படித்தவன். நாங்கள் இருவரும் ஒரே பள்ளியில் படித்தாலும் இருவரும் ஒரேமுறையில் படிக்கவில்லை. நான் உயர்நிலைப்பள்ளியில் எட்டாம்வகுப்பு வந்தபொழுது அவன் இன்டர் படிப்பதற்கு ஜூனியர் காலேஜிக்குப் போய்விட்டான்.

எட்டாம் வகுப்பில் உயர்நிலைப்பள்ளியில் சேர்ந்தபொழுது முதல்நாள் ஹிந்திமாஸ்டர் புத்தகம் பார்த்து ஹிந்தி படிப்பவர்கள் அனைவரையும் ஒவ்வொருவராகப் படிக்கவைத்து முன்வரிசையில் அமரவைத்து வந்தார். எனக்கு வந்தும் வராத ஹிந்தியைப் படித்ததன் மூலம் இரண்டாவது வரிசையில் சேர்ந்தேன். அப்பொழுது அங்கே அமர்ந்திருந்த காக்குமாணி ஸ்ரீனிவாசராவ் “வா... இப்படி உக்காரு” என்று பக்கத்தில் அமரவைத்துக் கொண்டான். அப்படி அறிமுகமான ஸ்ரீனிவாசராவ் இப்பொழுதும் என்னை விட்டு விலகவில்லை.

அப்பொழுது எனக்கு வீட்டில் அம்புலிமாமா படிக்கிற பழக்கம் இருந்த காரணத்தால் அந்தப் பத்திரிகை படிக்கிற ஸ்ரீனிவாசராவ் இன்னும் நெருக்கமானான். இருவரும் அம்புலிமாமா மட்டுமல்லாமல் அந்த நாட்களில் வந்த பாலஜோதி, பாலமித்ரா

கூட வாங்கிப் படித்தோம். படிப்படியாக எங்கள் வாசிப்பு பத்திரிகையிலிருந்து சின்ன சைஸ் நாட்டுப்புற நாவல்கள், பாக்கெட் புத்தகங்கள் வரைக்கு வளர்ந்தது. சில நாட்கள் துப்பறியும் புத்தகங்கள் படித்த அத்தங்கியில் கிளைநூலகம் மூலமாக எங்கள் இருவரின் பழக்கம் சிறுவர் நாட்டுப்புற இலக்கியத்திலிருந்து விரிந்து மாதப்பத்திரிகையில் மொழிபெயர்ப்புக் கதைகள் படிப்பதற்கு விரிவடைந்தது. எங்கள் கற்பனைகள் புத்தகங்களில் இருந்து கவிதை வரை காற்றில் பறக்க ஆரம்பித்தன. நான் நக்னமுனியின் மரக்குதிரை மீது விழுந்தால், அவன் இஸ்மாயிலின் மரத்தின் கவித்துவம் பக்கம் திரும்பினான்.

ஒருமுறை நானும் ஸ்ரீனிவாசராவும் ஏதோ கதை குறித்துப் பேசிக்கொண்டிருக்கும் பொழுது, சாய்வு நாற்காலியில் அமர்ந்து கேட்டுக்கொண்டிருந்த எங்கள் அப்பா, “பாறைகள் நிறைந்த இடத்திலிருந்து வரும் நீரூற்று மிகவும் இனிமையானது. வாழ்க்கை என்பது பாறையை விடக் கடினமானது. மேலும் வாழ்க்கையிலிருந்து பிறக்கும் இலக்கியம் கூட அவ்வாறே இனிமையானது” என்று கூறினார். அவர் நாற்காலியின் அருகில் முழங்கால்மீது கைகளை ஊன்றி நின்று அவர் கருப்புச் சட்டகக் கண்ணாடியால் ஏதோ படித்துக்கொண்டு குளிர்ந்த நிழலில் சொன்ன அந்த வார்த்தைகளை என் மனதுக்குள் பதித்துக்கொண்டேன்.

நான் ஒன்பதாம் வகுப்பில் இருந்தபொழுது ஒருமுறை எங்கள் அப்பா எங்கள் ஹரியண்ணாவிற்கு ஏதோ புத்தகம் போஸ்டலில் வந்ததென்று அலுவலகத்திலிருந்து வீட்டுக்கு அந்தக் கவரை கொண்டுவந்தார். வீட்டில் உள்ளவர்களுக்குத் தபாலில் வந்த கவரை அவர் திறந்து பார்ப்பது இல்லை. எங்காளு கவரை திறந்து பார்த்தால் அது ஏதோ மாதப்பத்திரிகை. அதில் அவன் எழுதிய கதை வந்திருந்தது. கதை பெயர் “வேட்டை”. பி.ஹரிப்ரசாத் என்ற பேருக்குக் கீழே துப்பாக்கி பிடித்திருக்கிற மனிதப் படம் போட்டிருந்தனர். வீட்டிற்குப் பத்திரிகை வரும். அவன் கதை எழுதுவான் என்பது யாருக்கும் தெரியாது. அந்த ஒரு கதையால் எங்கள் வீட்டில் மட்டுமல்லாமல் தெருவில் கூட ஒரு சிறந்த எழுத்தாளர் ஆகிவிட்டான். வீட்டில் உள்ளவர்கள் சந்தோசப்பட்டார்கள். எங்கள் அப்பா கதையைப் படித்து “கதை நல்லாயிருக்கு” என்று பாராட்டினார். ஒருவர் மாற்றி ஒருவர் போட்டிபோட்டுக்கொண்டு கதை படித்தோம். அந்த நாட்களில்

பத்திரிகையில் அவன் பெயரைப் பார்ப்பது வித்தியாசமாகத் தோன்றியது.

அவன் அப்பொழுதுக்கப்பொழுது தன்னுடைய நோட்டுப்புத்தகத்திலிருந்து காலி தாள்களைக் கிழித்துக் கதைகள் எழுதுவதற்கு ஒரு புதிய புத்தகத்தைத் தைத்துக்கொண்டான். அதன்பிறகு ஒன்றிரண்டு கதைகள் எழுதினான். ஆனாலும் அவை எதுவும் பத்திரிகையில் வரவில்லை.

அதன் பிறகு அவன் கதை எழுதுவதை விட்டுவிட்டுக் கிரிக்கெட் மேல் ஆர்வத்தை வளர்த்துக்கொண்டு இரண்டு மூன்றுமுறை சப்ளிமென்டரி தேர்வுகள் எழுதி மிகுந்த சிரமப்பட்டு இன்டர் முடித்தான்.

அதன் பிறகு பெரிய அக்காவிற்குத் திருமணம் ஆகி கடைசி அக்கா கல்லூரிப் படிப்புக்காகக் குண்டூரு போனதால் வீட்டில் அம்மா, அப்பா, அவன், நான் மட்டும் மிஞ்சியிருந்தோம். அவன் எப்பொழுதும் நண்பர்களோடு விளையாட்டு என்று வெளியே சுற்றிக்கொண்டிருப்பான். பெரிய அண்ணன் எப்பொழுதாவது சனி, ஞாயிறு தினங்களில் குண்டூருலிருந்து அத்தங்கி வருவார். இரண்டாவது அண்ணனுக்கு வருடத்திற்கு இரண்டு மாதங்கள் விடுமுறை. வீட்டுக்கு ஒருவர் வந்தால் இன்னொருவர் வருவது கிடையாது. வீட்டில் பண்டிகைகள், பூஜைகள் சென்டிமெண்டு போன்றவை என்றோ போய்விட்டன. வருடத்தில் எல்லாரும் சேர்வது ரொம்பக் குறைவு. வீட்டில் மிஞ்சியிருப்பது நான் ஒருவன் தான். ஞாயிறு அன்று ப்ளாக் அண்டு ஒயிட் டீவி தூர்தர்ஷனில் இந்திய பிராந்திய சினிமா மாத்திரம் பார்ப்பேன். அது முடிந்ததும் மூன்று மணிக்கு வானொலியில் ஆகாசவாணி நாடகம். பெரிய அண்ணன், சின்ன அண்ணன் இல்லாத காரணத்தால் வீட்டில் ஞாயிற்றுக்கிழமை கலகலப்பு குறைந்து போனது.

வயது அதிகரித்ததின் காரணமாக வேறுவேறு ஊர்களில் உத்தியோகம் செய்து தனியாக இருந்ததன் காரணமாக எல்லாருக்கும் சொந்த அபிப்ராயங்களும் ஆளுமைகளும் உருவாகின.

பெரிய அண்ணன் குண்டூரில் இருந்த காரணத்தால் எப்பொழுதாவது அத்தங்கிக்கு வரும்பொழுது ஸ்ருஜன, அருணதாரா பத்திரிகைகளை வாங்கிக் கொண்டுவருவார்.

எங்கள் வீட்டில் கார்க்கி புத்தகங்களுக்குப் பல நாட்கள் பிறகு, கொடவாடிகண்டி குடும்பராவு, ராசகொண்ட விஸ்வநாத சாஸ்திரி, மிகைல் ஷோலகோவ், சேகுவாரா புத்தகங்கள் சேர்ந்தன.

அப்படிப்பட்ட நாட்களில் ஒருமுறை குண்டூரிலிருந்து பெரிய அண்ணன், தேஜ்பூரிலிருந்து சின்ன அண்ணன் வந்திருந்தார்கள்.

அவர்கள் இருவர் மத்தியிலிருந்த கொஞ்சநஞ்ச பேச்சுகளும் குறைந்துவிட்டன. வீட்டில் இருந்தவரையிலும் முகம்கொடுத்துப் பேசவில்லை.

அந்த ஞாயிற்றுக்கிழமை மத்தியானம் அவர்கள் இருவரும் வீட்டில் இருந்தபொழுது தூர்தர்ஷனில் அடூர் கோபாலகிருஷ்ணனின் ‘முகாமுகம்’ மலையாள சினிமா வந்தது. நீண்ட காலங்களுக்குப் பிறகு இருவரும் வீட்டில் அமர்ந்து அந்தச் சினிமாவைப் பார்த்தனர்.

ஒருவிதத்தில் அந்தச் சினிமா கம்யூனிஸ்ட்டுக் கட்சி மீது வைத்த ஒரு விமர்சனம். மொத்தம் ஸ்ரீதரன் என்ற தொழிற்சங்கத் தலைவனைச் சுற்றி நகர்கின்றது. கம்யூனிஸ்ட் கட்சியில் செயல்பட்ட ஸ்ரீதரன், தொழிற்சாலை உரிமையாளர் கொலைசெய்யப்பட்டப் பிறகு தலைமறைவாகிறான். அவன் இறந்துவிட்டான் என்றே பலர் நினைத்தனர்.

ஸ்ரீதரன் ஜெயிலில் இருந்து வெளியே வந்ததும் வெளியில் எல்லாம் மாறியிருந்தது. கட்சி சொல்வதற்கும் செய்வதற்கும் எந்தப் பொருத்தமும் இல்லை. கோட்பாட்டை நம்பிக் கட்சியை நம்பியவர்கள் குழப்பத்தில் தள்ளாடுகின்றனர், விசித்திரம் என்னவென்றால் ஜெயிலிலிருந்து வெளியே வந்த ஸ்ரீதரன் யாரிடமும் பேசாமல் சும்மா உறங்கிக் கொண்டே இருக்கிறான். யார் என்ன பேசினாலும் பதில் சொல்வதில்லை. கேட்டுக்கொண்டே அப்படியே தூங்கிவிடுவான். அவனுக்கு அதிக தூக்கவியாதி பிடித்திருந்தது போலும். கடைசியில் வீட்டில் பணத்தைத் திருடி, குடிப்பது கூடத் தொடங்கினான்.

ஆரம்பத்திலிருந்து ஸ்ரீதரனிடமிருந்து கட்சி சித்தாந்தங்களைக் ஏற்றுக்கொண்ட சுதாகரன் என்ற நபர் கட்சியின் கொள்கைகளால் சோர்வடைந்து தன் கவலைகளை யாரிடம் சொல்வதென்று தெரியாமல், யாரை ஏற்றுக்கொள்வது என்று தெரியாமல் ஸ்ரீதரன்

எதற்குச் சும்மாவே தூங்குகிறான், எதற்குப் பொருட்படுத்தவில்லை என்று புரியாமல் மேலும் கீழும் யோசித்தான்.

கடைசியில் சுதாகரனைக் கட்சி புறக்கணித்தது. ஸ்ரீதரன் கையில் ஒரு ஸ்டேட்மெண்ட் கொடுத்துக் கையெழுத்து வை என்று கேட்டனர். ஸ்ரீதரன் பதில் சொல்லாமல் அமர்ந்துவிட்டான். அன்றைக்கு இரவு ஸ்ரீதரன் கொலை செய்யப்பட்டான்.

கடைசியில் தெருவில் கட்சித் தொண்டர்கள் கொடியைப் பிடித்துக்கொண்டு ஊர்வலம் சென்று "ஸ்ரீதரன் வாழ்க", "தொழிலாளர்களின் ஒற்றுமை மலரவேண்டும்" போன்ற முழக்கங்களோடு சினிமா முடிகிறது.

இந்தச் சினிமா சின்ன அண்ணனிற்கு எதற்கோ நன்றாகப் பிடித்துப்போனது.

எல்லாரும் சினிமா பார்த்துக் கொண்டிருக்கும் பொழுதே "இந்த ஸ்ரீதரன் என்றால் யாருமில்லை. கம்யூனிஸ்ட்டு கட்சிதான்" என்றார்.

"உனக்கு ஏன் அப்படித் தோன்றியது?" என்றார் பெரிய அண்ணன்.

கம்யூனிஸ்ட்டு கட்சி சுயவிமர்சனத்தைப் புறக்கணித்தது. அதற்கு அடூர் கோபாலகிருஷ்ணன் ஸ்ரீதரனின் அதிதூக்கத்தை அதன் வீழ்ச்சிக்கு உருவகமாகச் சொல்லியிருக்கிறார். பார்த்தால் யாருக்காயினும் எளிதாகப் புரிந்துவிடும்" என்றார்.

பெரிய அண்ணன் அமைதியாக இருந்துவிட்டார்.

சினிமா முடிந்ததும் அவர்கள் இருவரிடமும் கடும் வாக்குவாதம் ஏற்பட்டது. அப்பொழுதே உள் அறையிலிருந்து வெளியே வந்த அப்பா "எதுக்கு இந்தச் சண்டை எப்பப் பார்த்தாலும் ஓங்க ரெண்டு பேருக்கும்?" என்று இருவரையும் ஒருசேரத் திட்டினார்.

அவர் மறுபக்கம் சென்றதும் "நீ ஒழுக்கங்கெட்ட மனுசன். எல்லாம் உனக்கு அப்படித்தான் தெரியும்" என்றார் பெரிய அண்ணன்.

சின்ன அண்ணன் பாய்ந்து முன்னோக்கிச் சென்றான். அப்பொழுதுதான் உள்ளே சென்ற அப்பா மறுபடியும் ஏதோ வேலை நிமித்தமாக முன்னறைக்கு வந்து "என்னடா ஓங்க சண்டை?" என்றார் கோபத்துடன். அவர்களைப் பார்க்காமல் விட்டிருந்தால் அன்றைக்குப் பெரிய சண்டையாகியிருக்கும்.

சின்ன அண்ணன் கோபத்தை அடக்கிக் கொண்டு வெளியே போனார்.

இராத்திரி பத்து மணிக்குக் குண்டூரு செல்ல வேண்டிய பெரிய அண்ணன் பையை எடுத்துக்கொண்டு நாலு மணிக்கே பேருந்துநிலையத்திற்குக் கிளம்பினார்.

அன்றைக்கு மத்தியானம் நாங்கள் வானொலி நாடகம் கேட்கவில்லை.

அதன் பிறகு அவர்கள் இருவரும் பேசிக்கொண்டதை நான் எப்பொழுதும் பார்க்கவில்லை.

விமானப்படையில் வேலை கிடைத்தப்பிறகு கிருஷ்ணய்யா படம் வரைவதை விட்டுவிட்டார். அவர் எழுதிய "காட்டில் ஒரு சிறுவன்' நாவல் எங்கேயோ போய்விட்டது. வீட்டில் எவ்வளவு தேடினாலும் எனக்குத் தென்படவில்லை.

***

வீட்டில் ஒருவர் பின் ஒருவராக காலேஜ் படிப்புக்கு நுழைந்த காரணத்தால் எங்கள் அப்பா 'எம்ப்ளாயின்மெண்ட் நியூஸ்' வரவைத்தார். அந்த நாட்களில் தில்லி ஜவஹர்லால் நேரு பல்கலைக்கழகத்தில் (JNU) வெளிநாட்டு மொழிகளில் ஐந்து ஆண்டுகள் எம்.ஏ. கோர்ஸ் இருந்தது. எம்ப்ளாயின்மெண்ட் நியூஸில் அந்தக் கோர்ஸ்கள் பற்றிய நோட்டிபிகேசன் வந்தது. அதன் படி, பல்கலைக்கழகத்தில் பிரஞ்சு, ஜெர்மன், ரஷ்யன், ஜப்பானிஷ் மொழிகளைப் படிப்பதற்கு அந்தக் கோர்ஸ்களில் சேரமுடியும்.

சும்மா முயற்சித்துப் பார்க்கலாம் என்று பெரிய அண்ணன் விண்ணப்பத்தைக் கொண்டுவந்து ஹரியின் கைகளில் கொடுத்தார். நுழைவுத்தேர்வு எழுதிய சில நாட்களில் ஹரி தேர்வு அடைந்தான் என்று பல்கலைக்கழகத்திலிருந்து கடிதம் வந்தது. பெரிய அண்ணன் ரஷ்யன் மொழியைக் கற்க வற்புறுத்தினார். அவருக்குக் கம்யூனிஸ்ட், சோவியத் ரஷ்யா என்றால் விருப்பம்.

அண்ணன் சொன்னதுபோலவே ஹரி எம்.ஏ.வில் ரஷ்யன் மொழி, இலக்கியங்களை எடுத்துக்கொண்ட பிறகு விரைவில் சேர்க்கைக் கடிதம் எடுத்துக்கொண்டு தில்லிக்குப் போனான்.

இன்டர்மீடியட் வரை அப்படியே இருந்த அவனின் கல்வி, தில்லியில் பல்கலைக்கழகத்தில் சேர்ந்ததும் நிறையவே மாறிப்போனது. வகுப்பில் அவனே மெரிட் ஸ்டுடண்ட். அவனுக்கு ரஷ்ய மொழி சொல்லிக் கொடுக்கும் பேராசிரியர் நன்றாக நெருக்கமானார்.

பல்கலைக்கழகத்தில் முதல் ஆண்டு முடிந்ததும் தில்லியில் சோவியத் ரஷ்ய எம்பஸிகாரர்கள் ரஷ்யன் கற்கிற சில மாணவர்களைத் தேர்வு செய்து அழைத்துச் செல்வதற்குப் பல்கலைக்கழகத்தில் பேச்சுவார்த்தை நடத்துகிறது என்றும் அந்தப் பட்டியலில் ஹரி பேர் கூட இருக்கிறது என்று தெரிந்தது. இந்த விசயம் தெரிந்ததும் வீட்டில் சந்தோசப்பட்டனர்.

'தம்பி கம்யூனிஸ்ட் ரஷ்யாவிற்குப் போகப்போகிறான் என்று' பெரிய அண்ணன் கொண்டாடினார்.

அவன் மாஸ்கோ சென்ற ஒரு வாரத்தில் அவனிடமிருந்து இன்னொரு கடிதம் வந்தது. அவர்கள் அனைவரும் மாஸ்கோ சென்றதும் அங்கிருந்து சில மாணவர்களை மறுபடியும் தேர்வு செய்து சோவியத் ரிப்பப்ளிக்கில் இருந்து பலதரப்பட்ட பல்கலைக்கழகத்திற்கு அனுப்பி வைத்தனர். அதன் ஒருபகுதியாக அவனை உக்ரைன் பப்ளிக் தலைநகரான கீவ் பல்கலைக்கழகத்திற்கு அனுப்பி வைத்தனர். அவன் கீவ்விலிருந்தே கடிதம் எழுதினான்.

சிலகாலங்கள் கழித்துத் தபாலில் எங்களுக்கு கீவ் பல்கலைக்கழகப் போட்டோக்கள் வந்தன. எங்கள் அப்பா அந்தப் போட்டோக்கள் ஒவ்வொன்றையும் எடுத்துக் காட்டிக் கொண்டிருந்தபொழுது நாங்கள் ஆவலுடன் பார்த்தோம். நான் இதுவரை பார்த்திராத தொலைதூர நகரத்தில் எடுக்கப்பட்ட அந்தப் புகைப்படங்களைப் பார்ப்பதே ஒரு விந்தை. போட்டோவில் அவன் ஒரு பஜாரில் மக்கள் கூட்டத்துக்கு நடுவில் நின்றிருந்தான். மேலே ஆகாயம் மேகமூட்டத்துடன் இருப்பது போல் தெரிந்தது. அதில் காணப்பட்ட மனிதர்கள் எல்லாரும் குளிர் அங்கி அணிந்துகொண்டு தலையில் தடித்த தொப்பியும் அணிந்து கொண்டிருந்தனர். தடித்த அந்தக் காகிதப் புகைப்படங்களைப் பிடித்துக்கொண்டு பார்ப்பதே நம்பமுடியாததாக இருந்தது. அப்பொழுதிலிருந்து எனக்குத் தபாலில் சோவியத் ஸ்டாம்புகள், போஸ்ட்டு கார்டு சைஸில் இருக்கிற புஷ்கினின் ஓவியங்களுடன் வாழ்த்து அட்டைகள்

வந்தன. அவைகளை நான் என் நண்பர்களிடம் காட்டிப் பெருமைப்பட்டுக் கொள்வேன்.

என் நண்பர்கள் “உன் ரஷ்ய அண்ணன் என்ன செய்கிறார்” என்று கேட்பார்கள். அது என்னமோ நானே ரஷ்யா போனது போல பார்ப்பார்கள். அமெரிக்கா சென்றவர்களைக் கண்ணுக்குத் தெரிந்த அளவுக்கு மற்ற நாடுகளுக்குச் சென்றவர்கள் குறித்துத் தெரியாது. என் நண்பர்களுக்கு என்ன சொல்லவேண்டுமோ எனக்குத் தெரியவில்லை. அந்த நாட்களிலே சிறுபிராயத்தில் பார்த்த கார்க்கியின் ‘தாய்’ நாவலைப் படித்து முடித்தேன். கார்க்கி நாவலை விட அவர் எழுதிய சுயசரிதை, கதைகள் எனக்கு அதிகம் பிடித்திருந்தது.

அந்த இடைப்பட்ட காலங்களில் அத்தங்கிக்கும் குண்டூருக்கும் இரண்டு மூன்றுமுறை போய்வர வேண்டியிருந்தது. அப்படி ஒருமுறை குண்டூரில் பெரிய அக்காவின் வீட்டுக்குப் போனால் பெரிய அண்ணன் அங்கே இருந்தார். அவரோடு கூட இன்னொருவர் இருந்தார்.

நான் சென்றதும் அண்ணன் உள்ளே அழைத்துச் “சின்னவனே... இதுதாண்டா உன் மதினி” என்றார்.

நான் அவளைப் பார்த்துச் “சரி... ஆமாவா” என்றேன். அதற்குமேல் அதிகமாக அவளிடம் பேசவில்லை. நான் எப்பொழுதும் அவளை மதினி என்று கூட அழைத்தது இல்லை. அதில் எந்த அவமரியாதையும் எதுவும் இல்லை. கொஞ்சபேரு அப்படித்தான். அதில் நானும்.

அவர்களது காதல் திருமணம் இல்லை. சாதிகளுக்கிடையிலான திருமணம். அவனுக்கும் அவளுக்கும் யார் மூலமாகவோ அறிமுகம். அவளுக்கு மத்திய அரசு பணியில் உத்தியோகம். திருமணம் ஆனதும் ஹைதராபாத் போனார்கள்.

நான் இன்டர் முடித்ததும் படிப்பு சீராக அமையவில்லை. நான் சீராலா காலேஜில் பி.எஸ்ஸி., படிக்கிறேன் என்று சண்டையிட்டேன். குறைந்தபட்சம் ஓங்கோலிலாவது படிக்கிறேன் என்று வலியுறுத்தினேன். என் வீட்டில் உள்ளவர்கள் அத்தங்கி அருகில் உள்ள சிங்கரகொண்டா டிகிரிகாலேஜில் பி.ஏ., படி இல்லையென்றால் நிப்பாட்டிக்கோ என்றனர். நான் முகத்தை தூக்கி வைத்துக் கொண்டு எங்கும் சேராமல் நாகார்ஜுனா

பல்கலைக்கழகத்தில் தொலைதூரப்படிப்பில் பி.ஏ., தத்துவம் ஓர் ஆண்டு மட்டுமே படித்தேன். இதற்கிடையில் டைப்பு லோயர் முடித்து ஷார்ட் ஹேண்டில் சேர்ந்தேன்.

ஏறக்குறைய தொண்ணூறுகளில் என் வாழ்க்கை முழுக்க அலைச்சலில் தட்டுத் தடுமாறியது. எங்கள் அப்பாவிற்கு அத்தங்கியிலிருந்து கிருஷ்ணா ஜில்லா குட்லவல்லேருக்கு மாற்றல் ஆன காரணத்தால் விருப்பம் இல்லாவிட்டாலும் அத்தங்கியைவிட்டுச் செல்லவேண்டிய கட்டாயம் ஏற்பட்டது. முதலில் இருந்து விசாலமான அரசு குவாட்ரசில் வளர்ந்த நாங்கள் குட்லவல்லேரில் பஜாரில் இறுக்கிப்பிடித்த வீடுகள் மத்தியில் வசிக்கவேண்டியிருந்தது. அங்கிருந்துகொண்டே ஷார்ட் ஹேண்டு லோயர் தேர்ச்சிபெற்றேன்.

இதற்கிடையில் சோவியத் ரஷ்யா கோர்பசேவ் அதிகாரத்தில் பெரெஸ்ட்ரோயிகா மற்றும் கிளாஸ்டோஸ்ட் சீர்திருத்தங்களின் விளைவாகப் பல மாற்றங்களைக் காணத் தொடங்கியது. கிழக்கு ஐரோப்பாவில் சோவியத் யூனியனில் நடக்கிற விளைவுகளைப் பார்த்து உலகம் முழுவதும் உள்ள கம்யூனிஸ்ட்டுகள் பீதியடைந்த காலமது.

1990 ஆகஸ்டில் உக்ரைனில் லெனின் சிலையைக் கிரேனால் இடித்தார்கள் என்று டீவியில் நாங்கள் எல்லாரும் பார்த்துக் கொண்டிருந்தோம்.

வரலாற்றின் போக்கு யார் கைகளிலும் இல்லை என்றார் டால்ஸ்டாய் போரும் அமைதியும் நாவலில். ‘சரித்திரம் தன் வழியில் தான் செல்கிறது. மனித இயல்புடன் அதற்கு வேலை இல்லை. பொருளாதார, அரசியல் நிலவியல் சாஸ்திர தர்மத்தோடு விண்ணப்பிப்பது வரலாற்றுத் தர்மத்துக்கு முரண்பாடானது’ என்கிறார் அவர்.

1991 கிறிஸ்துமஸ்க்குப் பிறகு ரிப்பப்ளிக்குகள் சுதந்திரப் பிரகடனம் அறிவித்தபடியால் சோவியத் யூனியன் உடைந்து விட்டது. சோவியத் ரிப்பப்ளிக்குகள் வரிசையாகச் சுதந்திரத்தைப் பிரகடனப்படுத்தின. கீவ்வைத் தலைநகராகக் கொண்டு உக்ரைன் சுதந்திர தேசமானது.

சோவியத் யூனியன் வீழ்ச்சிக்குப்பிறகு பெரிய அண்ணனிடம் நிறைய மாற்றங்கள் ஏற்பட்டன. வயதில் இருக்கின்ற குறைந்தபட்சம்

எழுகிற ஆசைகள் கொஞ்சம் வயதானதும் மறைந்துவிடும். அவர் படித்த புத்தகங்கள், இலக்கியங்களை விடச் சிறுவயதில் இருந்து அவர் பார்த்த வறுமை, அவரை நன்றாகப் பாதித்திருக்க வேண்டும். அந்த வறுமையின் மேல் அவர் பகையைத் தீர்த்துக்கொள்ளத் தொடங்கினார். பெரிய அண்ணனின் கல்லூரி நண்பர் சுந்தரராவு தற்கொலை செய்துகொண்டார் என்று தெரிந்தது.

அந்தநாளிலே என் கைகளுக்கு டால்ஸ்டாய் புத்தகங்கள் வந்தன. முதலில் கதைகள் அல்லாமல் அவர் எழுதிய 'அன்னா கரீனினா' தொடங்கினேன். டால்ஸ்டாய் அர்த்தம் செய்து கொண்ட வாழ்க்கை விரிவானது, முழுமையானது என்று உணர்ந்து கொண்டேன். அந்த நாவலில் லெவின் என்ற பாத்திரத்தின் வழியாக வாழ்க்கையின் சாராம்சத்தைக் காட்டுவதற்கு முயற்சித்தார் என்று தெரிந்தது. அவரின் எழுத்தில் வடிவ அடிப்படையில் கலைரீதியாக, சாராம்சத்தில் ஆன்மீகம் தெரிந்தது.

படிப்படியாகக் கார்க்கி மறைந்து டால்ஸ்டாய் முன்னுக்கு வந்தார். மரக்கிளைகள் வளர்ந்து விசாலமான ஆகாசத்தை நோக்கி ஊடுருவியதுபோல் வாழ்க்கை விதவிதமான பரிமாணங்களில் விரிவடைகிறது. விசாலமாகிக் கொண்டிருந்தது. அதன் பிறகு 'இவான் இலிச் மரணம்', 'இரவு உணவுக்குப் பிறகு நடனம்' கதைகள் படித்தபிறகு மரணத்திலிருந்து பார்த்தால் மனித வாழ்க்கையில் இருக்கிற வரம்புகள், இருப்பில் இருந்து பார்த்தால் இயற்கையில் காணப்படும் முடிவிலி தன்மைகள் இன்னும் அதிகம் புரிந்தது.

ஹரி கீவ் சென்ற நான்கு ஆண்டுகளுக்குப் பிறகு எங்கள் இரண்டாவது அண்ணனின் திருமணம் ஏற்பாடானது. திருமண வேலைகளுக்கு எல்லாம் நானே திரியும் படியாக வந்தது. இதற்கிடையில் மற்றொரு நல்ல செய்தி கிடைத்தது. கீவிலிருந்து எங்கள் ஹரி திருமணத்திற்கு இந்தியாவிற்கு வருவதாகப் பேச்சு வந்தது. வீட்டில் சின்ன அண்ணனிற்குத் திருமணம், முன்னால் இருந்ததுபோல எல்லாரும் மறுபடியும் ஓரிடத்தில் சந்திப்பது, வாழ்க்கை அழகாக, முழுமையாகத் தோன்றியது. முழுமையையும் உணர்த்தும் ஒன்று, இன்னும் கொஞ்சம் அதிகமாகத் தெளிவாகத் தெரிந்தது. இதையெல்லாம் பார்க்கும்பொழுது டால்ஸ்டாய் இன்னும் அதிகமாக நெருங்கினார் போல் தோன்றியது.

ஒரு பக்கம் வீட்டில் திருமணத்திற்கான பரபரப்பு. இன்னொருபக்கம் மாஸ்கோவிலிருந்து தில்லி வரை ஹரியின் பயணம். அவன் தில்லியை அடைந்த பிறகு நாடு முழுவதும் பாரத் பந்த் தொடங்கியது. அவன் ஏதோ ஒருவகையில் தில்லியிலேயே ப்ளைட் பிடித்து ஹைதராபாத் வந்தான். ஹைதராபாத்திலிருந்து காரில் குட்லவல்லேருக்குப் பயணம். பெரிய அண்ணன் விஜயவாடா வரை ஏதோ ஒரு வகையில் சென்று அவனோடு காரில் வந்தான்.

ஏறக்குறைய ஏழெட்டு வருடத்திற்குப் பிறகு அவனைப் பார்த்தேன். முழுதாக ஒல்லி ஆகிவிட்டான். புதிதாக மீசை எடுக்கிற பழக்கம் வந்தது.

பெரிய அண்ணன் அவன் வந்த நாளில் ராத்திரி முன்னறையில் பாய் மீது படுத்துக்கொண்டு தேம்பி தேம்பி அழுவதைப் பார்த்தேன். தெரிந்தது என்னவென்றால் ஹரி கீவ் பல்கலைக்கழகத்தில் அவனின் ஜூனியர் பெண் யாரையோ விரும்பினான். இங்கே திருமணம் ஆகிப்போனதும் அவன் உக்ரைனுக்குத் திரும்பப் போகவேண்டும். போன பிறகு இனி இந்தியா வரமாட்டான். அதற்காகவே பெரிய அண்ணன் கவலைப்பட்டார்.

அவன் மறுபடியும் வந்து பின் செல்லப்போகிறான் என்பதைத் தெரிந்த எங்கள் அப்பா, ‘படிக்கணும்னு போனவன், சொன்னது என்ன? செய்யுறது என்ன? என்னடா இதெல்லாம்? என்று கோபப்பட்டார். அதுவரைக்கும் அவருக்கு அவனின் காதல் விவகாரம் தெரியாது.

அவன் அவரின் பேச்சைக் கேட்காதது போல பதில் சொல்லவில்லை.

“அப்புறம் அங்கேயே இருந்துடபோறயா? இங்க வரமாட்டாயா?”

“.... ....”

“அங்கயே இருக்கணும்னு நினைக்கிறவன் எதுக்கு இங்க வந்த? வராம அங்கயே இருந்திருக்க வேண்டியதுதானே. இனி எங்கக்கிட்ட என்ன வேலையிருக்கு உனக்கு? என்று எங்கள் அப்பா கோபத்தோடு வெளியே போய்விட்டார். எங்கள் அம்மாவின் கண்களில் கண்ணீர் வடிந்தது.

அந்த வேளையில் எங்கள் அனைவரையும் அமரவைத்து அவன் சொன்ன விசயம் என்னவென்றால் அவன் திருமணம் செய்ய

இருக்கக் கூடிய பெண்ணின் பெயர் விக்டோரியா பாபநோவா. பல்கலைக்கழகத்தில் அவனுக்கு ஜூனியர். அவளைப் பற்றி வீட்டில் உள்ளவர்களுக்குச் சொன்னபொழுது 'விகா' என்று சொன்னான். அவர்கள் இருப்பது கீவுக்குத் தூரத்தில் இருக்கிற க்ரமென்ஸ்க்கீ (*Khemelnitsky*) என்ற ஒரு நகரம். அவளுக்குத் தந்தையில்லை. தாய் இருந்தாள். அந்த வயதான அம்மாவிற்குக் கொஞ்சம் அரசாங்க பென்சன் வந்துகொண்டிருக்கிறது என்றும். அதனை ஆதாரமாகக் கொண்டு அவர்களின் குடும்பம் நடக்கிறது என்றும் சொன்னான்.

சிறிய அண்ணன் திருமணத்திற்குப் பிறகு உறவினர்களோடும் நண்பர்களோடும் சுற்றுவதற்கே நேரம் சரியாகிப்போனது. எனக்கோ அவனோடு அமர்ந்து எத்தனையோ விசயங்களைப் பேசவேண்டும் போலிருந்தது.

எனக்குத் தெரிந்த கார்க்கி, டால்ஸ்டாய் படைப்புகளை அவன் வாங்கிவரவில்லை. ஒருமுறை நான் 'டால்ஸ்டாய்' என்றபொழுது வாய்மீது விரலை வைத்துக்கொண்டு தப்பு என்றவாறு 'தோலுஸ்தாய்' என்று சரிசெய்தான். இன்னொருமுறை செகோவ் குறித்துப் பேச்சை எடுத்ததும் 'செகோவ் இல்லை... சேகோவ்' என்று சொல்லவேண்டும் என்று சொன்னான். என்னைச் சிரித்த முகத்துடன் ஆச்சர்யமாகப் பார்த்து அலெக்சாண்டர் புஷ்கின் கவித்துவத்தைப் படிப்பது இன்னும் பெரிய அனுபவம் என்று, அவைகளை ரஷ்யனிலிருந்து ஆங்கிலத்தில் மொழிபெயர்ப்பு செய்வது கஷ்டம் என்று, இனி எந்த ரஷ்ய நாவலாகயிருந்தாலும் தெலுங்கைவிட ஆங்கிலத்தில் படிப்பது நல்லதென்று சொன்னான்.

நான் புஷ்கின் பேரைக் கேள்விப்பட்டிருக்கிறேனே தவிரப் படித்தது இல்லை.

சோவியத் யூனியன் வீழ்ச்சியடைந்தது பற்றி அவன் ஏதாவது சொல்வானோவென்று பலமுறை கேட்பதற்கு முயற்சித்தேன். அவன் இருக்கிற நாடு எப்படி இருக்கிறதோ, அங்கே மக்கள் எப்படி இருக்கிறார்களோ ... இப்படி எத்தனையோ விசயங்களைக் கேட்டுத் தெரிந்துகொள்ளவேண்டும் என்பது என் விருப்பம். ஹரி சீக்கிரமே உக்ரைன் சென்றுவிட்டான். அதன் பிறகு அவன் எப்பொழுது பல்கலைக்கழகத்தில் படிப்பை முடித்து விக்டோரியாவைத் திருமணம் செய்துகொண்டானோ தெரியாது. சில காலங்களுக்குப் பிறகு அவனுக்கு மகன் பிறந்தான் என்றும்,

மகனுக்கு 'விஜய்' என்று பேர் வைத்தான் என்றும் கடிதம் எழுதினான். அதன் பிறகு எப்பொழுதாவது தடிமனான கடிதங்களோடு குழந்தையின் புகைப்படங்களும் சேர்ந்து வரும்.

அவன் இந்தியாவிலிருந்து திரும்பி உக்ரைனுக்குக் கிளம்பிப்போன இரண்டு ஆண்டுகளுக்குப் பிறகு எங்கள் அப்பா குட்லவலேரிலேயே ஓய்வு பெற்றார். அங்கிருந்து அவரின் ஓய்வு வாழ்க்கைத் தொடங்கியது. அவர் ஓய்வு பெறுவதற்கு முன்பே ஹைதராபாத் வந்தேன். அங்கிருந்து என் வாழ்க்கை கடினமாகத் தொடங்கிவிட்டது. எங்கள் அம்மாவும் அப்பாவும் ஹைதராபாத் வந்து என் பெரிய அண்ணனுடன் தங்கியிருப்பது எனக்குப் பிடிக்கவில்லை.

நான் ஹைதராபாத் வந்த தொடக்கத்தில் மத்தியப் பல்கலைக்கழக விடுதியில் என் நண்பன் காக்குமாணி ஸ்ரீனிவாசராவுடன் இருந்து அங்கிருந்து தட்டச்சுப் பயிலகத்தில் ஜாப் வொர்க் செய்வதற்காகத் தினந்தோறும் அபிட்ஸ் வருவேன். அதன்பிறகு கொஞ்ச நாட்களுக்குப் பிறகு வித்யாநகரில் ஒரு வழக்கறிஞரிடம் ஸ்டெனோவாகப் பணிசெய்து உஸ்மானியா பல்கலைக்கழகத்துக்கு அருகில் உள்ள சேரியில் வீடு வாடகைக்கு எடுத்துக்கொண்டு இருந்தேன். அந்தப் பகுதிநேர உத்தியோகத்தில்கூட முடியாமல் ராமோஜி பிலிம் ஸ்டுடியோவில் இரண்டு மூன்று மாதங்கள் பணி செய்து அங்கே இருக்க முடியாமல் இரண்டு மூன்று உத்தியோகங்களுக்குப் பிறகு உப்பல்லாவில் கங்கப்பா இன்டஸ்ட்ரியலில் சேரும் வரை எல்லாம் மேடு பள்ளம்தான். என் வாழ்க்கையில் என்றைக்கும் பார்க்காத பசி, தரித்திரத்தை அந்த நாட்களில் அனுபவித்தேன்.

அதற்குள் ஹரியைப் பார்த்து இரண்டு மூன்று வருடங்கள் கடந்துபோனது. விஜய் பிறந்த நான்கைந்து வருடங்களுக்குப் பிறகு இன்னொரு மகன் கூடப் பிறந்தான் என்று தெரிந்தது. அந்த இரண்டாமவனின் பெயர் 'தியோடர்' என்று வைத்தது தெரிந்தது.

அதற்குள் அவன் இந்தியாவிலிருந்து போய் ஐந்து ஆண்டுகள் ஆகிவிட்டன.

அந்த நாட்களில் இந்தியாவிலிருந்து ரஷ்யாவிற்குச் சென்றவர்களின் சங்கதி எதாவது இருந்தாலும் தெரிந்ததே தவிர, உக்ரைனில் இருக்கிற இந்தியன் பற்றிச் சரியாகத் தெரிவதில்லை.

'திருமணமாகிவிட்டது அல்லவா. சம்சாரத்தில் விழுந்து வீட்டுக்குக் கடிதம் எழுதுவதைக் கூட மறந்துவிட்டான்' என்று நினைத்துக் கொண்டோம். குறைந்தபட்சம் ஃபோன் செய்து பேசலாம் என்றால் அந்த நாட்களில் மொபைல் ஃபோன் கிடையாது. எங்களிடம் லேண்ட்லைன் கிடையாது. நாங்கள் செய்யலாம் என்று நினைத்தால் அவன் இருக்கிற வீட்டில் ஃபோன் இருக்கிறதோ இல்லையோ தெரியாது. இருந்திருந்தால் ஏதோ ஒரு வகையில் பேசாமல் எப்படியிருப்பான்?

எங்கிருந்தாலும் நலமாக இருந்தால் போதும் என்று இருந்துவிட்டோம்.

ஏறக்குறைய ஆறேழு வருடங்களாக அவனைப் பற்றி எதுவும் தெரியாமல் கழிந்துவிட்டது.

2006 ஆகஸ்டில் எங்கள் அம்மா காலமாகிவிட்டார். ஓர் இருள்சூழ்ந்த மாலையில் அமர்ந்திருந்தவர் அமர்ந்திருந்தபடியே கண் மூடிவிட்டார்.

அவனுக்குத் தகவல் கிடைக்கவில்லை.

அந்த விசயத்தைச் சொல்வதற்கு எங்களிடம் அவனின் முகவரி இல்லை. தகவலைச் சொல்வதற்கு ஃபோன் இல்லை.

அவன் இல்லாமலே எங்கள் அம்மாவின் ஈமக்கிரியைகள் நடந்தேறின.

***

அதற்குள் அவனைப் பார்த்துப் பத்துவருடங்கள் ஆகிவிட்டன. கடைசியாகப் பார்த்தது 1993இல்.

என்ன ஆச்சு அவனுக்கு? அவன் எங்கே இருக்கிறான்? அவன் பிள்ளைகள் எப்படி இருக்கின்றனர்? ஏதாவது உத்தியோகம் செய்துகொண்டிருக்கிறானா? குடும்ப வாழ்க்கையை அவன் எப்படி நடத்துகிறான்?

உண்மையில் உயிரோடு இருக்கிறானா?

எங்களுக்கு எப்படித் தெரியும்?

சில வருடங்களாக எங்கள் அனைவருக்கும் இதே யோசனைகள். வீட்டில் இதே விவாதங்கள்.

அப்பொழுது உலகம் முழுவதும் மின்னஞ்சல் புழக்கத்திற்கு வந்தது. அனைவரும் யாகூ மெயில் பயன்படுத்தினர். 'அவன் குறைந்தபட்சம் மின்னஞ்சலில் எங்களோடு தொடர்பில் இருக்கலாம் அல்லவா' என்று தோன்றியது.

உலகத்தில் உக்ரைன் அப்பொழுது ஓர் அறியப்படாத தேசம். அந்தத் தேசம் குறித்து எங்களுக்குத் தெரிந்தது மிகக் குறைவே. எல்லாருக்கும் தெரிந்த அமெரிக்கா, ரஷ்யா போல் இல்லை. ஐரோப்பாவை ஒட்டியுள்ள வழக்கமான தேசம். அவன் தேசத்தின் தலைநகரான கீவ்வில் இருக்கிறானா? இல்லையென்றால் அவன் மனைவியின் ஊரான கெமன்ஸ் நகரத்தில் இருக்கிறானா?

ஒருமுறை அந்தத் தேசத்தில் செர்னோபில் என்ற பகுதியில் அணு உலை விபத்து ஏற்பட்டது. அந்த விபத்தில் அநேகம்பேர் உயிரிழந்தனர். இப்போதுவரை மக்கள் அதனால் அவதிப்படுகின்றனர். உலகிலேயே மின் அணு உலைகள் அதிகம் உள்ள நாடு அது. சோவியத் ஒன்றியத்தில் இருக்கின்றபொழுது மொத்தத்திற்கும் (USSR) அது ஓர் அணு குண்டு தொழிற்சாலையாக இருந்தது.

நான் வேலை செய்யும் அலுவலகத்தில் எனக்குக் கம்ப்யூட்டரோடு சேர்ந்த இன்டர்நெட் கனெக்சனோடு இருந்ததால் நெட்டில் அவனைப் பற்றித் தேடத் தொடங்கினேன்.

தேடும்போது முதலில் புரிந்த விசயம் என்னவென்றால் அந்தத் தேசத்தில் உருளைக்கிழங்கு அதிக அளவில் விளைவிக்கிறார்கள். காலையிலிருந்து மாலைவரை வயலில் வேலை செய்தால் கூலியாக ஒரு மூட்டை உருளைக் கிழங்கே வழங்கப்படும். அப்பொழுது அதுதான் அந்தத் தேசத்தின் நிலை.

நெட்டில் தேடிப் பார்த்துத் தெரிந்த ஒவ்வொரு உக்ரைன், ரஷ்யன், அரசாங்க வெப்சைட்டிலிருந்து தொடர்பு விவரங்களைப் பெற்றுக்கொண்டு அவர்கள் அனைவருக்கும் இங்கிலிஷில் இமெயில் அனுப்பினேன். எங்கள் அண்ணன் படிப்பதற்காக வந்தான் என்றும் அங்கேயே உக்ரைன் பெண்ணைத் திருமணம் செய்து கொண்டான் என்றும், கடந்த பத்தாண்டுகளாக அவனுக்காக இங்கே வயதான தாய், தந்தையர் எதிர்பார்த்து

க்கொண்டிருக்கிறார்கள் என்றும் அவனைப் பற்றிய விவரங்கள் அனைத்தையும் அனுப்பினேன். உக்ரைனில் இருக்கிற இந்தியன் எம்பஸிக்கு, வெளிவிவகாரத்துறைக்கு, கடைசியாக உக்ரைன் வானொலியில் அவனைப் பற்றிப் பிரகடனப்படுத்துங்கள் என்று கூட அவர்களிடம் கோரிக்கை வைத்து மின்னஞ்சல் அனுப்பினேன்.

ஆறு மாதங்கள் அப்படி முயற்சித்தபொழுது கீவில் இருக்கிற இந்தியன் எம்பஸியிலிருந்து மின்னஞ்சல் வந்தது. அவன் நலமாகவே இருக்கிறான் என்று.

'அப்பாடா' என்று நினைத்துக் கொண்டேன்.

இமெயிலில் அவனுடன் பேசுவதற்கு ஒரு ஃபோன் நம்பரும் கொடுத்தனர்.

அவர்கள் கொடுத்த ஃபோன் நம்பருக்கு என் அலுவலகத்திலிருந்து ஐ.எஸ்.டி. கால் செய்தால் யாரோ ஒரு பெண் ஒருத்தி போனை எடுத்தாள். பேரு சொன்ன கொஞ்சநேரத்தில் அவளுக்கு நினைவுக்கு வந்தது. அது அவளின் பக்கத்துவீட்டினர் நம்பர் என்று புரிந்தது. அப்பொழுது அந்தக் குளிர் தேசத்தில் நேரம் என்ன ஆகிறதோ தெரியாது. ஃபோனைப் பக்கத்தில் வைத்த சத்தம் கேட்டது. தூரத்திலிருந்து வீதியிலே யாரோ ஒரு பெண்ணின் குரல் கேட்டது. அதன் பிறகு அதே மனுஷி மறுபடியும் வந்து ஏதோ சொன்னாள். அவளின் பேச்சு எனக்குப் புரியவில்லை. அவளுக்கு இங்கிலிஷ் வரவில்லை. அவள் பேசியது ரஷ்யனோ, உக்ரைன் மொழியோ தெரியாது. எனக்கு அவள் பேசுவது புரியாமல் போனதால் கடைசியில் ஃபோனை வைத்துவிட்டேன்.

அதன்பிறகு பலமுறை அதே நம்பருக்கு முயற்சி செய்தபின் மாக்சிம் சோபோலேவ் என்ற ரஷ்யன் லையனில் வந்தான். அவன் ஹரிக்கு நண்பன். அவன் சொன்னதை வைத்துப் பார்த்தால் அவன் கீவில் இல்லை. உக்ரைனின் துறைமுகம் ஒடேசாவில் இருக்கிறானாம்.

மாக்சிம் வேறொரு நம்பரைக் கொடுத்தார்.

அந்த நம்பருக்கு டயல் செய்ததும் கிடைத்தான். சில ஆண்டுகளுக்குப் பிறகு.

நான் கேட்ட எதற்கும் பதில் சொல்லவில்லை. எல்லாவற்றுக்கும் 'எல்லாம் நன்றாகவே இருக்கிறது' என்றான்.

இத்தனை ஆண்டுகளுக்குப் பிறகு பேசினாலும் அவனிடம் எந்த உணர்ச்சியும் இல்லை.

ஒவ்வொருமுறையும் போனில் பேசுவது கஷ்டமாகத் தோன்றி கடைசியில் அவனுக்காக நானே ஒரு இமெயில் ஐடி க்ரியேட் செய்து அதன் பாஸ்வேர்டை அவனுக்குச் சொல்லி இமெயில் அனுப்பென்று சொன்னேன்.

அப்படிச் செய்த இரண்டாவது நாளிலேயே இமெயில் செய்தான். அப்பொழுதிலிருந்து அவனோடு தொடர்பு தொடங்கியது.

அவன் சொன்னதை வைத்துப் படிப்புப் பத்து வருடங்களுக்கு முன்பே முடிந்தது. விகாவிற்காக, குழந்தைகளுக்காக கீவிலேயே இருக்கவேண்டி வந்தது. திருமணம் ஆன சில ஆண்டுகள் வரை குழந்தைகுட்டிகளுடன் நன்றாகவே இருந்தான். பிறகு சரியான உத்யோகம் இல்லாததால் வாழ்க்கையில் கஷ்டங்கள் தொடங்கின.

நீண்டகாலமாக ஓர் உத்யோகம் இல்லை. ஸ்திரத்தன்மை இல்லை.

உத்தியோகத்திற்காகத் தேசத்தை விட்டுவிட்டு அசர்பைஜான் போனான். அங்கே சில ஆண்டுகள் மெடிக்கல் ரெப்பாகப் பணிசெய்தான்.

மனைவி, குழந்தைகளைப் பார்த்து நான்கு ஆண்டுகள் ஆகிவிட்டன. இப்பொழுது அவர்கள் எப்படி இருக்கிறார்களோ அவனுக்குக் கூடத்தெரியாது.

இதனை எப்படிப் புரிந்துகொள்ளவேண்டுமோ தெரியவில்லை எனக்கு. ஒருவேளை அவன் விகாவை விட்டுப் பிரிந்துவிட்டானோ என்னமோ, அந்த விவரங்கள் எதுவும் தெரியவில்லை.

மாக்சிம் வழியாகத் தெரிந்த விசயம் என்னவென்றால் அவன் உக்ரைனில் நீண்ட காலம் கையில் பணம் இல்லாமல் மிகுந்த வறுமையை அனுபவித்தான். குழந்தைகளுக்குப் பால் டப்பா வாங்கிட கைக்கு வந்த எல்லா வேலைகளையும் செய்தான். இங்கிலிஷ் டியூசன் எடுத்தான். செய்வதற்குப் பணி கிடைக்காத நேரத்தில் வீடுகளுக்கு வெள்ளை அடித்தான்.

மெடிக்கல் ரெப்பாகப் பணியாற்றிய பிறகு இரசாயனத் தொழிற்சாலையில் சேர்ந்து படிப்படியாக ஒடேசா துறைமுகத்தின் மையமாகச் செயல்படும் இறக்குமதி, ஏற்றுமதி கம்பனியில் ரஷ்யன்

மொழிபெயர்ப்பாளராகச் சேர்ந்தான். அந்த வரிசையில் அவன் உக்ரைனைத் தாண்டி விதவிதமான வேலைகள் செய்துகொண்டு அசர்பைஜான், துர்க்மெனிஸ்தான், உஸ்பெகிஸ்தான் தேசங்களில் அலைந்து கடைசியில் கஜகஸ்தான் சேர்ந்தான்.

அங்கே இரசாயனம், பவுல்ட்ரி பொருட்களை ஏற்றுமதி செய்யும் ஒரு ரஷ்யன் கம்பனியில் உத்யோகம் கிடைத்தது. அந்தக் கம்பனிக்கு இந்தியாவில் கிளைகள் உள்ளன. அவன் இந்தியன் ஆகையால் சில ஆண்டுகளுக்குப் பிறகு பெங்களூரில் பணி செய்யும் வாய்ப்பு வந்தது.

முதல்முறை என்னிடம் போனில் பேசிய நேரத்தில் கஜகஸ்தானில் இருந்து இந்தியாவிற்கு வருவது என்று உறுதி செய்யப்பட்டது.

***

அவன் கஜகஸ்தானிலிருந்து தில்லி வந்து ஹைதராபாத் வராமல் அங்கிருந்து கிட்டத்தட்ட பெங்களூரு சென்றான். அங்கேயே அவன் வேலைசெய்கிற கம்பனி கார்ப்பரேட் அலுவலகம் இருந்தது. பெங்களூரு ஹோட்டலில் இறங்குகிறேன் என்றும் நேரம் இருந்தால் ஹைதராபாத் வருகிறேன் என்றும் சொன்னான்.

அவன் நேராக பெங்களூருக்கு வருகிறான் என்று தெரிந்து எங்கள் அப்பா அவனைப் பார்ப்பதற்குப் பெங்களூரு கிளம்பினார். அவரோடு கூட சேர்ந்து எங்கள் மூத்த அக்கா பையன் பாலு கூட அவனைப் பார்ப்பதற்குச் சென்றான். பெங்களூருவில் அவன் எங்கேயோ அலுவலகப் பணிநிமித்தம் ஹோட்டலில் தங்கினான்.

இவர்களைப் பார்த்து "நானே வாரக்கடைசியில் ஹைதராபாத் வருவன்ல. எதுக்குக் கஷ்டப்பட்டு இவ்வளவு தூரம் வந்தீங்க" என்றான்.

அப்படியே சொன்னபடியே அவன் வாரக்கடைசிக்குப் பிறகு பெங்களூருவிலிருந்து ஹைதராபாத் வந்தான்.

அத்தனை ஆண்டுகளுக்குப் பிறகு அவனைப் பார்த்ததும் எனக்கு உள்ளே இருந்து துக்கம் பொங்கி வந்தது. அவனைக் கட்டிப்பிடித்து அழவேண்டும் போல் தோன்றியது.

அவனிடம் எத்தனையோ விசயங்களைப் பேசவேண்டும் போல் தோன்றியது. இத்தனை ஆண்டுகளாக நான் அடைந்த துக்கம்...

அனுபவித்த கவலை, அவனைத் தேடுவதற்கு எடுத்துக்கொண்ட முயற்சி... எந்தப் பேச்சும் வராமல் அவன் முன்பு ஊமைபோல் நின்றுவிட்டேன்.

அவனிடம் இருந்து என்னைப் பாதித்த விசயம் என்னவென்றால் அவனுக்குச் சம்பந்தப்பட்ட எந்த விசயத்தையும் என்னோடு பகிரவில்லை. எதையும் சொல்லமாட்டான்.

அவன் எப்பொழுதும் என்னைச் சிறியவன் போலவே, ஒரு தம்பி போலவே பார்த்தான். அதே எங்கள் இருவர் மத்தியிலிருந்த இடைவெளியாகத் தோன்றியது.

சந்தோசம் தந்த விசயம் என்னவென்றால் அவன் இந்தியாவிலேயே இருப்பேன் என்ற நிர்ணயம்தான்.

காக்கிநாடா அருகில் ரிலையன்ஸ் கேஸ் பைப் லைன் நடக்கிறது என்றும் அதில் பணிசெய்கிற ரஷ்ய பொறியாளர்களுக்குத் தெலுங்கு மொழிபெயர்ப்பாளராகச் சேர்ந்திருப்பதாகச் சொன்னான். ரஷ்யன் கற்றுக்கொள்ளவேண்டும் என்று கம்யூனிஸ்ட்டு ரஷ்யா போய் வந்தவன் இந்தியா வந்து இப்படி ரிலையன்ஸ்லே சேருவது ஒரு விந்தை.

காக்கிநாடாவிலிருந்து ஓரிரு முறை ஹைதராபாத் வந்தபொழுது அவனின் குடிப் பழக்கம் வெளியே தெரிந்தது.

நான் எப்பொழுதாவது குடிப்பேன். ஜாலிக்காக, நண்பர்களோடு சேர்ந்திருக்கும் பொழுது ஏதோ ஒரு... சில நாட்கள் இடைவெளி ஏற்பட்டால், அதுவும் ஓரிரு பெக்குகள் மட்டுமே.

அவன் குடிப்பது அப்படி இப்படிக் கிடையாது. அது என்னவோ வழக்கமாகக் குடிப்பது இல்லை. மனுசன் கீழவிழுற வரை குடிப்பது. எவ்வளவு குடித்தாலும் தின்பது இல்லை. சும்மாவே குடிப்பது, குடிக்கும்பொழுது ஒன்றிரண்டு சிகரெட்டுகள் இழுப்பது. பாக்கெட்டில் பணம் காலியாகும் வரை குடிப்பது. இவ்வளவு போதை இவனுக்கு எப்படி வந்ததோ தெரியாது.

காக்கிநாடாவில் எங்கே இருக்கிறானோ தெரியாது. எப்பொழுது ஃபோன் செய்தாலும் வேலையாக இருக்கிறேன்டா என்பான். சேற்றில் ஆழமாக முழங்காலில் இறங்கி ரஷ்ய பொறியாளர்களோடு நடப்பது, அவர்கள் சொல்வதைத் தெலுங்கிலே மொழிபெயர்த்துத்

தொழிலாளிகளுக்கு, இதர தெலுங்கு பொறியாளர்களுக்குச் சொல்வது இவனின் பணி.

இது இப்படியிருக்க இதற்கிடையில் அவன் திருமணம் செய்து கொள்ளும் முயற்சியில் ஈடுபட்டதாகத் தெரிந்தது. அவனுக்கு அந்தச் சம்பந்தம் யார் ஏற்படுத்திக் கொடுத்தார்களோ அவர்கள் எப்படி அறிமுகமானார்களோ எங்கள் யாருக்கும் தெரியாது. உக்ரைனில் அவனுக்குக் குழந்தைகுட்டிகள் இருக்கிறார்கள் என்ற சங்கதியை அவர்களிடம் சொன்னானோ இல்லையோ என்று சங்கடப்பட்டோம். விகாவுடன் விவாகரத்து ஆகிவிட்டதா இல்லையா என்றும் எங்களிடம் சொல்லவில்லை.

அவள் பெயர் 'சாரா'. அவர்களது ராஜமன்றி (ஊர்ப் பெயர்) அருகில் ஏதோ ஒரு கிராமம். அவள் கிறிஸ்டியன்.

காக்கிநாடாவில் சேர்ந்து பணி செய்கிற கொலிக்ஸ் எவரோ அந்தச் சம்பந்தத்தைக் கொண்டு வந்தார்.

திருமணத்திற்கு ஹைதராபாத்திலிருந்து யாரும் செல்லவில்லை. விஜயவாடாவில் இருக்கிற கடைசி அக்கா தவிர.

அதன் பிறகு வெளிநாட்டு மொழிபெயர்ப்பு நிறுவனத்தில் யாரோ ஒரு நபர் அறிமுகமானார். காக்கிநாடாவில் இருந்தபோது அவரின் வழியாக ரஷ்யனிலிருந்து ஆங்கிலத்திற்கு மொழிபெயர்க்கும் திட்டங்கள் கொஞ்சம் கிடைத்தன. அதன் பிறகு அவனுக்கு EFLU (English and Foreign Languages University) பல்கலைக்கழகத்தில் ரஷ்ய மொழி சொல்லிக்கொடுக்கும் பஞ்சாபி பேராசிரியர் எவரோ அறிமுகம் ஆனார்.

அவரின் மூலமாக EFLUவில் பேராசிரியர் பணிக்கு விண்ணப்பம் செய்தான்.

பரீட்சைகள், நேர்முகத்தேர்வுகள் முடிந்தன. அதற்கு அவனுடைய பதினைந்து வருட வெளிநாட்டு வாசம் நன்றாக வேலை செய்தது. ரஷ்யன் கூட தெலுங்குபோல அவனுக்குத் தாய்மொழி ஆனது. கடைசியில் அவனுக்கு வேண்டிய உத்தியோகம் கிடைத்தது. உக்ரைனில் இத்தனை ஆண்டுகளாகக் கிடைக்காத உத்தியோக வாய்ப்பு இப்பொழுது இந்தியாவில் கிடைத்தது. அதுவும் தனக்கு விருப்பமான பேராசிரியர் உத்தியோகம்.

திருமணமாகி, உத்தியோகம் வந்து பணப்பிரச்சனைகள் தீர்ந்தாலும், குடிப்பழக்கம் மட்டும் நீங்கவில்லை. பலமுறை மொபைல் போனைத் தொலைத்துவிட்டான். சிலசமயம் ராத்திரிவேளை வீட்டிற்கு வராமல் எங்கெங்கேயோ விழுந்துகிடந்து காலையில் வீட்டுக்கு வருவான்.

இந்தப் போதைக்குக் காரணம், அவன் மனைவி குழந்தைகளை விட்டுப் பிரிந்து இருப்பதே என்று தோன்றியது.

இந்தியா வந்தபின் அவன் ஒருமுறை கூட மனைவியுடனோ, பிள்ளைகளுடனோ ஃபோனில் பேசவில்லை. ஒருமுறை மட்டும் விஜய்க்கு உடம்பு சரியில்லையென்று விகா இமெயில் அனுப்பினாள். பையனுக்கு ஆப்ரேஷன் செய்வதற்குப் பணத்தை அனுப்பி வைத்தான். அதன் பிறகு எப்பொழுதும் அவர்களைப் பற்றி எங்களிடம் பேசியது இல்லை. அழுத்திக் கேட்டால் "அவங்கல்லாம் நல்லா தான் இருக்குறாங்க" என்று சுருக்கமாகப் பதில் சொல்வான்.

உத்தியோகத்தில் சேர்ந்ததும் சில காலத்திற்குப் பின் பல்கலைக்கழகக் குடியிருப்புக்கு மாறினான்.

சாரா எவ்வளவு முயற்சித்தாலும் அவனின் குடிப்பழக்கத்தை மட்டும் நிறுத்தமுடியவில்லை. சில சமயம் ஆட்டோக்காரர்கள் ஆட்டோவில் தூக்கிப்போட்டு வீட்டில் படுக்க வைத்துச் செல்வார்கள். சிலசமயம் ராத்திரி வீட்டுக்கு வருவதும் கிடையாது. பல்கலைக்கழக மாணவர்கள் எங்காவது ஹாஸ்டல் அறையில் படுக்க வைத்து இருப்பார்கள் என்று நினைக்கிறேன்.

அன்றைக்கு என் வாழ்க்கையில் வேதனையான நிகழ்வுகள் சில நடந்தன.

ஒரு சாயந்தரம் வேலை மருந்துகடைக்குக் கிளம்பின எங்கள் அப்பா வெகுநேரமாகியும் வீட்டிற்கு வரவில்லை. ஃபோன் செய்தால் வேறு எவரோ ஃபோன் எடுத்து, "இந்தப் பெரியவர் கீழ விழுந்துட்டாரு யாரோ மருத்துவமனையில் சேர்த்துருக்காங்க' என்று சொன்னார். நாங்கள் எல்லாரும் அந்த மருத்துவமனைக்குச் சென்று பார்த்தால் அவர் அப்பொழுது கோமா நிலைக்குச் சென்றுவிட்டார். ஹரியும் நானும் அவரின் சடலத்தை இறுதியாக காரில் அவரின் வீட்டிற்கு எடுத்துச் சென்றோம். ஓர் இரவு முழுக்கப் பயணம். அவன் உக்ரைனில் இருந்தபொழுது 'என்

உயிர் போறதுக்குள்ள அவனைப் பார்க்கணும்" என்று பிணாத்திக் கொண்டிருப்பார். அவர் இருக்கும் பொழுதே அவன் இந்தியா வந்தான். அவர் இறந்த பிறகும் கூடச் சுயமாக அவரின் இறுதிச் சடங்குக்காக அவர் ஊருக்குக் கொண்டு சென்றான். அந்த ராத்திரிப் பிரயாணத்தில் அதே விசயத்தை அவனிடம் கூறினேன். அவரின் மரணம் நீண்ட நாட்கள் என்னை ஆட்டிப் படைத்தது.

அதில் இருந்து மீண்டுவருவதற்குள் என்னையும், ஒன்பதுவயதான என் மகனையும் அனாதை ஆக்கி என் மனைவி இறந்து போனாள்.

என் வாழ்க்கையில் கஷ்டங்கள் மறுபடியும் தொடங்கின.

என் மகனை விஜயவாடாவில் அவனின் ஆச்சியிடம் (அம்மாவின் அம்மா) விட்டு நான் அமீர்பேட் ஹாஸ்டலுக்கு மாறினேன்.

மூன்று வருடங்களுக்குள் ஹாஸ்டல் வாழ்க்கைகூட ஒத்துவராமல் ஒன்றிரண்டு நண்பர்களோடு சேர்ந்து அமீர்பேட்டையிலேயே அறை எடுத்துக் கொண்டேன்.

திருமணமானாலும் ஹரியிடம் மாற்றம் வரவில்லை. அவனுக்கு மறுபடியும் குழந்தைகள் பிறக்கவில்லை.

அவன் மனதிலே என்ன இருக்கிறதோ யாருக்குத் தெரியும். இரண்டு மகன்களைச் சிறுவயதிலேயே வீட்டில் விட்டு வந்துவிட்டான். சின்ன சின்ன வேலைகள் செய்து ஒரு நாட்டை விட்டு இன்னொரு நாட்டைத் தாண்டிக் கடைசியில் சொந்த நாட்டிற்கு வந்தான்.

பிள்ளைகளைப் பார்த்து சில வருடங்கள் கழிந்துவிட்டன. வீட்டிற்கு ஃபோன் செய்வதுகூடக் கிடையாது. கணவன் மனைவிக்கு இடையே என்ன நடந்ததோ தெரியாது. ஒருவேளை பிரிந்திருந்த அந்த விசயத்தை எங்களுக்குத் தெளிவுபடுத்தவில்லை.

உண்மையில் எந்தக் காரணமும் இல்லையென்று கூட மற்றொரு பயம். காரணம் என்று இருக்கிற போதையை விட எந்தக் காரணமும் இல்லாத போதை ஆபத்தானது.

என்னடா இது நீ செய்யுற வேலை என்று கேட்டால், "என்னயிருக்குடா... இப்ப செத்துப்போனா நாளையோட இரண்டுநாள் அப்படின்னு நினைப்பாங்க" என்றான்.

அவனின் குடிக்கிற பழக்கம் எனக்குப் பயத்தை ஏற்படுத்தியது. கடைசியில் இவன் என்ன ஆவானோ என்ற பயம்.

அவன் என்னை இன்னும் எதுவும் தெரியாத தம்பியாகவே சின்னவனாகவே பார்ப்பது மூலமாக அந்த இடைவெளியைக் குறைக்க முடியவில்லை. அதற்கு மேல் அவனைக் கண்டிக்க வாய்ப்புக் கூடவில்லை.

அவன் எனக்கு "டேய்" என்று கூப்பிடுவதற்கு அனுமதி கொடுத்திருக்கிறான் அவ்வளவுதான்.

இதையெல்லாம் பார்க்கும்பொழுது அந்த நாட்களில் மேற்படிப்புக்காகத் தில்லி போகாமல் இருந்திருந்தால் நன்றாக இருந்திருக்குமே என்று தோன்றியது. போனாலும் அந்தப் பல்கலைக்கழகத்தில் அந்த ரஷ்ய மொழி இல்லாமல், ஒரு பிரஞ்சோ, ஜப்பானிஷோ எடுத்திருந்தால் நன்றாகயிருந்திருக்கும். உண்மையில் அதுகூட இல்லையென்கிற பட்சத்தில் மட்டுமே. இங்கே எங்களோடயே இருந்து ஏதோ ஒன்று பார்த்துக்கொண்டு இருந்திருப்பான் அல்லவா என்று தோன்றியது.

எனக்கு படிப்பு வராதபோது எங்கள் அப்பா திட்டியபோது அம்மா குறுக்கிட்டு, "சின்னவனை சும்மாவே திட்டாதீங்க படிப்பு வரலன்னா என்ன, ஏதோ கடைவச்சாவது பொழச்சுக்குவான்" என்பாள்.

அவன்கூட இப்படி ஏதோ ஒரு வகையில் எங்களோடு இருந்திருப்பான் என்று நினைத்தேன்.

முன்னோக்கி நடந்தபொழுது வாழ்க்கை "நினைப்பது போல் எளிதானது அல்ல" என்பதை உணர்ந்தேன்.

அந்த நாட்களிலேயே விசாலாந்திராவில் (புத்தகக்கடை) தஸ்தாயெவ்ஸ்கியின் "குற்றமும் தண்டனையும்" ஆங்கிலப் புத்தகம் கண்ணில் பட்டதும் வாங்கிப் படித்தேன். அந்த நாவலில் ரஸ்கல்னிகோவின் குற்றம் நிலையான காரணங்களைக் காட்டிலும் அவனது நிலையற்ற மனநிலையே காரணம் என்று தோன்றியது. அண்ணனின் வாழ்க்கைகாகத் தியாகம் செய்யலாம் என்று நினைத்த அவன் தங்கை தூனியா, குடும்பத்தைக் காப்பாற்றுவதற்கு விபச்சாரியாக வேலை செய்யத் தேர்ந்தெடுத்த சோனியா ரஸ்கல்னிகோவிடம் பிரச்சனையைக் கிளப்புகிறார்கள். நெப்போலியனைப் போல சக்திவாய்ந்த மனிதன் ஆகவேண்டும் என்று நினைத்தான். ஆனால் கொலையின் கனத்தை அவனால் தாங்கமுடியவில்லை. சோனியாவின் தயை, கருணை, காதல்

அவனைக் குற்றத்தை ஒப்புக்கொள்ள வைக்கிறது. தஸ்தாயெவ்ஸ்கி போலவே வாழ்க்கையில் உள்ள முரண்பாடுகளையும் அதில் உள்ள சோகங்களையும் யாரும் சொல்லவில்லையென்று தோன்றியது. வெளிநாட்டில் இருந்தபொழுது தஸ்தாயெவ்ஸ்கி சூதாட்டத்தில் ஈடுபட்டதாகவும் தன்னுடைய அதிர்ஷ்டத்தை சூதாட்டத்தின் மூலம் சோதித்தார் என்றும் எங்கேயோ படித்தேன். இத்தகைய முரண்பாடு தஸ்தாயெவ்ஸ்கியிடமும் இருந்ததோ என்னவோ. அவர் எழுதிய 'தி காம்ப்ளர்' என்ற ஆங்கிலப் புத்தகம் குறித்துத் தெரிந்தது. ஆனாலும் எங்கேயும் கிடைக்கவில்லை.

நான் முன்பு கார்க்கியோடது இல்லாமல் தஸ்தாயெவ்ஸ்கியைப் படித்திருந்தால் எப்படி இருந்திருக்கும்? அந்த வயதில் தஸ்தாயெவ்ஸ்கி எனக்குப் புரிந்திருப்பாரா?

***

ஒரு நாள் காலையில் ஹரிக்கு நெஞ்சுவலி வந்ததென்று, அந்தநேரத்தில் செகந்திராபாத் யசோதா மருத்துவமனைக்கு அழைத்துச் செல்வதாகவும் சாரா ஃபோன் செய்தாள்.

அதற்குமுன்பு அவனுக்கு இப்படிப்பட்ட பிரச்சனை வந்ததில்லை.

'காலையிலேயே இருந்தாற்போல இப்படிப்பட்ட செய்தி எதுக்கு? என்று நினைத்துக்கொண்டு கவலையோடு அலுவலகத்திலிருந்து மருத்துவமனைக்கு ஓடினேன்.

சென்றபொழுது அவர்கள் எமர்ஜென்சி வார்டிலே காணப்பட்டனர். ஹரி படுக்கை மேல் படுத்துக் கொண்டிருந்தான். அவனுக்கு எந்தக் கவலையும் இல்லை. இதெல்லாம் வழக்கமானதுதான் என்பது போலப் பார்த்தான். அருகில் வாவென்று அழைத்து "நீ மறுபடியும் கல்யாணம் பண்ணிக்கோடா" என்று கெஞ்சுவது போல் சொன்னான்.

சாரா டாக்டர்களுக்காக அங்கேயும் இங்கேயும் கவலையோடு நடந்து கொண்டிருந்தாள்.

அந்தவேளையில் அவனின் இதயத்தில் இரண்டு அடைப்புகள் இருக்கின்றன என்று டாக்டர்கள் சொன்னார்கள்.

அன்றைக்கு மத்தியானம் அவனின் இதயத்தில் இரண்டு குழாய்களைப் பொருத்தினர்.

மூன்று நாட்களுக்குப் பிறகு அவசர சிகிச்சைப் பிரிவிலிருந்து பொது வார்டுக்கு மாற்றினார்கள்.

பொது வார்டுக்கு மாற்றிய அன்று சாயந்தரம் அலுவலகத்திலிருந்து மருத்துவமனைக்குச் சென்றேன்.

கொஞ்சம் சோர்வாகக் காணப்பட்டான்.

இரவு ஒன்பது மணிக்குச் சரி போய்வருகிறேன் என்று எழுந்து நின்றால் கட்டிலில் திரும்பி கைவைத்து 'இன்னைக்கு ராத்திரி இங்க தூங்குடா?' என்றான்.

'ஆபிஸிலயிருந்து நேரா வந்தேன், நாளையில இருந்து படுத்துக்கிறன்' என்றேன்.

'சரிடா... பை" என்றான் என்னைப் பார்த்து.

அதுதான் அவன் என்னோடு பேசிய கடைசி வார்த்தை. அதே கடைசிப் பார்வை. எல்லாம் சுமுகமாக நடக்கும் என்ற நம்பிக்கையோடு இருந்தேன் அப்பொழுது வரை.

ஏதோ ஆலோசித்துக்கொண்டே பாட்னி அருகில் பஸ் ஏறி அமீர்பேட்டில் இறங்கினேன்.

அக்டோபர் மாத குளிர் நாளுக்கு நாள் அதிகரித்து வந்தது. அறையில் பாயின் மேல் கலைந்த நித்திரை. எப்பொழுது படுத்தேனோ தெரியாது. தூக்கத்தில் ஃபோன் அடித்தது. யார் என்று பார்த்தால் ஜான்பாபு. அவனின் மச்சான். அயர்ந்த தூக்கத்தில் எடுத்தேன். அப்பாலிருந்து அடைக்கிற தொண்டையில்...

"ப்ரசாத் அத்தான்... எல்லாம் முடிஞ்சது சார்.. அவர் இனி இல்லை" என்ற அழுகை...

அவன் சொன்னது கொஞ்சங் கொஞ்சம் புரிந்தது. பிறகு சொல்வதைக் கேட்காமலே ஃபோனைத் துண்டித்தேன்.

'அவன் இனி இல்லை' இருளில் இன்னும் இருள் சூழந்தது.

ஹரி இனி இந்த உலகத்தில் இல்லை.

அப்படி நினைத்தபொழுதே கண் முன்பு கருப்பு மழை... எல்லாம் கருப்பாக... கசங்கியதுபோல்...

அவன் பிறந்த நாற்பத்தாறு வயதுக்குள், சோவியத் யூனியன் வீழ்ச்சியடைந்த இருபத்தைந்து ஆண்டுகளுக்குள், அவன் குடும்பத்தை விட்டு வந்த பதினைந்து வருடங்களுக்குள் அவன் இந்த உலகத்தில் இருந்து, எங்கள் குடும்பத்தில் இருந்து, என்னிடமிருந்து என்றென்றும் தூரமாகி விட்டான்.

ஒருநாள் முன்பு எதுவும் இல்லை எல்லாம் நன்றாகவே இருக்கிறது என்று நினைத்தவன்...

இன்னும் வாழ்வேன் என்று நினைத்தவன்... இருந்தாற்போல மாயமாகிவிட்டான்.

எழுந்து போர்வையை ஒருபுறம் எறிந்துவிட்டு ஆடை அணிந்துகொண்டு வெளியே நடந்தேன்.

அதற்குள் நடுராத்திரி தாண்டி ஒரு மணி ஆனது. அந்த இருள் குளிரில் அமீர்பேட் மைத்திரிவனம் அருகில் வந்து ஏதாவது வாகனம் கிடைக்குமா என்று நின்றிருந்தேன். உயரமான மெட்ரோ பில்லர்களின் மேலிருந்து தொழிலாளர்கள் வெல்டிங் பணி செய்துகொண்டிருந்தனர். மேலே அவர்களின் கைகளில் டார்ச் லைட்டுகள், ஒளிருகின்ற தீப்பொறிகள் அந்த இருண்ட வானத்தில் ஒளி முத்துக்களாகத் தெறித்தன. அவைகளை நீண்டநேரம் பார்த்துக்கொண்டு இருந்துவிட்டேன்.

மருத்துவமனைக்குப் போனவுடனேயே கடைசி அக்கா, பெரிய அண்ணன் வரவேற்பறையில் அமர்ந்திருந்தனர். கடைசி அக்கா கண்ணீர் பொங்கி கர்ச்சீப்பால் கண்களைத் துடைத்துக்கொண்டு பெஞ்சுமீது நடுங்கிக் கொண்டிருந்தாள். தூரத்தில் பெரிய அண்ணன் கைகளைப் பின்னால் கட்டிக்கொண்டு நின்றுகொண்டிருந்தார். உப்பலாவிலிருந்து வரவேண்டிய சின்ன அண்ணன் இன்னும் அங்கே வந்து சேரவில்லை. நடுராத்திரி தாண்டிய காரணத்தால் மருத்துவமனையில் ஜனம் இல்லை. கொஞ்சநேரம் கழித்து மருத்துவமனை பின்னிருந்து ஸ்ட்ரெச்சர் மேல் ‘சடலத்தை’ எடுத்து வந்தனர். அவனை அப்படிப் பார்த்ததும் பெரிய அண்ணன் கண்களைத் துடைத்துக் கொண்டார். ஸ்டரெச்சரோடு ஊசலாடுகிற அவனின் உயிரற்ற சரீரத்தை அசைவற்று நின்று பார்த்துக் கொண்டிருந்தேன்.

அப்படி நவம்பர் 1, 2015 இல் அவன் கண் மூடினான். அப்பொழுது அவனுக்கு அதிக வயதொன்றும் ஆகவில்லை. நாற்பத்தேழு வயது கூட முழுதாக முடியவில்லை.

அன்றைக்கு இரவு ஆம்புலன்ஸில் அவனின் சரீரத்தைப் பல்கலைக்கழக குவாட்ரஸ்க்கு எடுத்துக் கொண்டுவந்தோம். வீட்டின் உள்ளே கட்டில் மேல் படுக்கவைத்தார்கள் அவனை. தலை மட்டும் தெரிவதுபோல் போர்வையால் போர்த்தினர்.

காலையிலேயே அவனின் மாணவர்கள், உடன் பணிபுரியும் பேராசிரியர்கள் ஒவ்வொருவராக வந்து போனார்கள்.

ஜன்னலில் இருந்து விழுகிற சூரிய உதயத்தில் அவன் முகத்தைப் பார்த்தேன். எல்லாவற்றையும் மறந்துபோய்க் கண்களை மூடிக்கொண்டு அமைதியாகத் தூங்கிக் கொண்டிருந்தவன் போலிருந்தான். முதல்நாள் கடைசியாக மருத்துவமனையில் பார்த்து வந்தபொழுது 'குட் பை டா' என்ற மனிதன்,

இப்படி நிரந்தரமாகக் குட்பை சொல்லிவிட்டான்.

அருகில் சென்று நெற்றியின் மேல் கையை வைத்தேன். குளிர்ந்து கிடந்தது. உயிரற்ற சடலம். அவனே.

அவனின் இறுதிச்சடங்குகளை எந்த மத முறைப்படி செய்ய என்ற கேள்வி கிளம்பியது. நாங்கள் இந்துக்கள். இங்கே அவன் கல்யாணம் செய்து கொண்ட மனைவி கிறிஸ்டியன். எனக்குத் தெரிந்து அவன் எந்தக் கடவுளையும் வணங்கியது இல்லை. எங்கள் வீட்டில் சடங்குகள் பற்றி யாரும் கவலைப்படுவதில்லை. எங்களுக்கு ஈமக்கிரியை விவகாரங்கள் தெரியாதென்பதால் ஊரிலிருந்து எங்கள் உறவினர்களை அழைத்து வந்தோம்.

எல்லாரும் வாக்குவாதத்தில் ஈடுபட்டுக் கொண்டிருக்கும்பொழுது அவனின் மாமா அனந்தராவு "அவர் நல்ல மனுசன், எங்களைப் பாத்துக்கிட்டாரு. மருமகனா இருந்தாலும் மகன் மாதிரி. எங்க மதச் சம்பிரதாயப் படியே ஈமக்கிரியைகளைச் செய்வோம்" என்றார்.

எந்த மதத்தையும் பின்பற்றாத எங்கள் குடும்ப உறுப்பினர்கள் அவர் சொன்னதற்கு ஆட்சேபனையும் செய்யவில்லை.

அதன்படியே தர்ணாவிற்கு அப்பால் இருக்கிற மௌலாலி கிறித்தவ மயானத்தில் அவனை அடக்கம் செய்ய ஏற்பாடு செய்யப்பட்டது.

ஏற்கனவே உடல் உறைந்து விறைப்பாக இருந்ததால் அவனைக் குளிப்பாட்டியதும் உடல்மேல் கிடந்த அங்கியைக் கழற்ற முடியவில்லை.

கடைசியில் அவனை வீட்டிலிருந்து வெளியே கொண்டுவந்து சவப்பெட்டியில் வைத்தார்கள். வாங்கி வந்த புதுத்துணியை அப்படியே அவன் உடல்மேல் விரித்தனர்.

அவனிருந்த பல்கலைக்கழகத்தின் குவார்ட்ரஸில் இருந்து சவப்பெட்டியைக் கொஞ்ச தூரம் தூக்கிக் கொண்டுவந்து வேனில் ஏற்றினோம். உள்ளே இரண்டு மனிதர்களோடு கூட நானும் ஏறினேன்.

முன்னும் பின்னும் அசைந்த நடுக்கத்தால் சவப்பெட்டியின் முன்பாதியை என் மடியில் வைக்கவேண்டியிருந்தது. அதுவே அவனை அரவணைத்தது போலிருந்தது.. என் இரண்டு கைகளுக்கு நடுவே சிலுவை அடையாளம். இப்பொழுதுவரை எனக்குத் தெரிந்தவரை, எங்கள் குடும்பத்தினரையோ, சுற்றத்தவர்களையோ சவப்பெட்டியில் வைத்துப் புதைத்ததில்லை. எங்களிலிருந்து அவனை வேறுபடுத்திய சவாலான அம்சங்களில் இதுவும் ஒன்று. ஒரேயடியாக விவரம் தெரிந்ததிலிருந்து அவனின் நினைவுகளின் கனம் சூழ்ந்தது. அவன் எப்பொழுதும் அப்படித்தான். சிறுபிராயத்தில் மாச்சர்லா திருவிழாவில் வாங்கிய வண்ண பொம்மையிலிருந்து கடைசியாக இப்படி என் கைகளில் மிஞ்சியிருக்கிற சவப்பெட்டி வரை அவன் வாழ்க்கையில் எல்லாம் விந்தை தான்.

இது எதுவுமே இல்லாமல் எல்லாரையும் போல மிக எளிமையாகவும் சாதாரணமாகவும் வாழ்ந்திருந்தால் எவ்வளவு நன்றாக இருந்திருக்கும்.

அவன் அவனாகவே எங்களுக்கு மிஞ்சியிருப்பான்.

உண்மையில் இவன் இங்கேயே இப்படி இவ்விதமாகச் செத்துப்போவதற்கு ஏன் அத்தனை தேசங்களைத் தாண்டி வந்தான்?

அதென்னவோ அங்கேயே அவன் காதலித்துத் திருமணம் செய்துகொண்ட பெண்ணோடோ, இரண்டு மகன்களோடோ அங்கே செத்துப்போகக் கூடாதா... இதெல்லாம் எதற்கு.. எனக்குக் கைகளில் சுமை எதற்கு... எனக்கு ஏன் தாங்கமுடியாத சுமையெதற்கு...

அநேக மரணங்களுடன் துண்டுதுண்டாகி வாழ்கிற நான் இவனின் மரணத்தைக் கூட வாழ்நாள் முழுவதும் தாங்கவேண்டுமா... அவனின் வாழ்க்கையோடு தொடர்புடைய இங்கே எனக்கு நினைவிலிருக்கிற ஞாபகங்கள் வேறு எவருக்கு நினைவிருக்கிறது. எதற்கு எனக்கு இவ்வளவு வலியை விட்டுச் சென்றான்?

வேனின் பின்பக்க கதவு திறந்ததால் இறங்கவேண்டிய இடம் வந்தது என்று தெரிந்தது. அப்பொழுது வரை சவப்பெட்டியைப் பிடித்துக்கொண்டு உட்கார்ந்திருந்தேன். உடல்மேல் ஆடைகள் நனைந்துவிட்டன. அப்பொழுதுவரை எதிராக அமர்ந்திருந்த மனிதர் எவரோ என்னைச் சோகமாகப் பார்த்துக் கொண்டிருந்தார்.

சவப்பெட்டி குழியில் இறக்கப்பட்டுக் கடைசியாக ஒரு பார்வைக்காகத் திறக்கப்பட்டது.

பாஸ்டர் பிரார்த்தனையைத் தொடங்கினார். எங்கள் எல்லாருக்கும் அது புதிது... எப்பொழுதும் பார்த்ததும் இல்லை. கேட்டதும் இல்லை.

"கிருபையும் சமாதானமும் கொண்டிருக்கும் எங்கள் அன்பான பரலோக பிதாவே, இதோ, உலக யாத்திரையை முடித்துக்கொண்டு உம்மிடம் வரும்போது அவரை உங்கள் குமாரனாக ஏற்றுக்கொண்டு ஆதரிக்குமாறு கேட்டுக்கொள்கிறோம். நல்லது பின்னோக்கி பூமிக்குத் திரும்பும் என்று உங்கள் வேதாகமத்தில் நீங்கள் கூறியது போல, இந்த அடியவனின் உடல் மண்ணில் புதைக்கப்படும். நாங்கள் உங்களுக்குச் சொல்லுகிறோம். அவர் மீண்டும் உயிர்த்தெழுந்து நம்மில் ஒருவராக இருப்பார் என்று நாங்கள் நம்புகிறோம். அவரது ஆதரவை இழந்த குடும்பத்திற்குப் பிதாவே நீரே நிழலாக இருக்கும்படி இயேசுவின் நாமத்தில் உம்மை ஜெபிக்கிறோம். ஆமென்.

கடைசியாகச் சவப்பெட்டி மூடப்பட்டது. அவனை அப்படி எவ்வளவு பார்த்தாலும் அது போதாது. அதுவே அவனைக்

கடைசியாகப் பார்ப்பது. தலைக்கு ஒன்றாகப் பிடிமண்ணை அந்தக் குழியில் போட்டோம்.

கடைசியில் அவனை அப்படி அடக்கம் செய்தோம்.

இதற்குள் அநேக நினைவுகள் ஒரேயடியாகச் சூழ்கின்றபொழுது ஒன்றின் மேல் ஒன்று நினைவுக்கு வந்து எது முன்னோ பின்னோ எது எங்கேயோ தாறுமாறாய்த் தெரியாமல் பயத்தை ஏற்படுத்துகிறது. எனக்கு உண்மையில் ரஷ்யா போய் வந்த அண்ணன் ஒருவன் இருந்தான் என்று சொன்னால் இப்பொழுது நண்பர்கள் யாரும் நம்புவது இல்லை.

அவன் இறந்துபோனதும் சாரா பல்கலைக்கழக குவாட்ரஸ் காலி செய்து அவர்களின் அண்ணன், தம்பிகள் இருக்கிற ராஜமன்றிக்குச் சென்றுவிட்டாள்.

அவனை அடக்கம் செய்த இடத்தில் சிமெண்டு கட்டடம் எதுவும் நாங்கள் கட்டவில்லை. ஒவ்வொரு வருடமும் ஒருநாளாவது அங்கே சென்று கொஞ்சம் மலர்களை வைத்து மௌன அஞ்சலி செலுத்துவது என்பது வழக்கம், யோசித்துப் பார்த்தால் இந்த மாதிரி மோசமான விசயம் எங்கள் வாழ்க்கையில் இதுவரை நடந்ததில்லை. இப்பொழுது அந்தக் கல்லறைத் தோட்டத்திற்குப் போனால் அது எங்கிருக்கிறதோ என்று கூட ஞாபகம் வராது. எதிர்காலத்தில் அவனது உறவினர்கள் வந்து பார்ப்பார்கள் என்ற நம்பிக்கை கூட இல்லை.

அவனை அவனது குடும்பத்தினர் உட்பட எல்லாரும் மறந்துபோனார்கள்.

இந்த உலகத்தோடும் வேறு யாரோடும் தொடர்பில்லாமல் அமைதியாக மௌலாலி கல்லறைத்தோட்டத்தில் ஓர் அறியப்படாத கல்லறையில் அவன் அமைதியாகக் கண்கள் மூடிக் கொண்டு உறங்குகிறான்.

- கனலி.காம், டிசம்பர் 2022

இரசவாதம்

அன்று மதியம் பழைய புத்தகக் கொட்டகையில் இருந்தேன். மே மாதம் என்பதால் உள்ளே ஒரே வெக்கை. காற்றில்லாத புழுக்கத்தில் மர அலமாரிகளின் நடுவில், பழைய புத்தகங்களின் வாசனையில் என்னோடு சேர்ந்து, உள்ளே வேறு இரண்டு வாடிக்கையாளர்கள் தேடிக் கொண்டிருந்தார்கள்.

சாலையோரம் இருக்கும் இந்தப் புத்தகக் கொட்டகையின் பின்னால் கிருஷ்ணா வாய்க்கால். கொட்டகை முன்பும் சாலை மீதும் பெரிய ஆரவாரம் இருக்காது. இந்தக் கொட்டகைகள் எல்லாம் பதினைந்து வருடங்களாக, அதாவது என் கல்லூரி நாட்களில் இருந்தே பார்த்துக் கொண்டிருக்கிறேன். பத்துவருடங்கள் கழித்துக் கல்லூரிப் படிப்பை முடித்த பின்பு எங்கள் ஊர் அத்தங்கியை விட்டுவிட்டு இந்த விஜயவாடாவிற்கு வந்து சேர்ந்தேன். பல ஆண்டுகளாக இந்தக் கொட்டகை அப்படியே இருக்கிறது. முதல்முறை பார்த்தபொழுது அவருக்கு நீண்ட தாடி இருந்தது. அவர் புத்தகங்களைப் படிக்காவிட்டாலும் எந்தெந்தப் புத்தகங்கள் யார் வாங்குகிறார்கள் என்று சொல்லிவிடுவார். வாங்குபவர்களின் ஆவலைக் கருத்தில் கொண்டு உடனுக்குடன் விலை நிர்ணயித்துவிடுவார். அவரிடம் ஆரம்பத்தில் ஒன்றே கால் காசு விலையுள்ள ஒரு பழைய புத்தகத்தை இருநூற்றைம்பது ரூபாய் கொடுத்து வாங்கினேன். புத்தகங்கள் விற்பதில் அவர் பேராசைப்படுபவர் என்று நானும் புத்தகம் வாங்குவதில் நான் பரமகஞ்சன் என்று அவரும்

வாதிடுவோம். எங்கள் இருவரின் அறிமுகமும் அவ்வளவுதான். அதற்குமிஞ்சி வளரவில்லை.

அவர் பலரிடம் வாதிடுவதைப் பல சமயம் பார்த்திருக்கிறேன். விலை சொல்வதில் எள்ளளவும் தயவு தாட்சண்யம் பார்ப்பதில்லை. ஆத்திரத்தில் எப்போ என்ன பேசுவாரோ தெரியாது. பேசும்பொழுது எழுந்து கத்திக்கொண்டு கடைக்குள்ளேயே துள்ளி எழுந்து அங்கும் இங்கும் நடப்பார். அவரின் குரல் கனத்த குரல். பேசும்பொழுது இரண்டு வீதிகளுக்கு அப்பாலும் அவரின் குரல் கேட்கும். அப்படிப் பேசும் பொழுது ஒரு சிலசமயம் யாரும் அசைக்கா விட்டாலும் பேச்சுத் தானாகவே அரசியலை நோக்கிப் போகும். ஆவேசம் மேலும் அதிகமாகும். சாதாரணமாக எப்பொழுது பார்த்தாலும் கொட்டகை முன்பு பாயை விரித்துப் பழைய புத்தகங்களுக்கு அட்டைப் போட்டுக்கொண்டும் கிழிந்துபோன காகிதங்களை ஒட்டிக்கொண்டும் இருப்பார்.

ஒருமுறை அரசியல் குறித்துப் பேசிக்கொண்டிருக்கும்பொழுது, வழக்கம் போல அவரின் மனைவி ஃபோன் செய்தாள்.

அவர் ஒரு பக்கம் காதில் வைத்துக்கொண்டு பேசிக்கொண்டிருக்கும் பொழுது ஃபோனின் ஸ்பீக்கர் ஆன் ஆனது.

அந்தப்பக்கத்திலிருந்து, ‘என்ன பேசிட்டிருக்குற? பேரம் பேசும்பொழுது வாதம் செய்யாத. அதெல்லாம் உனக்கெதுக்கு?’ என்ற பேச்சு வெளியே கேட்டது.

அவர் தடுமாறி, ‘அச்சா.. அதெல்லாம் ஒன்னும் பேசல. வாதம்லா இல்ல... இருக்குற சங்கதியதான் சொன்னன். அப்படில்லாம் எதும் இல்ல’ என்றார்.

உச்சி வெயில் மத்தியான புழுக்கத்தில் அந்தப் பழைய புத்தக அலமாரிகளுக்கு இடையில் நின்று அப்படியே தேவையான புத்தகங்களைத் தேடிக்கொண்டிருந்தபொழுது, வெளியிலிருந்து, ‘இரசவாதம் இருக்கா?’ என்று கேட்டது காதில் விழுந்தது.

நான் கொஞ்சம் இந்தப் பக்கமாக முன் நகர்ந்து வெளியே பார்த்தால் யாரோ ஒருவர் வெயிலில் நின்றுகொண்டிருந்தார். அப்பொழுதுதான் தண்ணீரால் முகம் கழுவியதுபோல் கன்னத்தில் வியர்வை வடிந்தது. அந்த வெயிலிலும் அவர் சிரித்துக் கொண்டிருந்தார். அவரின் உடல்மேல் கறை படிந்த சட்டை,

இடது தோளில் தொங்கும் துணிப்பை. அதற்குப் பின்னால் கயிற்றில் தொங்கும் தண்ணீர் பாட்டில்.

அவரைப் பார்த்தால் சிறுவயதில் நன்றாகத் தெரிந்த மனிதர், பெரியவர் ஆனதும் உருவமாற்றத்துடன் எவ்வாறு இருப்பாரோ அப்படித் தெரிந்தது. பார்க்கப் பார்க்க நன்றாக அறிந்த முகமாகவே பட்டது. அடையாளம் காணமுடியாத, தெரிந்தும் தெரியாத ஒப்பீடுகள்.

மர ஸ்டூலில் அமர்ந்திருந்த கடை முதலாளி அவர் சொன்னதைக் கேட்டுப் புரியாத மாதிரி, "என்ன வேணும் மறுபடியும் சொல்லுங்க' என்று சத்தமாகக் கேட்டார்.

வெளியில் நிற்கும் மனிதர் இன்னும் அதே சிரித்த முகத்துடன் 'இரசவாதம் வேணும்' என்றார். பார்ப்பதற்குப் பைத்தியக்காரர் போல் தோன்றியது. தோன்றுவது என்ன! பைத்தியக்காரர்தான். சற்று நெற்றி ஏறிய நடுத்தர வயது முகம். அந்த முகத்தில் இருந்த கோடுகளைப் பார்த்து இதற்குமுன்பு எங்கேயோ பார்த்த மனிதர் என்று நினைவுபடுத்திப்பார்க்க முயற்சித்தேன்.

கடை முதலாளி அவர் கூறியதைக் கேட்டுத் திடுக்கிட்டு "இரசவாதமா?" என்று வந்த மனிதரை விசித்திரமாகப் பார்த்தார்.

அவருக்கு இந்தப் பக்கமாக பெஞ்ச் மீது தன் கனமான உடலைக் கைகளில் வைத்து முன்னோக்கி வளைத்து அமர்ந்து அரட்டையடிக்கும் சிவப்புச்சட்டை அணிந்த வெள்ளைத்தாடி மனிதர்கூட ஒரேயடியாக குண்டடி பட்டது போல் அதிர்ந்துபோனார்.

அவர்கள் இருவரும் மிரண்டுபோனதைப் பார்த்துக் கொஞ்சம் இந்தப் பக்கமாக வந்து வெளியே நின்றிருக்கும் மனிதரை நான் ஒரு பார்வை பார்த்தேன். அவர் அப்படியே நின்று சிரித்தமுகத்துடன் மறுபடியும் 'ஆமா.. எனக்கு இரசவாதமே வேண்டும்' என்றார்.

கடை முதலாளி ஸ்டூல் மீதிருந்து தடால் என்று வெளியே வந்துநின்று அவரை அடிப்பது போல் கீழே வரை கிடந்த வேட்டியை மடித்துக்கட்டிக்கொண்டு சரிசெய்து 'போய்யா.. போ... இரசவாதமும் இல்ல ஒன்னும் இல்ல.. அது இருந்தா நா எதுக்கு இங்க இருக்கன்' என்றார்.

வெளியே நிற்கும் மனிதர் இன்னும் அங்கேயே நின்றுகொண்டிருப்பதைப் பார்த்து, “போய்யான்னு சொன்னா புரியாதா” சிவப்புச் சட்டை மனிதரும் அதட்டினார்.

கடை முன்பிருக்கிற வெயிலின் நிழல் அந்தப் பக்கமாக நகர்ந்தது. யாரோ கூப்பிடுவது போல் இருந்ததால், அந்தப் பக்கம் போனதும், எனக்கு எங்கள் ஊரில் எப்பொழுதும் நூலகத்திலேயே அமர்ந்திருக்கும் சிவலிங்கம் சட்டென்று நினைவுக்கு வந்தார்.

சந்தேகம் இல்லை... அவர் சிவலிங்கம் தான். அவரே இவர்..!

பல ஆண்டுகளுக்கு முன்பு பார்த்த சிவலிங்கம் இன்று தற்செயலாகப் புத்தகங்கள் தேடிக்கொண்டிருக்கும்போது கண்ணில் அகப்பட்டார்.

சிவலிங்கம் நினைவுக்கு வந்தாலும் விசாரிப்பதற்கு அவர் எனக்கு அறிமுகம் இல்லாதவர். அத்தங்கியில் என் படிப்பைத் தொடர்ந்த பொழுது அவரைத் தினமும் நூலகத்தில் பார்த்திருக்கிறேன். அந்த ஊரைவிட்டு வந்ததும் அவரைப்பற்றிய நினைப்பும் படிப்படியாக மறந்துபோய்விட்டது.

என் ஊரில் அமைதியாக இருக்கும் வீதியின் கடைசியில் ‘கிளை நூலகம்’ இருந்தது. அது எங்கேயோ நடு வீதியிலோ அல்லது அரசு அலுவலகம் மத்தியிலோ இல்லாமல் தெரு கடைசியில் வீடுகளின் மத்தியில் இருந்தது. நூலக உதவியாளர் வெள்ளைத் தலைப்பாகையுடன் பெஞ்சில் அமர்ந்து சுவரில் சாய்ந்து எப்பொழுதும் அரை தூக்க நிலையில் துள்ளி எழுவார். உள்ளே நுழையும் முன்பே வரண்டாவின் ஒரு பக்கம் செய்தித்தாள் பிரிவு, மறுபக்கம் அகலமான மேசையின் மேல் இதழ்கள் இருக்கும். மனிதர்கள் அமர்ந்து அமர்ந்து அந்த மரப்பலகை பெஞ்சு தேய்ந்து ஒரு விசித்திரமான பழுப்புநிறத்தில் ஒளிர்ந்தது.

சிவலிங்கம் இரண்டு வேளையும் நூலகம் திறந்ததில் இருந்து மூடும் வரைக்கும் தினசரி, வாரப்பத்திரிகைப் பிரிவில் அமர்ந்திருப்பார். அவரின் பணி பேப்பர்களை, பத்திரிகைகளைப் படிப்பது அல்ல. பேப்பர்களைச் சுருட்டுவது மட்டுமே. காகிதங்களுக்கு இடையில் தேடுவது... சும்மா ஒன்று மாற்றி ஒன்று. அதே வேலையாகப் பக்கங்களைத் திறந்து கண்களைச் சுழற்றி கொஞ்சநேரம் அங்கும் இங்கும் பார்த்து.. மறுபடியும் ஆட்காட்டி விரலால் நாக்கில்

எச்சில் தொட்டுப் பக்கங்களைத் திருப்பியவாறு அப்படியே. அவருக்கு மனம் ஒரு நிலைபாட்டுக்குள் இருக்காது.

நூலக உதவியாளருக்கும் அவருக்கும் ஆகவே ஆகாது. பத்திரிகை மேசை அருகிலேயே ஸ்டூல் மீது அமர்ந்து சுவரில் தலை சாய்த்துத் தூங்கும் அந்த நூலகத்தின் உதவியாளர் சில நேரங்களில் அசையாமல் கண்களைத் திறந்து சிவலிங்கத்தையே பார்ப்பார். சில நேரங்களில் சிவலிங்கத்தின் கைகளில் இருந்த பேப்பரை பிடுங்கி டேபிள் மேல் தூக்கி எறிவார். சிவலிங்கம் மறுபடியும் அந்தப் பேப்பரைத் திரும்ப எடுத்துவருவார். நூலகத்திற்கு நிறைய இதழ்கள் வந்துகொண்டிருந்தன. நான் கொஞ்ச நேரம் பேப்பரை பார்த்து, இதழ்களை மேலோட்டாமாகத் திருப்பிப் புத்தகத்தைத் தேடி உள்ளே போவேன்.

அவர் யாரிடமும் பேசுவது கிடையாது. நான் தினந்தோறும் அவரைப் பார்ப்பேனே தவிர நூலகத்தின் அமைதியால் அவரிடம் பேசியதில்லை. ஒருமுறை பார்வையாளர் பதிவேட்டில் அவர் 'சிவலிங்கம்' என்று தெலுங்கில் குறுக்க மறுக்க எழுதி கையெழுத்துப் போடுவதைப் பார்த்தேன். எப்பொழுதும் சுத்தமாகத் துவைத்த சாதாரணத் துணிகளை அணிந்திருப்பார்.

பதினைந்து வருடங்களுக்குப் பிறகு மீண்டும் இங்கே இப்படிப் பார்க்கிறேன் சிவலிங்கத்தை. இந்த நடுத்தரவயது மனிதரை அந்த நாள் தோற்றத்தோடு என்னால் ஒப்பிடமுடிந்தது. பாதி முடி காணாமல் போயிருந்தது.

'என்கிட்டமட்டும் இரசவாதம் இருந்துச்சுனா... அதுக்காக ஜனங்க இங்கயிருந்து பஸ்ஸ்டாண்டு வரைக்கும் வரிசைகட்டி நிப்பாங்க. ஆ..' என்று பின்னால் திரும்பி நாற்காலியில் அமர்ந்தார் கடை முதலாளி.

பெஞ்ச் மீது அமர்ந்திருக்கிற சிவப்புச்சட்டை வெள்ளைத்தாடி மனிதர் "ஆ..ஆ.. வாங்க வேணாம்.. அத அஞ்சு நிமிஷம் பாக்குறதுக்குக் குடுத்தாலே போதும்... ஜனம் கூடிரும்" என்று வயிறு குலுங்கச் சிரித்தார்.

"ஆமா... ஆமா... பார்க்கக் குடுத்தா போதும்" என்று கடை முதலாளி மீண்டும் பழைய புத்தகத்தைத் தைக்கும் வேலையில் மூழ்கினார்.

நான் புத்தகத்தைத் தேடுவது முடிந்தது. எடுத்துக்கொண்ட புத்தகத்திற்கு விலை சொல்லவேண்டுமென்று அவரின் மேசையின் மேல் வைத்து 'இத்தனைக்கும் அந்த இரசவாதம்னா என்னங்க?' என்றேன்.

கடைமுதலாளி என்னை விந்தையாகப் பார்த்தார். சிவப்புச்சட்டை மனிதர் இடைமறித்து, 'ஒங்களுக்குத் தெரியாம இருக்கும். இரசவாதம் எப்ப இருந்தோ இருக்கு... சுதந்திரத்திற்கு முன்னாடி... யோகி வேமனாவிற்கு முன்னாடி, இல்ல இல்ல அதுக்கும் முன்னாடி... அந்தப் பேச்சை எடுத்தா எப்பயிருந்தோ யாருக்குத் தெரியும்?.."

புத்தகத்துக்கான விலையைக் கொடுத்துவிட்டுக் கடையிலிருந்து வெளியே வந்தேன்.

சிவலிங்கம் அந்தப் பக்கத்தில் இருந்த மற்றொரு புத்தகக் கடை முன்பு நின்று அதே புத்தகம் பற்றிக் கேட்டுக்கொண்டிருந்தார். அதே சிரித்த முகம். அவர் என்ன பதில் சொன்னாரோ என்னமோ சிவலிங்கம் இன்னும் எங்கும் நிற்காமல் கடகடவென்று முன்னே போனார். அப்படிப் பின்னால் நின்று பார்த்தால் அவர் நடை விசேஷமாகத் தெரிந்தது. அவர் கால்களைத் தூக்கி நடந்தார். பக்கவாட்டில் தொங்கும் ப்ளாஸ்டிக் தண்ணீர் பாட்டில் கால்களுக்குத் தடையாக அவர் நடக்கும்பொழுதெல்லாம் முன்னும் பின்னும் அசைந்து கொண்டிருந்தது. பார்த்துக்கொண்டிருக்கும் பொழுதே மக்கள் கூட்டத்திற்கு நடுவில் அவர் மறைந்துபோனார்.

ஆனாலும் சிவலிங்கம் தேடுவதை இன்னும் நிறுத்தமாட்டார் என்றே தோன்றியது. அவர் காகிதங்களுக்கு இடையில்... பத்திரிகைகளின் இடையில் இன்னும் எதற்காகவோ தேடிக்கொண்டே இருக்கிறார். நான் புத்தகங்களுக்காக இன்னும் தேடிக்கொண்டே இருக்கிறேன்.

நாங்கள் இருவரும் சில ஆண்டுகளாக இதே வேலையைச் செய்துகொண்டிருக்கிறோம். இருவரும் மாறவில்லை.

எனக்கு இந்தத் 'தேடல்' என்பது சிறுவயதிலிருந்தே அதாவது அநேகமாக எட்டாம் வகுப்பிலிருந்தே பழக்கமாகி இத்தனை ஆண்டுகளாகியும் இப்பொழுதும் போகவில்லை. எங்கள் நூலகத்தின் உள்ளேகூடப் புத்தகங்கள் படிப்பதற்கு ஒரு சின்னப் படிப்பறை உள்ளது. வட்ட மேசையைச் சுற்றி யாராவது அமர்ந்தால் பழையதாகி பிடித் தளர்ந்து அங்கும் இங்கும்

அசையும் நாற்காலி, இரண்டு மூன்று ஸ்டூல்கள். சுவருக்கும் மரமேசைக்கும் இடையில் சிலந்தி வலைப்பின்னல். உள்ளே புத்தக மரஅலமாரி அருகில் பழைய காகித வாசனை. அங்கே என் பள்ளிக்கூடத் தெலுங்கு ஆசிரியர் ஜோதி சந்திரமௌலி அவர்கள் கொல்லைப்புறத்திலிருந்து வரும் பகல் வெளிச்சத்தில் கையில் புத்தகத்துடன் செய்யுள் வரிகளை விரல்களால் எண்ணிக்கொண்டு எப்பொழுதாவது தென்படுவார்.

நான் அப்படியே மேசை முன்பு அமர்ந்து பழையபுத்தகத்தைப் படிப்பேன். சாதாரணமாக என்னைப் புதிய புத்தகங்கள் ஈர்ப்பது இல்லை. நான் படித்தவை எல்லாமே பழைய புத்தகங்கள் தான். சிலவற்றில் முதல் பக்கமும் கடைசிப் பக்கமும் இருப்பதில்லை. நூலாசிரியர்களின் பெயரும் இருப்பதில்லை. இருந்தாலும் அவர்களின் பெயர்கள் நினைவில் இருப்பதில்லை. என் விரல்கள்பட்டு மஞ்சள்நிறக் காகிதங்கள் நொறுங்கிப் போய்விடும். அப்படி நான் படித்த பழங்காலப் புத்தகங்களில் ஒன்று 'ரகசிய கங்கணம்.'

என் ஊரிலிருந்து வந்ததும், எங்கும் நிரந்தரமாக இல்லாமல், எந்த வியாபாரத்திலும் நிலைத்து நிற்காமல், ஆண்டுகள் கடந்து வயதாக வயதாகப் புத்தகத்தைத் தேடுவது என்பது இன்னும் அதிகமானது. சிறுவயதில் தேடிப் பிடித்துப் படித்த புத்தகங்களின் ஆசிரியர் பெயர்கள் மறந்து போயின. சில புத்தகங்களில் வரும் கதைமாந்தர்களின் பெயர்களை நினைவுப்படுத்திக் கொள்ள முயற்சிக்கிறேன். இன்றைக்கு நடைபாதையில் பழைய புத்தகக் கடைகள் தென்பட்டால் என் கால்கள் நின்றுவிடுகின்றன. அவைகளுக்கு இடையில் நின்று எனக்குத் தேவையான புத்தகத்தைத் தேடி எடுக்கிறேன்.

லெனின் மையம் தாண்டி இரண்டு திருப்பங்களைக் கடந்து மின்கம்பத்துக்கு அருகில் நின்றேன். அந்தச் சந்தில் மங்கலான பங்களாவின் முதல் தளத்தில் சீ.பி.ராவ் வேலை பார்க்கும் டிரான்ஸ்போர்ட்டு ஆபிஸ் உள்ளது. இங்கு வரும்பொழுதெல்லாம் எப்பொழுதும் அவனை அலுவலகத்தில் சந்திப்பதுண்டு. காலை எத்தனை மணிக்கு வருவானோ தெரியாது. ஆனால், இரவு ஒன்பது மணி கடந்து கடைசி லாரியை அனுப்பும் வரை அங்கேயே இருப்பான்.

சீ.பி.ராவ் என்று என்னால் அழைக்கப்படும் சீ.ஹெச்.பாஸ்கர்ராவும் நானும் அத்தங்கியில் தொடக்கப்பள்ளியில் ஒன்றாகப் படித்தோம். அதற்குப் பிறகு எங்கெங்கேயோ உயர்நிலைப் பள்ளியில் படித்துவிட்டுப் பிறகு சீ.பி. கல்லூரியில் என்னோடு இணைந்தான். அவன் கல்லூரிப் படிப்பை முடித்துவிட்டு இங்கே இந்த வேலைக்கு வந்து சேர்ந்தான். அலுவலகத்தில் சேர்ந்தபொழுது வெள்ளையாக ரொம்ப இளமையாக இருந்தான். இந்தப் பதினைந்து ஆண்டுகளில் அவன் குண்டாகிவிட்டான். வெள்ளையாக இளமையாக இருந்த அந்த முகம் கருப்பாகி முதிர்ந்து காணப்பட்டது. தலைமுடி பின்னுக்கு நகர்ந்து மூஞ்சியின்மேல் அடர்த்தி மீசை முன்னுக்கு வளர்ந்தது.

மேலும் அவனுக்கு அந்த வேலை கிடைத்த புதிதில், ஏதோ மனை விலைக்கு வருகிறதென்றும் மறுபடியும் அது மாதிரி குறைந்த விலைக்குக் கிடைக்காதென்றும் என்னிடம் இருந்து இரண்டு லட்சம் கடன் வாங்கினான். வருடம் கடந்தும் அதைப் பற்றிய பேச்சே எடுக்கவில்லை.

நான் அந்தப் பேச்சை எடுக்கும்பொழுதெல்லாம், "தர்ரன்ப்பா, உன் பிச்சைக்காசு எனக்கெதுக்கு" என்பான் சிறுவயது பழக்கத்துடன்.

அவனின் மொகரயப் பார்த்தால் அப்பொழுதே தருவது போல இருக்கும். ஆனால், கொடுப்பவன் கிடையாது.

வருடம் கடந்து ஆறு மாதங்களும் கடந்துபோயின. தருவானோ தரமாட்டோனா என்ற சந்தேகத்தில் இரவில் தூக்கம் வருவதில்லை.

கொஞ்சநாட்கள் சந்திப்பதைத் தவிர்த்து, திடீரென்று சந்திப்பேன், அப்பொழுதாவது நினைவுக்கு வந்து பணத்தைத் திருப்பித் தருவானென்று. மற்றும் சிலநாட்கள் வேலையற்றுப்போய்த் தினந்தோறும் சந்திப்பேன். ஆனாலும் தரவில்லை.

இதனால் பலன் இல்லையென்று, வீட்டில் மருத்துவமனை செலவென்று சொல்லி அழுத்தம் கொடுத்தேன். இரண்டு நாட்கள் கழித்து அசலைக் கொண்டு வந்து கொடுத்தான். அதற்குப் பிறகு ஆறுமாதத்திற்கு வட்டி கொடுத்தான்.

இதெல்லாம் நடந்து நீண்ட காலம் ஆனது. அதற்குப் பிறகு அதனைப் பற்றிய பேச்சு எப்பொழுதும் எங்களுக்கு இடையில்

இரசவாதம் | 115

வந்ததில்லை. நான் புத்தகங்களுக்காக இந்தப் பக்கம் வரும் பொழுதெல்லாம் அவனைச் சந்திப்பேன்.

உள்ளே நுழையும் வேளையில் அவனைச் சுற்றி இரண்டு மூன்று போர்ட்டர்கள், லாரி டிரைவர்கள் சூழ்ந்திருப்பார்கள். அந்த அவசரத்தில் என்னைப் பார்த்ததும் உள்ளே வா என்றவாறு சைகை செய்வான்.

உள்ளே வந்ததும் “என்ன விசயம். புத்தகத்துக்காக வந்தயா?” என்றான் சீ.பி.ராவ். அவனுக்குத் தெரிந்ததுதான். பேச்சுக்கொடுப்பதற்காக, எதிரில் அமர்ந்ததும் யாருக்கோ டீ கொண்டு வரச் சொன்னான்.

சீ.பி.ராவிடம் பகிர்ந்துகொள்வதற்கு எந்த விசயமும் இல்லை. என் சிறுபிராய நினைவுகளில் அவன் ஒரு பாகம். சந்திக்கும் பொழுது எங்களுக்கிடையில் பெரிதாக எந்தப் பேச்சும் இருக்காது. அவன் ஒரு பக்கம் டிரைவர்களையும் போர்ட்டர்களையும் அதட்டியே தன் வேலையைச் செய்து கொண்டிருந்தான்.

தலைப்பாகை அணிந்த போர்ட்டர் இருவருக்கும் டீ க்ளாசை பணிவுடன் கொடுத்தார் எங்கே டீ சிந்திவிடுமோ என்ற நிதானத்துடன்.

மேசையின் மேல் பாக்ஸ்பைலோடு ரசீது எழுதிய பவுண்டு புத்தகம், கசங்கிய வாடிப்போன கார்பன் பேப்பர், மைக்கறை ரப்பர் ஸ்டாம்பு, மூடி இல்லாத பால்பாய்ண்டு பேனா. அறையின் நான்கு புறங்களிலும் சாய்த்து வைக்கப்பட்டிருந்த சாக்கு மூட்டைகள். அட்டைப் பெட்டிகளில் மளிகைக் கடை வாசனை.

எனக்குப் பிடிக்காத வாசனை! சிறு வயதிலிருந்து பார்த்துக் கொண்டிருக்கிறேன். சீ.பி.ராவிற்குச் சிறுவயதிலிருந்தே இந்த வாசனை பழக்கம்தான். அவர்களுடையது மண்ணெண்ணெய் மளிகைக்கடை. என்றைக்காவது பள்ளிக்கூடத்திற்கு வரவில்லையென்றால் அவர்களின் மளிகைக் கடையில்தான் இருப்பான். கடையில் அமர்ந்திருந்ததால் அவனுக்குக் கணக்கு நன்றாக வந்தது. கணக்கு நன்றாக வந்ததால் டிரான்ஸ்போர்ட்டு ஆபிஸில் குமாஸ்தா வேலை கிடைத்தது. எனக்குக் கணக்கும் ஆங்கிலமும் வராது.

சீ.பி.ராவ் குறைந்தபட்சம் கல்லூரிப் படிப்பையாவது பூர்த்தி செய்தான். *ehd* கல்லூரியில் அரியர் வைத்து, அதை முடிக்காமல்

சிலநாட்கள் ஹார்டுவேர் கடை வைத்து திவாலாகி, சினிமா தியேட்டரை லீசுக்கு எடுத்து அங்கேயும் தாக்குப் பிடிக்கமுடியாமல் கடைசியாக எதுவும் இல்லாமல் ஆனேன்.

சரியாக அந்த நாட்களில் நானும் அவனிடம் வியாபாரத்திற்காகக் கடன் வாங்கினேன். பல மாதங்கள் வட்டிகூட கட்டவில்லை. அதன் காரணமாக எங்கள் இருவருக்கிடையில் நட்பு கொஞ்சகாலம் கெட்டுப்போனது. ஒருநாள் காலையிலேயே பணம் வசூல் செய்வதற்காக வந்தான். எங்கள் இருவருக்கிடையில் அன்றைக்குப் பெரிய வாக்குவாதம் நடந்தது. தெரிந்தவர்களிடம் இருந்து பணம் வாங்கி அன்றைக்கு அவனுக்குக் கொடுக்க வேண்டிய பாக்கியைக் கொடுத்தேன்.

அதற்குப் பிறகு எங்கள் இருவருக்குமிடையில் கொடுக்கல், வாங்கல் இல்லை.

மீண்டும் பல நாட்களுக்குப் பிறகு வழக்கமான நண்பர்களானோம். எங்களுக்குள்ளே இருக்கிற சந்தேகங்கள் இப்பொழுதுவரை அப்படியே தான் இருக்கிறது. எங்கள் பேச்சுகள், சந்திப்புகள், பணம் கொடுக்கல், வாங்கல் போன்ற தேவைகளுக்கு அப்பாற்பட்டு இருந்தது.

நான் வாங்கிய புத்தகங்களைச் சீ.பி.ராவ் திருப்பிப் பார்த்து, "இன்னும் உனக்குப் பைத்தியம் போகலையாடா" என்றான். ஊரில் இருந்தபொழுது நான் புத்தகம் படிக்கும் வழக்கம் அவனுக்கு விந்தையாக இருந்தது. "அவ்வளவு நேரம் என்ன பண்றடா? அந்த நூலகத்துல" என்பான்.

அங்கே பணிபுரியும் மனிதர் ஒருவர் முழங்கால் போட்டு அமர்ந்துகொண்டு சுவரில் சாய்ந்து பார்சலைக் கணக்கிட்டு எண்ணிக்கொண்டிருந்தார்.

சீ.பி.ராவ் என்னவோ சொல்லிக் கொண்டிருக்கிறானே தவிர எனக்குக் காதில் எதுவும் ஏறவில்லை. அங்கே ஒரே வாசனை! மண்ணெண்ணெய் வாசனை! கோணிப் பை, வெங்காய மளிகைக் கடை வாசனை.. போர்ட்டர்கள் ஏதோ கோணிப் பையில் கட்டிய பெட்டியை உள்ளே தூக்கிக் கொண்டுவந்தார்கள். அங்கே அமர்வதற்கு விரும்பவில்லை. மறுபடியும் சந்திக்கிறேன் என்று வெளியே வந்தேன்.

அலுவலகத்திலிருந்து கீழே இறங்கி ரோட்டில் நின்றிருந்தேன். விசாலமான அத்திமரம் தன் கைகளை விரித்து நின்றிருந்தது. வெயிலில் மினுங்கிக்கொண்டிருந்த இலைகள் காற்றுக்குப் படபடவென்று அடித்துக்கொண்டன. பூமியில் அமைதியைக் கொடுக்கக் கூடிய இடம் எது? ஏதோ பெரிய மிருகம் எதையோ சாப்பிட்டது போலப் பயத்தைக் கிளப்புகிறது. மரத்தின்கீழே நின்றிருந்தேன். முகத்தில் அனல்காற்று அடித்தது.

வீதியின் மூலையிலிருந்த குப்பைத்தொட்டி அருகில் நாய் எதிலேயோ முகத்தை வைத்துக் கிளறிக்கொண்டிருந்தது. சாலைக்கு அப்பால் காகிதக்குப்பைக் குவியலை ஒட்டி தார்ப்பாய்க் கொட்டகை முன் தரையில் விரிக்கப்பட்டிருந்த அழுக்குப் பாயின் மேல் இளைஞன் ஒருவன் ஸ்மார்ட் போனைப் பார்த்துக்கொண்டிருந்தான். அதற்கு அப்பால் பக்கத்திலிருக்கிற கூடாரத்தின் முன் மரத்தில் கட்டிய தூளியில் பச்சிளங்குழந்தை தூங்கி கொண்டிருப்பதுபோல் கனமாகத் தொங்கிக்கொண்டு அசைவின்றி இருந்தது. தொட்டிலுக்குக் கொஞ்ச தூரத்தில் பெண்ணொருத்தி பாத்திரங்களைத் தேய்த்துக் கொண்டிருந்தாள்.

ரோட்டின் இருபுறங்களிலும் பாதையோர வியாபாரிகள், அதற்கு பின்னால் ஷட்டர்கள், கடைகள், துணிக்கடைகள், பூவிற்பவர்கள், நடந்துகொண்டே எவ்வளவு தூரம் வந்தேனோ தெரியாது.

தூரத்தில் நதி மீதுள்ள இருப்புப் பாலத்தில் செல்லும் ரயில்.

கிருஷ்ண பாலம் மலை முடிவில் இருட்டத் தொடங்கியது. அந்தக் கடைசி மேற்குச் சரிவில் கடலை நோக்கி விழுகிற வெளிச்சத்தில் கருநிழல் பரவியிருந்தது.

சந்தையில் கூட்டமாகப் போகின்ற மனிதர்களுக்கு இடையில் வேகமாக நடக்கின்ற சிவலிங்கம் தென்பட்டார். அவரைப் பார்த்த மாத்திரத்திலேயே மனிதர்கள் தூரமாக விலகிப்போகிறார்கள்.

அவரை நோக்கிப் பார்க்கின்றேன் என்று அறிந்து என்னை நோக்கித் திரும்பினார். படபடவென்று நடந்த கால்கள் நிதானித்து என்னை நோக்கி வந்தது. முகத்தின் மெல்லிய சிரிப்பு அருகில் வரவர பெரிதாகியது. சிரிப்பில் அவரின் பல் ஈறுகள் கூடத் தெரிந்தன. கறைபடிந்த பற்கள்.

பக்கத்தில் வந்ததும் 'சிவலிங்கம்' என்றேன். அடையாளம்கண்டு பேச்சுக்கொடுப்பதுபோல.

"யார் சார் நீங்க?" என்றார் பயமுறுத்துவதுபோல் கீச்சுக்குரல். கறைபடிந்த பற்கள். உடல்மேல் காற்றுக்கு அசைகின்ற கந்தல் ஆடை.

எந்த மனப்பிறழ்வு, அவரை மனிதர்களிடமிருந்து பிரித்தது என்று சொல்வது கடினம், சில நேரமோ, கொஞ்ச காலமோ அவருடன் நேரத்தைச் செலவிட்டால் தவிர.

அவரின் சிரிப்பைப் பார்த்துக் கொஞ்சம் பயம் வந்தது.

ஊர்ப் பெயரைச் சொன்னேன். நூலகத்தில் பல வருடங்களாக அவரைப் பார்த்ததையும் சொன்னேன்.

"நீங்க அத்தங்கியா?" என்று மறுபடியும் அவர் யோசித்துக்கொண்டே தரையைப் பார்த்தார். "ஒங்கள பார்த்த மாதிரி இருக்கு, ஆனா நினைவுக்கு வரல, பல வருஷம் ஆயிட்டுலா" என்றார். இருந்தாற்போல "பத்ரய்யாவைத் தெரியும், நான் ரொம்ப வருசமா பார்க்கல. அந்த ஊர விட்டு வந்து ரொம்ப வருசம் ஆச்சு" என்றார்.

என் சந்தேக முகத்தைக் கவனித்து, "நூலக உதவியாளர்... ஒங்களுக்குத் தெரிஞ்சிருக்கும்" என்றார்.

நூலக உதவியாளர் பேர் பத்ரய்யா என்று எனக்கு இப்பொழுது வரைக்கும் தெரியாது. சிவலிங்கம்... பத்ரய்யாவை இன்னும் நினைவில் வைத்திருக்கிறார். அந்தப் பத்ரய்யாவிற்கு இந்தச் சிவலிங்கம் நினைவில் இருப்பாரோ இல்லையோ!

அவரே பேசிக் கொண்டிருந்தார். அவரின் பேச்சுக்கும் சிரிப்புக்கும் சம்பந்தம் இல்லை. எதற்குச் சிரிக்கிறார் என்று சொல்வது கஷ்டம்.

"நீங்க... இரசவாதம்..."

"இரச... ஓ! அதுவா... இப்பவரைக்கும் கடையில... கிடைக்குமோன்னு. வேடிக்கையும் கூட. பணம் சம்பாதிக்கணும்னு சின்ன வயசுலயிருந்து எங்க அம்மா சொல்லுவா. தங்கம் செய்யும் இரசவாதக் கலையைக் கத்துக்கலாம்னு. அப்படி ஒரு புத்தகம் இருக்கும்னு தெரியும் ஆனா பாத்ததில்ல."

அவர் சொல்லிக்கொண்டே இருந்தார்.

‘வாழ்வது எவ்வளவு கஷ்டமோ, அவ்வளவு எளிது. ஆமால்ல... எல்லாம் நம்மைப் பொறுத்துத்தான் இருக்கிறது பணத்தைப் பணம் சம்பாதிப்பது தெரிகிறது. பணத்தை ஒருத்தன் அரைமைல் ஓடி சம்பாதிப்பது மற்றொருவனுக்கு அது இருந்த இடத்திலேயே கிடைக்கிறது. கொஞ்சபேருக்குத் தெரியாமல், கொஞ்சபேருக்குத் தெரிந்து. அதைத்தான் எல்லாரும் புத்திசாலித்தனம்னு சொல்லுவாங்க’ என்பார் அண்ணிய்யா. அவர் ஒரு வக்கீல். ஒருமுறை நரசராவுபேட்டையிலிருந்து அவருக்குத் திருட்டு வழக்கு வந்தது. நகையை இழந்தவர்கள் வழக்குப் போட்டனர். திருட்டுத்தனம் செய்தவர்கள் உதை வாங்கினார்கள். மத்தியில் காவலர்கள், வழக்கறிஞர்கள் புகுந்தார்கள். பேச்சாலே நொடியில் ஐம்பதாயிரம் சம்பாதித்தார் அண்ணிய்யா. எல்லாம் மாயை! வாழணும்னா தந்திரமாயிருக்கணும்னு சொல்லுவார் எங்க அண்ணிய்யா. யோசிக்கணும்... யோசித்தால் விசயம் தெரியும். யோசனையே இருக்கணும்...’

திடீரென்று தான் சொல்லிக்கொண்டிருப்பதை நிறுத்தினார்... ‘இத்தனைக்கும் நீங்க இரசவாதம் படிச்சிருங்கீங்களா?’

இளமை பின்னடங்கிய முகத்தில் கண்கள் உள்ளே போய் இருண்டு, இடதுகண்ணில் பார்வையில்லாமல் கோடு போன்ற வெண்மையான சாறு.

‘இல்லை’

உலோகவியல் இல்லை... மாயாஜாலம்..’ சிறுபிள்ளைபோல சிரித்தார், கண்களை மூடிக்கொண்டு. ஒல்லியான அவரின் சரீரம் மேலும் கீழுமாக ஆடியது செங்குத்தாக இருக்கிற மூங்கில் குச்சிப்போல. பைத்தியக்காரனின் வெறித்தனம்!

இனி கிளம்புகிறேன் என்பதாகத் தலையசைத்து முன்னே நகர முற்பட்டேன்.

அவர் சரியென்றவாரு இரண்டடி எடுத்துவைத்துத் தடால் என்று பக்கத்தில் வந்து உள்ளங்கையை நீட்டி, ‘ஒரு அஞ்சு ரூவா இருந்தா குடுங்க?” என்றார்.

நான் ஒருநொடி என்ன செய்வதென்று தெரியாமல் ‘எதுக்கு அப்படிக் கேட்டாரோ, இதில் எதாவது ரகசியம் உள்ளதா?

என்று யோசித்து மேல் பாக்கெட்டில் கை நுழைத்து ஐந்து ரூபாய் நாணயத்தை எடுத்து அவருக்குக் கொடுத்தேன்.

ஒருநொடியில் ஆயிரம் யோசனைகள், நூறு சந்தேகங்கள்.

"தெரிந்தவர்தான்.... நூறு கேட்டார் என்றால்..?"

அவர் கேட்கவில்லை சரி... அப்ப நான் ஐந்நூறு கொடுத்துருக்கலாம்ல...? அப்ப ஏன் ஐந்து ரூவா மட்டும் கொடுத்தேன்...?

"தர்மம் செய்யுங்கன்னு சொல்றாரா? திரும்பத் தருவாரா?"

நான் கைகளைப் பின்னால் எடுப்பதற்கு முன்பாகவே, அவர் அந்த நாணயத்தை எடுத்துக்கொண்டு அதே கையால் என் கையில் எதையோ வைத்தார்.

ஒரு நொடி என்ன நடந்ததோ தெரியவில்லை. என்ன இருக்கும் என்று என் உள்ளங்கையைப் பார்த்தால் பளபளவென்று மின்னுகிற ஐந்து ரூபாய் நாணயம்!

ஆனால் அது நான் கொடுத்தது இல்லை. வேறொன்று!

அவர் ஒரு முறை என் பக்கமாகப் பார்த்து ஒரு சிரிப்பு சிரித்துப் பின்னே திரும்பினார்.

என் உள்ளங்கையில் ஐந்து ரூபாய் நாணயம் எஞ்சியிருந்தது.

- புரவி, ஆகஸ்ட் 2022

விழிப்பு

மேற்கே சூரியன் மலையிலிருந்து இறங்கியவுடன் கிழக்கே பௌர்ணமி சந்திரன் கீழிருந்து மேல் எழுந்தது. பகல்முழுவதும் வெயிலில் காய்ந்த மரங்கள் சாயந்தரம் குளிர்ந்த காற்றுக்குத் தலையசைத்து நின்றன. கருப்புப் பறவைகள் சிறகுகளை விரித்து வட்டமிட்டுச் சுற்றிக் கொண்டு கூடுகளை அடைந்தன.

இருட்டும் வரை பகல் எல்லாம் பிச்சைக்கு ஊரெல்லாம் சுற்றி, பையை நிறைத்து எப்பொழுதும் போல தார் ரோட்டிலிருந்து ஊர் எல்லை வரை செல்லும் ஒற்றையடிப் பாதையை நோக்கி நடந்தார் பைராகி. அவரின் உடல் மீது இருக்கிற காவியாடை கசங்கி, அழுக்காகி, மண் நிறத்திற்கு மாறியிருந்தது. கருப்பாக, ஒல்லியாக, காய்ந்து போன குச்சிபோல தோற்றமளித்தார் அவர். வியர்வையில் நெற்றி மீதிருந்த விபூதி, குங்குமம் அரித்துப்போய் இருந்தது. கருப்பும் வெள்ளையுமாகக் கலந்திருந்த நீள தாடி, சாயந்திர வெயிலில் அவரின் நிழலோடு கூட வந்து கொண்டிருந்தது.

பகல்முழுவதும் மக்கள் ஓர் ஊரில் இருந்து மற்றொரு ஊருக்கு நடந்து போகிற ஒற்றையடிப் பாதைப் பொழுதாகப் பொழுதாக ஆள் ஆரவாரம் இன்றி நிசப்தமாய்க் கொண்டிருந்தது. பைராகி ஒற்றையடிப் பாதையைத் தாண்டி, ஊர் எல்லையில் புதருக்கு நடுவில் பாதி சிதிலமடைந்திருந்த வீட்டிற்குள் நுழைந்தவுடன் முழுவதுமாகப் பொழுது இருட்டியது.

எப்பொழுதாவது புதியவர்கள், வெளியூர் செல்லும் பாதசாரிகள் அந்த ஒற்றையடிப் பாதையில் நடந்துகொண்டே சிதிலமடைந்த

அந்த வீட்டை விந்தையாகப் பார்ப்பார்கள். ஒருசில சமயம் வேலைவெட்டியில்லாத சோம்பேறிகள், குட்டிச்சுவர் நிழலில் அமர்ந்து ஆடுபுலி ஆட்டம் ஆடுவார்கள். புதியவர்கள் எவர் வந்தாலும் பைராகி அவர்களைக் கண்டுகொள்ள மாட்டார். அங்கே வந்தவர்கள் ஓர் இரு நாட்களிலேயே அந்த அமைதிக்கு அலுத்துப் போய் சென்றுவிடுவார்கள்.

அந்தப் பாழடைந்த வீட்டில் அவர் எவ்வளவு காலமாக வசித்து வருகிறாரோ யாருக்கும் தெரியாது. பல நாட்களாகத் தனியாகவே இருப்பார். முதுகைச் சுவரில் சாய்த்துக்கொண்டு வெற்றிடத்தைப் பார்த்துக்கொண்டு அமைதியாக நேரத்தைக் கடத்துவார். ஒரு சில சமயங்களில் தனக்குத் தானே பேசிக்கொண்டு உள்ளங்கையை நீட்டி விரல்களில் முத்திரை நிறுத்தி விசித்திரமாகக் கத்தி, கைகளைப் பின்னால் இழுத்துக்கொள்வார். அந்தச் சேஷ்டைகளைப் பார்த்தால் அவர் ஒரு விசித்திரமான சாது என்று சொல்லிக் கொள்வார்கள்.

பைராகி வீட்டுக்குள் நுழைந்தவுடன், மண்ணெண்ணெய் விளக்கை ஏற்றி, அறையின் ஓரத்தில் இருந்த கூடைக்கு அடியில் இருந்த புறாவை வெளியே எடுத்து, அதற்கு முன்பாகத் தினையைத் தூவினார். அதன் பிறகு வெளிப்புறத்தில் சருகுகளைக் கொண்டு அடுப்பைப் பற்ற வைத்து, உலை வைத்து, உள்ளே வந்து கிழிந்தபாய்மீது படுத்தார். அறையின் உட்பகுதியில் பாதிக்கு மேல் சுருங்கிய வைக்கோல் கூரை உள்பக்கம் அமுங்கியிருந்தது. இருட்டுக்கு, வெளியே திறந்தால் வாசல்நிலையில் எட்டிப் பார்க்கும் வாகைமரக் கிளைகள் உள்ளே எட்டிப் பார்த்தன. யார் யாரோ கரியால் வரைந்த கோடுகள் குட்டிச்சுவர் முழுவதும் படர்ந்திருந்தது. காற்றுக்கு எப்பொழுதோ அணைந்த அடுப்பில் கொஞ்சநேரத்தில் மெல்லிய புகை வந்து அணைந்துபோனது.

“அதுக்குள்ளவே படுத்துட்டீங்களா சாமி!” என்ற சத்தத்தைக் கேட்டதும் பைராகி தூக்கத்திலிருந்து பதறியடித்து எழுந்து பார்த்தார். வெளியில் வராண்டாவில் திண்ணை மீது குறிகாடு அமர்ந்திருந்தான். அவன் பக்கத்தில் கொல்லகம்மு ஆற்றில் அடிக்கப்பட்ட நாரைகள் தாகத்தில் வாயைத் திறந்து மூச்சிரைத்துக் கொண்டிருந்தன. அவைகளின் கால்கள் முறுக்கப்பட்டுச் சணல் கயிற்றால் கட்டப்பட்டிருந்தன. வாசலின் முன்பு அணைந்த அடுப்பு மீது இருந்த மண்பானையின் மூடி அமைதியாக இருந்தது.

பைராகி வெளியே வந்து, அடுப்பு முன் அமர்ந்து ஊதியவாறு, "படுக்கலடா... அடுப்ப பற்ற வைத்து, கொஞ்சம் சாஞ்சேன்" என்றார். அடுப்பில் சருகுகள் படபடவென்று பொரிந்து மெல்லிய புகை மீண்டும் மேலெழுந்தது.

குறிகாடுவும் பைராகிப் போலவே, வீடு, மனைவி இல்லாத மனிதன். காட்டு விலங்குகளை, பறவைகளை வேட்டையாடுவது அவனது தொழில். குறிபார்த்துப் பறவைகளை அடிப்பதில் கெட்டிக்காரன். அதனாலேயே அவனுக்கு அந்தப் பெயர். மாயமர்மம் தெரியாத மனிதன். பல நாட்களாக எங்கெங்கேயோ திரிந்து அந்த அமானுஷ்ய இடத்திற்கு எப்பொழுதாவது அரிதாக வரும் விருந்தாளி.

குறிகாடு உள்ளே வந்து, ஒரு மூலையில் ஒடுங்கி அமர்ந்திருந்த புறாவைக் கையில் எடுத்தான். நீண்ட நாட்களுக்கு முன்பு அவனே அதனை அங்கே கொண்டு வந்திருந்தான். கொண்டுவந்த நாளிலேயே அதை அறுத்துச் சமைக்க எண்ணினான். அந்த நாள், பைராகித் தடுக்காமல் இருந்திருந்தால் இந்நேரத்துக்கு அது உயிரோடு இருந்திருக்காது. அது பறக்காமல் இருப்பதற்கு இறக்கைகளின் சிறகுகளை மட்டும் பிடுங்கியிருந்தான்.

இப்பொழுது குறிகாடு கையில் புறா இருப்பதைப் பார்த்து, "அது என்னடா! என்ன பண்ற?" என்றார். அவர் விலகி தூரமாக அமர்ந்திருந்ததால் குறிகாடு செய்த செயல் அவர் கண்களுக்குத் தெரியவில்லை. குறிகாடு தன் இடுப்பில் இருந்து ஊசி நூல் எடுத்துக்கொண்டு, "இதைக் காலையில் கொல்லகம்மு ஆற்றுக்கு எடுத்துட்டுப்போறேன் சாமி. இந்தப் பெண்புறா எந்த ஆண் புறாவுக்குப் பின்னாடியும் போகாதமாதிரி செய்யுறேன். ஆனா, இதெல்லாம் உனக்குத் தெரியாது. நீ சாமியாரில்லயா!" என்று விகாரமாகச் சிரித்தான்.

"எடுத்துட்டுப்போயி?" பைராகிக் கேள்விக்குறியோடு பார்த்தார்.

"கொல்லகம்மு ஆற்றின் கரையில் தினை வீசி வலைபோடுறன். இதை வலைக் கிட்ட கட்டிப் போடுறன். இதைப் பார்த்துப் பறவைகள் இறங்கி, வலையில மாட்டணும்."

அவனின் சிரிப்பு நிற்காமல் எதிரொலி கேட்டுக்கொண்டே இருந்தது. சிரிக்கின்றபொழுது அவனின் விலாஎலும்புகள் துள்ளுகின்றன. குட்டிச்சுவருக்கு அப்பால் வட்ட நிலா வருத்தத்தோடு பார்த்துக் கொண்டிருந்தது.

“அடேய்! அது உனக்குத் தூண்டில் பறவைன்னா, அது எனக்கு வளர்த்த பறவை. எனக்கு இருக்கிற ஒரே துணை அதுதான். எடுத்துட்டுப் போனது போலவே திரும்ப அதைக் கொண்டு வா. அது இல்லன்னா எனக்குப் பொழுது கழியாது” என்றார் பைராகி.

பைராகியின் வார்த்தைகள் குறிகாடுக்கு ஆச்சர்யம் அளித்தது. அவனுக்கு ஒருசமயம் பைராகி எவ்வளவோ நெருக்கமாக இருப்பதுபோல் இருப்பார். ஒருசமயம் யாரிடமும் சம்பந்தம் இல்லாததுபோல் இருப்பார். பைராகி சொல்லும் ஒவ்வொன்றும் அவனுக்கு அற்புதமாக இருக்கிறது. எவ்வளவு கேட்டாலும் இன்னும் நிறைய மீதம் இருப்பதாகவே தெரிந்தது.

குறிகாடு பேசாமல் இருப்பதைப் பார்த்து, “என்னடா? என்ன ஆச்சு, அமைதியா இருக்குற?” என்றார் பைராகி.

பைராகியைச் சிறிது நேரம் மௌனமாகப் பார்த்து, “ரொம்ப நாளா ஒங்ககிட்ட ஒன்னு கேட்கணும்னு நெனச்சிட்டு இருக்குறன் சாமி...” என்றான் குறிகாடு.

“என்னடா அது?” என்றவாறு பைராகித் திரும்பி வந்து குறிகாடுக்கு எதிராக அமர்ந்தார். “நான் மட்டுமில்ல, ஒங்கள பத்தி எல்லாரும் நினைக்கிற ஒரு விசயம் ஒன்னு இருக்கு சாமி! மாணிக்கம் கூடச் சொல்லிட்டு இருப்பான். ஒரு சிலசமயம் தனக்குத் தானே தனியா பேசிட்டு இருக்குறீங்க. விரல்ல எதையோ எண்ணிக்கிட்டு இருக்குறீங்க. கைகளை நீட்டுறீங்க. பின்னாடி இழுத்துக்குறீங்க. இந்தப் பைத்தியகார சேட்டைகள் உங்களுக்கு எப்ப வந்தது சாமி?” என்றான்.

குறிகாடு வாயிலிருந்து மாணிக்கம் என்ற பெயரைக் கேட்டவுடனேயே பைராகியின் முகம் மாறியது. பைராகி குறிகாடிடம் ஒருவிதமாக இருந்தால், மாணிக்கத்திடம் இன்னொருவிதமாக இருப்பார். மாணிக்கத்திடம் அதிகம் பேசமாட்டார். அவர்கள் இருவரில் ஒருவர் இருக்கும்போது மற்றொருவர் இருக்கமாட்டார். ஒரு சிலசமயம் விருந்தினர் இருவரும் ஒரே நேரத்தில் வருவதும் உண்டு. அப்படிப்பட்ட நேரத்தில் பைராகியின் முகபாவங்களைத் தெரிந்து கொள்வது கஷ்டம். அவர் ரொம்ப சங்கடப்பட்டுக் கொள்வார். வந்த விருந்தினர்கள் இருவரும் ஒருவருக்கொருவர் அதிகமாகப் பேசிக் கொள்ளாமல் ஈடுபாடற்று இருப்பார்கள். அவர்கள் இருவருக்குமான நெருங்கிய உறவு மூவருக்குமான நெருங்கிய உறவல்ல.

“இந்தக் குருவிக்காரன்ட்ட பைராகிக்கு என்ன வேலையிருக்கு” என்று நினைத்துக்கொள்வான் குறிகாடு. பைராகியும் மாணிக்கமும் நமக்கு தெரியறதுக்கு முன்னாடியே அவங்களுக்குள்ளே ஏதோ அறிமுகம் இருக்கும் போல.

குறிகாடு கையில் புறா இருப்பதைப் பார்த்து, “இந்தப் புறாவைப் பார்க்கும்பொழுது எனக்கு ஒரு சாமி நினைவுக்கு வராருடா” என்று பைராகிப் பேச்சை மாற்றினார்.

“யாரு சாமி?” என்று சொல்லிக்கொண்டே குறிகாடு ஒரு கையில் ஊசியை வைத்துக் கொண்டும் மறு கையால் நூலை நுழைத்துக் கொண்டும் இருந்தான். அவனின் கூர்மையான பார்வை ஊசியின் துளையில் இருந்தாலும் காதுகள் பைராகியின் வார்த்தைகளைக் கவனமாகக் கேட்டுக்கொண்டிருந்தது. வாசலின் முன்பு அடுப்புக் கங்குகள் நான்கு புறங்களிலும் கனந்து கொண்டிருந்தன. அடுப்பின் மீது சோறு தகதகவென்று கொதிக்கிற சப்தம் வந்துகொண்டிருந்தது.

“நான் வீட்டைவிட்டு வெளியே வந்ததும் தலைக்கோணத்தில் ஒரு சாமியாரைப் பார்த்தேன்டா. என்னைவிடப் பெரிய மனிதர். கிட்டத்தட்ட எனக்குக் குரு மாதிரி. அவர் எப்பவும் ஒரு வார்த்தையைச் சொல்லுவார். மனிதர்கள் தெரிந்தோ தெரியாமலோ நல்லது, கெட்டது செய்யுறாங்க. காரியம் கண்ணுமுன்னாடி இருக்குற வரைக்கும் தான். கைமீறிப் போனதும் நம்ம நெனச்சது நடக்காது. அந்தந்த திசை அது அதுக்கு இருக்கு. சிறகுகள் விரித்த புறா அதற்குரிய திசையில் பறக்கும். காற்றுக்குப் பிறந்த அலை கண்ணுக்கு எட்டிய தூரம் தெரிந்து பின் காணாமல் போகும் அதைப் போல இந்தப் புறாவும்...”

பைராகி பேசிக்கொண்டு இருந்த வரை அவர் ஏதோ தியானத்தில் இருந்ததுபோலக் கண்கள் சூன்யத்தில் நிலைக்குத்தி இருந்தது. அவரின் கைகள் பக்கவாதம் வந்தது போல எந்த அசைவும் இன்றிக் கிடந்தன. பைராகி பேசிய அனைத்தையும் கேட்ட குறிகாடு நிம்மதியாக எழுந்து நின்றுகொண்டு புறாவை எங்கிருந்து எடுத்துவந்தானோ அந்த அறையிலேயே விட்டுவிட்டு வெளியே நடந்துகொண்டு, “நீ என்ன சொல்றயோ எனக்குத் தெரியாது சாமி. எனக்குத் தெரிந்ததெல்லாம் எலிகள், நண்டுகள், பறவைகளை அடிச்சுச் சாப்புடுறது...தூங்குறது” என்று பெரிதாகச் சிரித்தான். பைராகி கொஞ்ச நேரம் மௌனமாக இருந்து, அவரும் குறிகாடுவுடன் சேர்ந்து சிரித்தார்.

இறுதியாக குறிகாடு கொக்குகளைத் தோள்மீது போட்டுக்கொண்டு, எங்கேயோ செல்வதைப் பார்த்து, “மறுபடியும் எங்க போறடா? சமைச்சிருக்குறன் சாப்பிட்டுப் போடா” என்றார் பைராகி. அடுப்பு மீது உள்ள மூடியைத் திறந்து குச்சியை வைத்துக் கிளறினார்.

“நான் சாப்பிட்டுத்தான் வந்தேன். நீ சாப்பிடு. நான் மறுபடியும் வர்றன். என்ன இராவானாலும் வர்றன். நீ தூங்கு. என்னை எதிர்பார்க்காத...” என்று சொல்லிவிட்டு, நிலவொளியில் அடர்த்தியான மரங்களின் மத்தியில் மறைந்துபோனான். அவன் கள்ளிறக்கும் இடத்தில் இரவைக் கழித்துப் பொழுது புலர்ந்ததும் வருவான். அதன் பிறகு நீண்டநேரம் அமைதியாகக் கடந்து போனது. என்றைக்கும் போலவே பைராகி வெளியே திண்ணை மீது விரிந்த கண்களால் சூன்யத்தைப் பார்த்துக்கொண்டு அமர்ந்திருந்தார். அப்படி எவ்வளவு நேரம் கழிந்ததோ தெரியாது. கொஞ்சநேரம் கழித்து உள்ளே வந்து, அறையில் அங்கும் இங்கும் சுற்றி, கடைசியாக சோறு உண்டு, தரையில் படுத்துத் தூங்கிப் போனார். விளக்குத் தீபம் கொஞ்ச நேரம் எரிந்து கடைசியாக இருட்டில் கலந்தது. எங்கோ அறையின் ஒரு மூலையில் இருந்து சுவர்க்கோழிப்பூச்சி ஒன்று கத்திக் கொண்டிருந்தது. வெளியே குட்டையில் தவளைகள் க்ரக்.. க்ரக்.. என்று கத்திக் கொண்டிருந்தன.

நடுசாமம் இருக்கும், “பிச்சைப்பதி... இருக்கயா?” என்று வெளியில் இருந்து எவரோ கூப்பிடுவதைக் கேட்டு, “யாரது?” என்று பைராகி படுத்துக்கொண்டே கேட்டார்.

“நான் தான், மாணிக்கம்” என்று அப்பாலிருந்து பதில் வந்தது.

“மாணிக்கம்! உள்ள வா...” என்று படுத்திருந்த பைராகி எழுந்து வெளியே வந்தார்.

வீட்டின் வெளியே மங்கிய நிலவொளியில் நின்றுகொண்டிருந்தான் மாணிக்கம். ஒல்லியான மனிதன், தெரிந்தும் தெரியாமலிருக்கிற கடுக்கன், கழுத்தில் மணிமாலை. மாணிக்கத்தின் பின்னால் முந்தானை போர்த்திய பெண். சரியாகத் தெரிந்தும் தெரியாமல் இருக்கும் முகம்.

“இது யாரு?” பைராகி பின் நோக்கி நடந்து கொண்டே கேட்டார்.

“என் ஆளுதான்” பைராகி பின்னாடி, நடந்து வந்து சொன்னான் மாணிக்கம்.

மாணிக்கம் அவ்வப்பொழுது அங்கே ஒரு பெண்ணை அழைத்துக்கொண்டு வருவான். ஆனால் ஒரு முறை வருபவர்கள் மறுமுறை வருவதில்லை.

"இன்னைக்குக் குறிகாடு வரலயா?" பின்னால் இருந்து மாணிக்கம் வினவினான்.

"இப்பதான் வெளிய போனான். நடுராத்திரி ஆனாலும் வர மாட்டேன்னு சொன்னான்" முள்வேலியைத் தாண்டி ஒருவரைத் தொடர்ந்து மற்றவர் உள்ளே நுழைந்தார்கள்.

பைராகி சுவரில் சாய்ந்து, "நீங்க சாப்பிட்டீங்களா? பையில நொய்யி இருக்கு. தேவைன்னா பொங்கிக்கோங்க" என்றார். அவர்கள் இருவரும் கிழிந்த பாயில் அமர்ந்தனர்.

மாணிக்கம் பீடியைப் பற்றவைத்துக் குப்பென்று புகையை விட்டு, "சாப்பிட்டுட்டுத் தான் வந்தோம் சாமி. இன்னைக்கு ராத்திரி இங்க இருந்துட்டுக் காலம்பர போறோம்" என்றான்.

மாணிக்கம் சொன்னதைக் கேட்டு பைராகி அந்தப் பெண்ணைப் பார்த்தார். தரையில் ஊன்றிக் கொண்டிருந்த மண்வளையல் கைகள். வகிடு எடுத்த சுருள் முடி. எந்த முகபாவத்தையும் காட்டாத அப்பாவியான கண்கள். தெரிந்தும் தெரியாதது போன்ற வண்ண மணிமாலை. எந்தக் காலத்தைச் சேர்ந்ததோ என்று தெரியாத அடர்த்தியான மண்நிற சேலை. சேலையின் மடிப்புக்குக் கீழ் மென்மையான பாதங்கள்.

பைராகி அந்தப் பாதங்களில் இருந்து பார்வையை நீக்கி, தனக்குத் தானே, "இந்தப் பெண், சோர்வால் இப்படி இருக்கிறாள். இந்தப் பெண் அப்படிப்பட்ட பெண் அல்ல" என்று நினைத்துக் கொண்டார். தலையைச் சாய்த்தவாறு எதையும் நினைக்காமல் எதையோ பார்த்து மறுபடியும் தனக்குள், இந்தப் பெண் இங்கு வரவேண்டிய பெண் அல்ல' என்று முணங்கிக்கொண்டு, 'எதற்கிப்படி?' என்று நினைத்து மறுபடியும் அவளைப் பார்த்தார்.

அவள் நீண்டதூரம் பயணித்து வந்ததுபோல் கையில் உள்ள ப்ளாஸ்டிக் பை நிறம் வெளுத்துக் கைப்பிடி, வியர்வையில் சுருங்கியிருந்தது. "சந்தேகம் இல்லை. இந்தப் பெண் தலைக்கும் காலுக்கும் சம்பந்தம் இல்லாதது போல், இந்தப் பெண் இறந்தகாலத்திற்கும் நிகழ்காலத்திற்கும் சம்பந்தம் இல்லாதவளாக இருக்கிறாள்" என்று மனதுக்குள் நினைத்துக்கொண்டார் பைராகி.

இதற்கு முன்பு மாணிக்கத்தோடு வந்த பெண்கள் பைராகியோடு நகையாடுவார்கள். மாணிக்கத்தைப் பற்றித் தனக்கு எல்லாமே தெரிந்ததுபோல் காட்டிக்கொள்வார்கள்.

"அவர்களுக்கும் இந்தப் பெண்ணுக்கும் எத்தனை வேறுபாடு?" என்று எண்ணினார் பைராகி.

அவர்கள் மாணிக்கத்தை நம்பவில்லை. இந்தப் பெண் மாணிக்கத்தை முழுவதுமாக நம்புவது போலிருக்கிறது. இதற்கு முன் மாணிக்கத்தோடு வந்த பெண்கள் போல் இல்லை இந்தப் பெண்.

அவள் அரித்துப்போயிருந்த சுவரிலிருந்து எட்டிப்பார்க்கும் எருக்கம் கிளைகளை, அறையில் அங்கங்கே கிடக்கும் பொருட்களையும் நிலவொளியில் பார்த்துக்கொண்டு அமர்ந்திருந்தாள். தூக்கம் முந்திக்கொண்டு வந்தது போல, அவர்களுக்கு இடையே பேச்சுக் குறைந்து, இடைவெளி அதிகரித்தது. பைராகி கொட்டாவிவிட்டுக் கால்களை நீட்டி அப்படியே தரையில் சாய்ந்தார். அவர் சிறிது சிறிதாகப் பொறுமை இழந்து கொண்டிருந்தார். தலை முழுவதும் இடைவெளியற்ற யோசனைகள்.

கண் முன்பு அவளின் அப்பாவியான உருவமே தெரிந்தது. அவர் கவலையில் ஆழ்ந்தார். அவரின் இதயம் படபடத்தது.

"இந்தப் பெண் தனியாக இருக்கும்பொழுது, மாணிக்கத்தை நம்பாதே என்றும் அவனிடம் இருந்து தப்பித்து ஓடி விடு என்றும் சொல்லவேண்டும்" என்று நினைத்துக் கொண்டார்.

"சொன்னால் நம்புவாளா?"

"நம்பமாட்டாள்" என்று அவர் உறுதியாகத் தனக்குள் நினைத்துக் கொண்டார்.

"அப்புறம் நம்ப வைக்கிறது எப்படி?" அவருக்கு ஆலோசனை வரவில்லை. "நம்பி வந்த மனுசி. மாயையில் சிக்கிய மனுசி. மோகத்தில் விழுந்த மனுசிக்கு என்ன சொன்னாலும் தெளியாது"

பைராகி ஆலோசனையில் இருக்கின்ற பொழுதே இருட்டுக்கு அப்பாலிருந்து குசு குசு என்று சப்தம் கேட்டது. மாணிக்கம் அவள் பக்கத்திற்கு நகர்ந்தது போலிருந்தது.

அவள் மெதுவாகப் பேசிக் கொண்டிருந்தாள். "உனக்குத் தெரியாதா! இரண்டு நாளா தூக்கமில்ல. காய்ச்சல்னு கூடக் கருணை காட்டாத மனுசன் நீ."

பதிலுக்கு மாணிக்கம் சிரித்தான்.

பைராகி இந்தப் பக்கம் திரும்பி இருட்டில் கண்களைத் திறந்தார்.

பைராகியின் அசைவைத் தெரிந்து மாணிக்கம் எழுந்து உடல் முறித்து, "படுத்துட்டயா பிச்சைபதி?" என்றான்.

பைராகி இல்லையென்று பதிலளித்தார்.

மாணிக்கம் வெளியில் சென்று திண்ணையில் அமர்ந்து, தீப்பெட்டியைப் பற்ற வைத்தான். வெளியே மஞ்சள் நிலவு. பைராகி எழுந்து வெளியே நடந்தார்.

மாணிக்கம் குப்குப்பென்று புகையை இழுத்துப் பீடி குடித்துக் கொண்டிருந்தான். திடீரென்று பைராகி ஏதோ சொல்ல வேண்டும் என்று நினைத்துக்கொண்டு காற்றில் கையை மேலே தூக்கி, எதற்கோ ஒரு நிமிடம் நின்று தன் கைவிரல்கள் பக்கம் பார்த்துக் கொண்டேயிருந்தார்.

மாணிக்கத்திடம் பைராகி எப்பொழுதும் அதிகம் பேச மாட்டார். கண்களால் பார்த்துப் பேசுவதே அதிகம். தனது அருகில் வரும் தெரிந்தவர்களாக இருந்தாலும் தெரியாதவர்களாக இருந்தாலும், உள்ளே வைத்துக் கொண்டு வெளியே ஒன்றைப் பேசமாட்டார். எப்பொழுதும் யாருக்கும் எதற்கும் வளைந்து கொடுக்காத மனிதர். கடைசியாகக் கெஞ்சியவாறு கேட்டார். "விட்டுடு மாணிக்கம். அந்தப் பொண்ணு அந்த மாதிரி பொண்ணு இல்ல."

பைராகி சொன்னது ஒரு நிமிடம் மாணிக்கத்திற்குப் புரியவில்லை. புரிந்ததும் பைராகியை நோக்கி விசித்திரமாகப் பார்த்தான்.

"அந்தப் பெண் அப்படிப்பட்டவள் இல்லைன்னு உனக்கெப்படித் தெரியும்? உனக்குத்தெரியுமா" மாணிக்கம் வாயில் பீடி, சிவந்த நெருப்பில் மெல்லிய புகையை விட்டுக் கொண்டிருந்தது.

"எனக்குத் தெரியாது" பைராகியின் பதில்.

"அப்புறம் உனக்கெப்படித் தெரியும்?"

பைராகி தலை குனிந்து கொண்டு கொஞ்ச நேரம் அமைதியாக இருந்து, கடைசியில், “அந்தப் பெண்ணோட கால பாத்தேன். நீ நினைக்குற பொண்ணு இல்லன்னு மட்டும் சொல்லமுடியும்” என்றார்.

மாணிக்கம் ஒருமுறை பைராகியை ஏளனமாகப் பார்த்துச் சிரித்து, “நீ காலு பார்த்துத் தலை முடியை எண்ணக் கூடியவன்னு எனக்குத் தெரியும். நீ சொன்னது நிசம் தான் சாமி. இந்தப் பொண்ணுக்காக நான் படாத கஷ்டம் இல்லை. இப்போ விட்டுவிடுவது நடக்குற காரியம் இல்ல” என்றான்.

அவர்கள் பேசிக் கொண்டே மரங்களின் இடையில் நீண்ட தூரம் நடந்து வந்து, மீண்டும் திரும்பி வாசல் முன் திண்ணை மீது அமர்ந்தார்கள். மாணிக்கம் தான் எவ்வளவு கஷ்டப்பட்டு அவளை வலைபோட்டுப் பிடித்தேன் என்று சொல்லிக் கொண்டிருந்தான்.

பைராகி ஏதோ தீர்மானித்தவாறு எழுந்து, “கொஞ்சம் தண்ணிகுடிச்சுட்டு வர்றன் தாகமா இருக்கு மாணிக்கம்” என்றார் உள்ளே நடந்தவாறு.

மாணிக்கம் எதுவும் சொல்லவில்லை. பைராகி உள்ளே நடந்து வாசல்படியில் நின்றுவிட்டார். இருட்டு நிழலின் மத்தியில் மரக் கிளைகள் பயத்தோடு பார்த்துக் கொண்டிருந்தன. தரை மீது இலையின் நிழல்கள் காற்றில் அங்குமிங்கும் அசைந்துகொண்டிருந்தன. கொஞ்ச நேரம் கழித்து நின்றுகொண்டு உடல் முறுக்கி, உள்ளே மெதுவாகச் சப்தமின்றி அடியெடுத்து வைத்தார் பைராகி.

அதுவரை கீச்.. கீச்.. என்ற சுவர்க்கோழிப்பூச்சி, அறையின் உள்ளே யாரோ வருவதைக்கண்டு அமைதியானது. வாசலில் இருந்து உள்ளே வந்த பரந்த நிழலைப் பார்த்து விழித்துக்கொண்ட அவள் சட்டென்று எழுந்து உட்கார்ந்தாள்.

உள்ளே வந்த பைராகி சிறிது முன்னோக்கி வந்து தண்ணீரை எடுத்துக்கொண்டு செல்வதற்காக வந்தவராய், மண்பானை மீதுள்ள மூடியை எடுத்து மறுபடியும் அதை வைத்துவிட்டு முன்னோக்கி நடந்தார். பிறகு அமைதி. சுவர்க்கோழிப்பூச்சிகூட என்ன நடக்கப்போகிறதோ என்று கூர்ந்து எதிர்பார்த்துக் கொண்டிருப்பது போல நிசப்தம்.

“என்ன சாமி இது!” கேட்டும் கேட்காதமாதிரி மெல்லிதாகக் கேட்டாள் அவள். பானையில் நீரின் அசைவு. இருட்டைப் போக்கும் தகதக என்று எரியும் இரண்டு தீபங்கள். மை விழிகள்.

அவளின் கண்களுக்குப் பைராகி மங்கலாகத் தெரிந்தார். அந்த நேரத்தில் அவரின் உடல் மீது எப்பொழுதும் இருக்கிற உடை இல்லை. முடியப்பட்டிருந்த கூந்தல் கழன்று தோள்கள் மீது தொங்கிக் கொண்டிருந்தது. அவரின் கண்கள் யாரோ மந்தரித்தது போன்று உள்ளே சூனியத்தை நோக்கி பார்த்துக்கொண்டிருந்தது. அவர் குருட்டுத்துறவி போல இருந்தார். அவர் ஏதோ சொல்வதற்காக முயற்சிப்பது போல அவரின் உதடுகள் திறந்தன.

“மாணிக்கம்தான் உன்கிட்ட போன்னு சொன்னான்.”

அவள் நடுக்கத்துடன் இரண்டு கைகளைக் கூப்பினாள்.

“நா அப்படிப்பட்டவ இல்ல சாமி.”

“எனக்குத் தெ...” என்று சொல்லுகின்ற பொழுதே, பின் பக்கம் இருந்து மாணிக்கம் கட்டையால் அடித்ததால் பைராகி முன்னால் மயங்கி விழுந்து வலியால் கத்தினார். அவர் இரண்டு கைகளால் தலையைப் பிடித்துக்கொண்டு கீழே விழுந்த மறுநிமிடம் அவள் எழுந்து நடுங்குகிற கைகளால் வேகமாகத் தன்னுடைய ப்ளாஸ்டிக் பையை எடுத்துக்கொண்டு, சிதிலமடைந்த ஜன்னல் சுவரைத் தாண்டி இருட்டில் மரங்களுக்கு இடையில் மறைந்தாள்.

மாணிக்கம் முன்னால் விழுந்துகிடந்த பைராகி முதுகின் மேல் கால் வைத்து, கைகளைப் பின்புறமாக வளைத்து இறுக்கினான். அவர் ஒல்லியாக இருந்தாலும் பலமாக இருந்தார். பைராகி வாயில் இருந்து கூக்குரல் வெளியே வந்தது. இருவரின் சண்டையைப் பார்த்துப் பயந்த பௌர்ணமி நிலவு, வெண்மேகங்களுக்கு இடையில் கவலையுடன் மேல் எழுந்தது.

“அந்தப் பொண்ணுகிட்ட என்ன சொன்ன நீ?” பைராகியின் கைகளை முறுக்கிக்கொண்டு கேட்டான் மாணிக்கம்.

“எனக்குத் தெரியாது” என்று பலமாக முணங்கினார் பைராகி. பைராகியின் அரைநிர்வாண உடல் நிலைகுலைந்து தரை மீது விழுந்து கிடந்தது. நீண்ட அவரின் அடர்த்தியான முடி கலைந்து வியர்வையில் நனைந்து கிடந்தது.

“அப்புறம் அவ எதுக்கு ஓடிப்போனா?” என்று மாணிக்கத்தின் குரல் கடுகடுத்தது.

பைராகி பக்கத்தில் உருண்டு, தன்னைவிடுவித்துக் கொண்டதால் மாணிக்கம் கீழே விழுந்தான். அவர்கள் புரண்டுகொண்டு புறா இருக்கும் இடத்திற்கு வந்தார்கள். அது பதறி இறக்கைகளைப் பட பட என்று அடித்துக்கொண்டு ஒரேயடியாகக் காற்றில் எழுந்தது.

புறா இறக்கைகளைப் பட படவென்று அடித்துக்கொண்டு காற்றில் பறந்த மறுநிமிடம், “யாருடா அது?” என்று குறிகாடுவின் குரல் கேட்டது. மரங்களின் இடையில் இருந்து நடந்து வந்த குறிகாடு மாணிக்கத்தைப் பார்த்துச் சிரித்து, “மாணிக்கமா.. சாமிய மரியாதையா விட்டுரு” என்றான். அந்த நேரத்தில் மாணிக்கத்தைப் பார்த்து அவன் ஒருத்தனால் மட்டும்தான் சிரிக்கமுடியும். அவர்கள் இருவரின் பகை அப்படிப்பட்டது. இரண்டு மனிதர்களையும் எளிதாகத் தூக்கி எறியும் பலமான மனிதன் குறிகாடு.

குறிகாடுவின் சப்தம் கேட்டவுடன் மாணிக்கம் சுவர் ஏறிக் குதித்து ஓடிவிட்டான். குறிகாடு மாணிக்கத்தின் பின் ஓடி, நின்று மீண்டும் திரும்பி வந்து பைராகியை மேலே தூக்கி, “என்ன சாமி இது?” என்றான்.

“எல்லாம் நல்லதே நடந்ததுடா. எல்லாம் நினைச்சது போலவே நடந்தது” பைராகிக்குச் சோர்வு குறையவில்லை. அவரின் உடல் பழையநிலைக்கு வராமல் எழுந்து உட்கார முடியாமல் போனது.

“உண்மையிலேயே என்ன நடந்தது சாமி?” என்று தரையில் அமர்ந்து பைராகியை மடியில் வைத்துக்கொண்டான். அந்த நிலையில் பைராகியைப் பார்த்து அவனின் குரல் துக்கத்தால் தழுதழுத்தது.

இறக்கை வெட்டப்பட்ட சடாயுபோல மூச்சிரைத்துக் கத்திக்கொண்டிருந்தார் அவர்.

“எதுவும் தெரியாத அப்பாவியான பறவை! இது நல்லது, இது கெட்டது என்று எப்படிச் சொல்றதுடா? ஆடிப் பாடித் திரியும் பறவையைக் கட்டிப் போட முடியுமா? மாணிக்கம் பொல்லாதவன்னு அந்தப் பெண்ணுக்கு எப்படிச் சொல்றது சொல்லு. அப்படிச் சொன்னாலும் அவளுக்கு எப்படித் தெரியும் சொல்லு. சொன்னாலும் மோகத்தில் ஆழ்ந்த பெண் என் வார்த்தையை எப்படி நம்புவாள்? அந்தப் பொண்ணுக்கு

மாணிக்கத்தோட சங்கதி தெரியாது. அவன்ட்டயிருந்து காப்பாத்தறதுக்குத்தான் இந்த வேலை பண்ணுனன்...”

என்ன நடந்தது என்று குறிகாடுக்குக் கொஞ்சம் கொஞ்சம் புரிந்தது.

பைராகி தரையில் சாய்ந்தே கிடந்தார். இருவருக்கும் இடையில் சிறிதுநேரம் நிசப்தம்.

சட்டென்று குறிகாடு ஏதோ நினைவுக்கு வந்தவனாய் எழுந்து உள்ளே சென்றான்.

“இங்கயிருந்த புறா எங்க சாமி?”

“சிறகுவெட்டப்பட்ட புறா, எங்க போயிடபோது? இங்க எங்கயாவது இருக்கும் பாருடா...” என்றார் பைராகி படுத்துக்கொண்டே.

“சாமி! சிறகு முளைச்சுட்டா. நா பார்க்கல.”

“எங்கயாவது பறந்திருக்குமோ என்னமோடா?”

“பறந்துபோறதுல எனக்குக் கவலை இல்லை. அதோட கண்ணைத் தைச்சுட்டேன்...” அவன் குரல் அடைத்துப் பேசியது போலச் சொன்னான்.

“கண்ணைத் தைச்சுட்டயா?” பைராகி அதிர்ச்சியுடன் எழுந்து உட்கார்ந்தார்.

“ஆமா சாமி. தைக்காமா இருந்தா எப்படியாகும் சொல்லு? எங்க விட்டாலும் பறவை துணையைத் தேடிப் பறந்து போகாதா. அதுக்காகத் தான் பார்வை இல்லாம ஆக்கி, கண் இமையை ஊசி நூலால தைச்சுட்டேன் சாமி” அவன் புறாவைத் தேடி அறையில் உள்ள பொருட்களைக் கசா முசா என்று எறியத் தொடங்கினான்.

பைராகி செய்வதறியாது தரையைப் பார்த்தவாறு அமர்ந்திருந்தார். குறிகாடு தேடித் தேடி, தரையில் குந்திக்கொண்டு பறந்துபோன புறாவைப் பற்றி யோசித்து, “அதோட கண்ண தைக்காம இருந்திருந்தா நல்லா இருந்துருக்குமே” என்று கொஞ்சநேரம் தனக்குள் தானே நிலைகுலைந்து இறுதியில் அது எங்கே போனது? என்று இருட்டை நோக்கிப் பார்த்தான். கண்கள் தைக்கப்பட்டது போன்று ஒரே இருட்டு. அந்த இருட்டுக்கு முடிவில்லை.

அப்பொழுது அவனுக்கு இருளில் மறைந்த அந்தப் பெண் நினைவுக்கு வந்து, "தப்புச் செஞ்சிட்டயே சாமி" என்றான்.

பைராகி புரியாமல் பார்த்தார்.

"அந்தப் பொண்ணுகூடப் போயிருந்தா மாணிக்கமே மாறியிருப்பானோ என்னமோ. நீ சொல்லியிருக்கல்ல நேத்தைக்கு இருக்குற மனுசன் இன்னைக்கு இருக்குற மனுசன் இல்லன்னு. மனுசன் மாறிட்டே இருப்பான்னு. உண்மையிலேயே அவன் மாறிபோய்த் தான் இங்க வந்தானோ என்னமோ யாருக்குத் தெரியும்? மாணிக்கத்த நம்பவிடாம செஞ்ச சரி, அந்தப் பொண்ணு உலகத்துல யாரையும் நம்ப முடியாதமாதிரி செஞ்சிட்டயே! என்ன வேலை செஞ்சுட்ட சாமி" என்றான் குறிகாடு.

குறிகாடு என்ன சொன்னான் என்று முதலில் அர்த்தம் புரியவில்லை. கொஞ்சம் கொஞ்சம் அர்த்தம் புரிந்தவுடன் பைராகி வாய்ப்பேச்சற்று செயலற்றுப் போனார். இது இப்பொழுதுவரைக்கும் தனக்கு அனுபவத்துக்கு வராத யோசனை. இப்படியான சத்தியத்தைப் பற்றிக் குறிகாடு சொல்லுவான் என்று இப்பொழுதுவரைக்கும் கனவிலும் ஊகித்திருக்கவில்லை. பைராகிக்கு உள்ளே ஏதோ கரைந்ததுபோல் இருந்தது. மின்னிக்கொண்டிருந்த கண்களால் அவர் முழுவதுமாகக் குறிகாடுவை நோக்கிப் பார்த்தார்.

ஆனால், குறிகாடு சிந்தனை வேறு எங்கேயோ இருந்தது. இப்படி நடக்காமயிருந்திருந்தா நல்லாயிருந்திருக்கும்ல.. நினைத்துக்கொண்டு தனக்கு அறியாமலேயே தன் விரல்களை நோக்கிப் பார்த்துக்கொண்டு, கைகளை நீட்டி நடந்ததை நினைத்து, படார் என்று கைகளைப் பின்னுக்கு இழுத்து ஒரேயடியாகச் சப்தமாகச் சிரித்தான். பைராகிக்கு அந்தச் சிரிப்பு விகாரமாகப் படவில்லை. குறிகாடு தான் எப்பொழுதும் பார்க்காத புதிய மனிதனாய்த் தோன்றினான்.

மேலே ஆகாயத்தில் கார்மேகத்துக்கு இடையில் சந்திரன் கொல்லப்பட்டறையில் கரிக்கு மத்தியில் நெருப்புக்கங்காய் இருந்தான். மர இலைகளுக்குள் ஊடுருவி வந்துகொண்டிருக்கும் வெண்ணிலவு இருளைக் கிழித்துக் கொண்டிருந்தது.

- **திசை எட்டும்**, அக்டோபர் - டிசம்பர் 2022

சாம்பல் மலர்

நான் மன்னிப்புக் கேட்கவேண்டிய நண்பர்கள் நிறையவே இருக்கிறார்கள். அவர்களின் தங்கைகளையோ, உறவுக்காரப் பெண்களையோ உள்ளுக்குள்ளாக இரகசியமாக இஷ்டப்பட்டதற்காகவோ, மனதிற்குள்ளாக மோகித்ததற்காகவோ, அதுமட்டுமன்றி எதிர்ப்பட்டவர்களிடம் ஏதோ ஒருவகையில் விருப்பத்தைத் தெரியப்படுத்தியதற்காகவோ. அப்படி நான் மன்னிப்புக் கேட்கவேண்டியவர்களில் இராமதாசு கூட ஒருவன். அப்படிக் கேட்கலாம் என்று நினைத்ததற்கு முன்பு "நான் செய்தது தப்பே ஆகிறதா?" என்று கூட யோசித்தேன்.

இராமதாசும் நானும் இன்டரில் ஒரே குரூப்பில் படிக்கவில்லையென்றாலும் ஒரே ஃபேட்ச்சில் படித்தோம். காலேஜ் முடிந்ததும் சாயந்தரம் விளையாட்டு மைதானத்திற்கோ, நூலகத்திற்கோ சேர்ந்து போவோம்.

இதெல்லாம் வெகு காலத்திற்கு முன்பு நடந்தது. அவர்களது பழங்காலத்து ஓட்டுவீடு பிரம்ஹல வீதியில் ஒரு சிறிய வாடகை வீடாகும். அங்கே செல்வதற்குச் செங்குத்தான மலை மீது இருப்பது போன்று ஏற்றயிறக்கமாய் உள்ள வீடு, உயர்ந்து வளர்ந்த மரங்களின் இடையில் படிக்கட்டு போலச் செதுக்கப்பட்ட கற்பிரதேசங்களில் ஏறி அவர்களின் வீட்டிற்குச் செல்லவேண்டும்.

வீட்டுக்கு முன்பு கருவேலமரங்களின் கீழ் தேங்கிநிற்கக் கூடிய கழிவுநீர்க் கால்வாய். சிமெண்டு பொதும்பிப்போய் உள்ளே அரிக்கப்பட்ட

செங்கற்களின் வரிசை தெரியும் நீண்ட பழையசுவர். மரங்களின் இடையில் மேடுபள்ளமான மண் ரோட்டின் ஒரு வீதிக்குப் பின்னால் உள்ள சந்தில் நடந்து போனால் பெயிண்ட் உரிந்த, பழங்காலத் தேக்குக்கதவு என்ற பெயர் மாத்திரமே நிலைபெற்ற உலுத்துப்போன கதவு, அதன் உள்ளே வாசல். வெளியிலிருந்து பார்த்தால் எவ்வளவு வெளிப்படையாகத் தெரிந்தாலும் பெரும்பாலும் உள்ளே சாணித் தரையோடு சமதளமாகி வேலியால் சூழப்பட்டிருந்ததுபோல மரங்கள். கதவைத் தட்டியதும் சிறிதுநேரத்தில் தாசுவின் தந்தை இராமலிங்கசர்மா வந்து கதவைத் திறந்தார். அவர் ஒரு விந்தையான மனிதர்.

கதவைத் திறந்து என்னைப் பார்த்ததும் படாரென்று பின்னால் நகர்ந்து, "இராமதாசு அவர்கள் இல்லைங்க. எப்பொழுது வருவார்களோ தெரியாது. அவர்கள் வரும் வரை அமர்ந்திருக்கிறீர்களா?" என்பார். எப்பொழுது போனாலும் இப்படித்தான். அவ்வப்போது புதியதாய். மகனை 'அவர்கள்' என்று அழைப்பார். எப்பொழுது பார்த்தாலும் அந்தச் சேதமடைந்த ஓட்டுவிட்டின்னுள்ளே ஓர் ஒயர் நாற்காலியில் அமர்ந்திருப்பார். உள்ளே மங்கலான வெளிச்சத்தில் கொஞ்சம் தெளிவாகப் பார்த்தாலும் கண்ணுக்குத் தெரியாத மனிதர். வீட்டில் இருக்கின்றவரை மௌனமாக மணிக்கணக்காக அந்த நாற்காலியில் அமர்ந்திருப்பதே அவர் செய்கின்ற பணி. யாராவது எதிரில் சென்று பேச்சுக்கொடுத்தால் நடக்கக் கூடாதது நடந்ததுபோல் ஏதோ ஒரு துப்பாக்கிச் சூட்டில் குண்டடிபட்டது போல கீழேயும் மேலேயும் புரள்வார்... "இந்த ஸ்கூலு வாத்தியாரு பிள்ளைகளுக்குப் பாடங்களை எப்படித் தான் சொல்லித்தராரோ?" என்று நினைத்துக் கொள்வேன்.

"எங்க அப்பாவுக்குப் பிள்ளைகன்னா இஷ்டம். நிஜமா அடிக்கமாட்டாரு. ஸ்கூலு பிள்ளைகளுக்குக்கூட அவரைப் பிடிக்கும்" என்றான் தாசு என்னிடம் ஒருமுறை.

உலக விவகாரங்களில் தலையை நுழைத்துக் குறைந்தபட்சம் அங்கிருந்து அவர், கடைக்குப் போய்ப் பொருட்களோ, காய்கறிகளோ வாங்கிவருவதை நான் எப்பொழுதும் பார்த்ததில்லை. "அவருக்குக் கடந்த காலத்தில் ஆழமான அடி எதாவது விழுந்திருக்கலாம்" என்று நினைத்துக் கொண்டேன்.

இராமதாசுவின் அம்மாவை நான் எப்பொழுதும் பார்த்ததில்லை.

"ஓங்க அம்மா எங்கடா" என்று தாசைக் கேட்டால் "மாமா வீட்ல, சிலகலூரிப்பேட்டையில இருக்குறாங்க" என்பான். மறுபடியும் நான் கேட்கவில்லையானாலும் படிப்படியாகத் தெரிந்து கொண்டது என்னவென்றால் அவர்களுக்கு மனப்பிறழ்வு என்று. திருமணமாகி இரண்டு பிள்ளைகள் பிறந்ததும் ஏதோ உடம்பு சரியில்லாமல் பிறந்தவீட்டில் தம்பியுடனே இருந்துவிட்டார்களாம். எப்பொழுதும் வீட்டுக்கருகில் உள்ள கோயில் கூடாரத்தில் அமர்ந்து வந்துபோகிறவர்களைச் சும்மா அப்படியே பார்த்துக்கொண்டு இருப்பார்களாம். அவர்களுக்கு ஆரோக்கியம் மூன்று மாதத்துக்கு நன்றாகயிருந்தால் ஆறுமாதத்துக்கு நன்றாகயிருக்காது. அப்படி நன்றாக இருக்கும்பொழுது மட்டுமே பிள்ளைகளைப் பார்க்க வருவார்களாம்.

தாய் இருந்தும் இல்லாததுபோல. அப்பாவைப் பார்த்தால் அது ஒரு ரகம். அந்த வயதில் அப்படியொரு வீட்டைப் பார்ப்பது, அந்த வீட்டின் மனிதர்களை... அதெல்லாம் எனக்கு ஒரு விந்தையாய். தாய் இல்லாமல் இருப்பதால் வீட்டு சமையல் எல்லாம் தாசுவின் தங்கையே செய்தாள்.

"இதுக்கு முன்னாடி சமையல்லாம் நானே தான் பண்ணுவன். அவளுக்குச் சமையலைக் கத்துக்கொடுத்தது நா தான்" என்றான் தாசு என்னிடம் ஒருமுறை.

என் வீடு காலேஜிக்குப் பக்கத்தில் இருப்பதால் வகுப்பு முடிந்ததும் முதலில் நான் புத்தகங்களை வீட்டில் வீசிவிட்டுச் சாயந்தரம் சுற்றிவிட்டு வருவதற்காக தாசுவின் வீட்டுக்குச் செல்வேன்.

உயரமாக, அடர்த்தியாக வளர்ந்திருக்கிற அடர்ந்த மரங்களின் உள்ளிருந்து வெளியே பார்த்தால் வாசலை முட்டி மோதுவது போன்ற நீண்ட மரங்கள், இந்த உலகத்தில் அந்த வீட்டை வேறுபடுத்தியதுபோல் தோன்றியது. மரக்கிளைகளின் மத்தியிலிருந்து தூரத்தில் நடைபாதையில் நடந்து செல்லும் மனிதர்கள் அரிதாகவே காணப்படுகின்றனர். மேலும் சப்தமாகப் பேசினால் தவிர அவர்களின் வார்த்தைகள் கேட்காது.

நான் போனதும் தாசுவின் தங்கை சதாலட்சுமி வேகவேகமாக வந்து "அண்ணன் வெளிய போயிருக்காரு உக்காருங்க" என்று ஒரு நாற்காலியை வெளியே போட்டாள். அரைமணி நேரத்தில் வருகிறேன் என்று சொன்ன தாசு, வீட்டுக்கு வந்தபொழுது ஒரு

மணிநேரத்திற்கும் மேலாகியது. இதற்கிடையில் நான் அந்த வாசல் பக்கத்தில் நாற்காலியில் அமர்ந்து பச்சை இலைகள் அடர்ந்த செடிப் புதர்களில் தெரிகின்ற சந்திரகாந்தப் பூவில் இருள்விழுகிற வேளையில், மேலே மேற்கு வானத்தில் செந்நிறமேகங்களின் கீழ், தரையின் மேல் கருப்புக் கரிக்குவியலில் எரிகிற சிவப்பு நெருப்பை உற்றுப் பார்த்துக்கொண்டு அமர்ந்திருந்தேன்.

அந்த மாலைநேர மௌனத்தில், மேற்கில் பிரகாசிக்கிற மெல்லிய மஞ்சள்வெயிலில், வெறிச்சோடிய நடைப்பாதையின்மேல் விளையாட்டுத்தனமாக யாரோ ஒரு மனுஷி நடந்துகொண்டு வந்ததுபோல் கடைசியில் தெளிவாக சதாலட்சுமி என் முன் தோன்றினாள். ஒன்பதாவதோ பத்தாவதோ படித்த உயர்நிலைப்பள்ளி படிப்பு, இன்னும் தாவணி வரைக்கும் வராத இளம்பெண்... நடக்கும்பொழுது அசையும் மேற்பகுதியை மறைக்க முடியாத வெள்ளை ஜாக்கெட், வேகவேகமாக நடக்கும் பாதங்களுக்கு இடையில் மத்தியில் சரசரவென்று அசையும் நீலப்பாவாடை. கீழே ஒரு நீண்ட அஞ்சன வரிகளுக்கு மத்தியில் கம்பீரமாக விடாப்பிடியாகப் பார்க்கும் தேன் வண்ணக் கருணைப் பார்வை. அந்த நாட்களில் பெண்பிள்ளைகளிடம் அதிகமாகப் பேசுபவன் கிடையாது. பெண்கள் மட்டுமல்ல புதியவர்களைக் கண்டாலும் கூச்சப்படும் சுபாவம் என்னுடையது. முதலில் தாசுக்காக அவ்வளவு நேரம் எதிர்பார்த்து நீண்டநேரம் அமர்ந்திருப்பது கஷ்டமாகத் தோன்றியது.

அதற்குமுன்பு அறிமுகம் இல்லாத அக்கம்பக்கத்தினர் பார்வைக்குப் படிப்படியாகப் பழக்கமானதுபோல் எங்கள் இருவரின் மத்தியில் பேச்சு இல்லாவிட்டாலும், ஒருவரை ஒருவர் பார்க்காமல் போனாலும் எங்களுக்கு இடையில் அனாமதேய பரிச்சயம் அந்த மங்கலான வீட்டில் ஏற்பட்டது. நாட்கள் செல்ல செல்ல அந்த வீட்டிலேயே அங்கே சதாலட்சுமி முன்னிலையில் பழகிப்போனேன். படிப்படியாகப் பழகிவிட்டது, ஒருவேளை தினமும் நான் அங்கே வந்து அமர்ந்ததன் மூலமாக இருவர் மத்தியிலும் புதியவர் என்ற எண்ணம் இல்லாமல் போனது.

சதாலட்சுமி, வெளிப்புறத்தில் கரியைப் பற்றவைத்து, அங்கேயே அமர்ந்து அகப்பையால் சோற்றைக் கிளறிக்கொண்டே, அங்கேயே தரைமீது கத்தியைத் தீட்டி காய்கறிகளை நறுக்கிக் கொண்டே இருந்தாள். நடுநடுவே அடுப்புமீது கொதித்துக் கொண்டிருக்கிற

உலையில் அரிசியைச் சேர்ப்பதற்கும் காய்கறியில் உப்பு காரம் சேர்ப்பதற்கும் உள்ளேயும் வெளியேயும் வந்தாள். சிலசமயங்களில் இல்லாதவற்றைப் பார்த்து அவ்வப்போது படபடவென்று மளிகைக்கடைக்குப் போய்ச் சுட சுட வாங்கிவருவாள். அப்படி நடந்தாலும் ஒருவருக்கொருவர் எதிர்ப்பட்டுப் பார்வை தடைபட்டு, பக்கத்தில் திரும்பி வேறொன்றைப் பார்ப்பதுபோல் தப்பித்துக்கொள்வது நடந்து கொண்டிருந்தது.

எப்பொழுதாவது கூச்சத்தைக் கடந்துசென்று கண்களை உயர்த்திப் பார்ப்பேன். வேகவேகமான நடையில் சரசரவென்று சத்தம் செய்யும் நீண்ட பாவாடை... என் பார்வை முகத்தின் மீதிருந்து நழுவி கழுத்துக்குக் கீழே.. ஒருமுறை நான் அவ்வாறு பார்க்கும்பொழுது.. எங்கே பார்க்கிறேன் என்பதைத் தெரிந்து சிரித்து வேகமாகத் தலையைத் திருப்பிக்கொண்டு போய்விட்டாள்.

விடிந்த அந்திப்பொழுதில் அவள் வேகமாக மறைத்த சிரிப்பின் அர்த்தம் புரிந்தது.

என் இளமை அர்த்தமாகிய நாள் இங்கே இந்த உலகத்தில் அந்த வீட்டில் தனியாக நாங்கள் இருவருமே ஏகாந்தமாக இருக்கிறோம் என்ற கற்பனையே சேர்த்தது.

அப்பொழுதிலிருந்து நான் எப்பொழுது அவர்கள் வீட்டுக்குச் சென்றாலும் அதே புன்னகை.

என்னை நோக்கிப் பார்க்காமலே சிரிப்பு. அவள் அந்தப்பக்கம் திரும்பிச் சிரிப்பதாக எனக்குத் தெரிந்தது.

அந்தப் புன்னகை "உன் சங்கதிலாம் தெரியும்லே" என்பது போலிருந்தது.

இரும்பு அடுப்பில் அடுப்புக்கரி எரிந்து, அணையத் தொடங்கியதும் மரங்களின் மத்தியிலிருந்து எழுந்த வெண்புகை படிப்படியாகக் காற்றில் மேலே மேலே பரவி நீலவண்ண ஆகாசத்தில் கலந்துபோவதைப் பார்த்தேன். அந்த அமைதியான மாலையிலே ஊர்க்குருவிகள், கொண்டையாட்டிப் பறவைகள், அடர்ந்த கருவேலமரங்களின் கிளைகளின் மத்தியில் அடாவடி செய்யும். அந்தச் சமயங்களில் நிறைய நாட்கள் மாலையில் சேதமடைந்த அந்த வீட்டுக்குமுன்பே அங்கே கடந்துசெல்வேன். எப்பொழுதாவது அடுப்புப் புகையை ஊதுவதற்குச் சதாலட்சுமிக்கு உதவுவேன்.

எங்கள் இருவரின் நடுவில் பேச்சுக் குறைவுதான். அவளின் தந்தை சும்மாவே உள்ளே நாற்காலியில் அமர்ந்து இருப்பார். வீட்டிலிருந்து எந்த ஒரு சின்ன சப்தம் வந்தாலும் திடுக்கிட்டு எழுந்து நின்றுவிடுவார்.

இருள் சூழ்ந்ததும் ஓர் ஏழு, ஏழரைக்கெல்லாம் தாசு வீட்டுக்கு வருவான் "வந்து எவ்வளவு நேரம் ஆச்சு?" என்பான். இருவரும் சேர்ந்து வெளியே செல்வோம்.

நான் தாசுக்காக எதிர்பார்த்துக் காத்துக்கொண்டிருக்கும் மாலையில் அவன் சந்தை பஜாரில் மீனாட்சியின் வீட்டுக்குப் போகிறான் என்று தெரியும்.

மீனாட்சி உயர்நிலைப்பள்ளியில் இருக்கும்பொழுதே எங்களை விட ஒரு வருடம் சீனியர். பள்ளிக்கூடத்தில் மீதியிருக்கிற பெண்பிள்ளைகள் எல்லாம் ஆண்பிள்ளைகளைப் பார்த்துக் கூச்சப்பட்டால், மீனாட்சி வேறுபாடு இல்லாமல் எல்லாரிடமும் நட்பாகப் பேசுவாள்.

அவர்கள் இருவரின் இடையில் சிநேகம் எப்படித் தொடங்கியதோ தெரியாது. காலேஜில் சேர்ந்ததும் இன்னும் அதிகமானது.

முதலில் காலேஜிலோ, வீட்டுக்குப் போகும் வழியிலோ நின்று பேசிக்கொண்டிருந்தவர்கள் வரவர வீட்டுக்குப்போய் சந்தித்துப் பேசுவது வரை போனது.

சில சமயம் தாசை சந்திக்கவேண்டும் என்றால் மீனாட்சியின் வீட்டுக்கே போகவேண்டி வந்தது. மீனாட்சிக்கு இரண்டு தங்கைகள். தந்தை வெங்கடசுப்பையாவிற்கு நீதிமன்றத்தில் வேலை.

ஒருமுறை பழைய பேருந்துநிலையம் அருகில் மின் அலுவலகத்தில் பில்லு கட்டி வரும்போது தாசு வெங்கடசுப்பையாவைச் சந்தித்து மளிகைக்கடையில் பேசுவது தெரிந்தது. வெங்கடசுப்பையா பற்றி அதற்குமுன்பு கேள்விப்பட்டிருந்தாலும் அன்றைக்குத்தான் அறிமுகம். ஒல்லியாக மிருதுவாக இருக்கும் மனிதர். அங்கே நான் வந்ததும் வெங்கடசுப்பையாவின் முகம் வேண்டா வெறுப்பாக மாறியது. இருவரின் பொருட்களுக்கான பில்லை தாசே செலுத்தினான். வெங்கடசுப்பையா அவர்கள் "சம்பளம் வந்ததும் தருகிறேன்' என்று சொல்லிக் கொண்டிருக்கலாம். எதற்கோ

அதற்கு மேல் நான் யோசிக்கவில்லை. தாசு பில்லு கட்டுவதை நான் பார்த்தேன் என்று வெங்கடசுப்பையாவிற்குக் கோபம்.

இராமதாசு அவரை "மாமாவென்று" என்று சொல்லிப் பேசிக்கொண்டிருந்தான்.

போகப் போகத் தாசு பகலெல்லாம் மீனாட்சி வீட்டிலேயே இருக்கத் தொடங்கினான் என்பது தெரிந்தது.

ஒரு நாள் சந்தைபஜார் வீதியிலிருந்து போய்க்கொண்டிருக்கும்பொழுது பாதி திறந்திருந்த கதவு சந்திலிருந்து தாசுவின் குரல் கேட்டது. இவன் எதற்கு இங்கிருக்கிறான் என்று நின்று உள்ளே பார்த்தால் வீட்டின் முன் பப்பாளி மரத்தின் கீழ், கிணற்றில் அமர்ந்து தலைக்குக் குளித்துக் கொண்டிருந்தான். மீனாட்சி, உச்சந்தலையில் பூவந்திக் கொட்டையை ஊற்றவும் மீனாட்சியின் தாய் அவனின் தலையைத் தேய்த்துக் கொண்டிருந்தாள்.

"தலைய ஆட்டாம சரியா வைடா... தலை சிக்கா இருக்கு. எத்தனை நாளாச்சோ தலைக்குக் குளிச்சு..." என்று.

தாசு அவர்களை "அத்தை" என்று அழைத்தான்.

இராமதாசு வேண்டுமென்றே அந்தக் குடும்பத்தில் நெருக்கமானான் என்று தெரிந்தது. அவனைக் கவனித்துக் கொள்ளக் குடும்பம் இல்லை. அவனுக்கு இங்கே ஏதோ வேண்டும். தாயும் இல்லை. தந்தையும் கண்டுகொள்வதில்லை.

சாயங்காலத்தில் தாசு மீனாட்சி வீட்டுக்குச் செல்கிறான் என்று தெரிந்தும் கூட, நான் சதாலட்சுமியைப் பார்ப்பதற்கென்று அவர்களின் வீட்டுக்குச் செல்வேன். அங்கே இருக்கின்ற வரைக்கும் தாசு 'இப்ப வராம இருந்தா நல்லாயிருக்கும்' என்று நினைத்துக் கொள்வேன்.

வரவர தாசுவின் வீட்டில் மீனாட்சியின் தலையீடு அதிகமாகியது. சிலசமயங்களில் சதாலட்சுமி சமையல் செய்கிற வேலையும் இல்லாமல் மீனாட்சியின் வீட்டிலிருந்து சோறும் குழம்பும் வந்தன. அவர்களின் போக்குவரத்து அதிகரித்து, நான் படிப்படியாக அவர்கள் வீட்டுக்குப் போவதைக் குறைத்துக் கொண்டேன்.

காலேஜிக்குப் பிறகு உத்தியோகத்திற்காக மாச்சர்லாவை விட்டுவிட்டுப் போகவேண்டி வந்தது. நதி மீது ஏற்ற இறக்கமின்றி

இல்லாமல் நேராகப் போகின்ற படகு இருந்தாற்போல் உயரமான நீர்வீழ்ச்சியிலிருந்து பள்ளத்தாக்கை நோக்கி அடித்துக்கொண்டு போவதுபோல அது எங்கேயோ அடித்துக்கொண்டு சென்றது. அங்கே மூழ்கிய படகு எத்தனையோ ஏற்ற இறக்கங்களைக் கடந்து அதன்பின் எங்கெங்கேயோ சுற்றிக் கடைசியில் எங்கோ திரும்பியது. அப்படி இரண்டு மூன்று வருடங்களாக நான் ஊரில் இல்லாமல் போய்விட்டேன் எனக்குப் பிடிக்காமல்.

தாசு விசாகப்பட்டினத்தில் 'சட்டப்'படிப்பிலே சேர்ந்தான் என்றும், இராமலிங்கசர்மா அவர்கள் பள்ளிக்கூடத்துக்குப்போய் வெறுமனே கையெழுத்துப் போட்டுவிட்டு வருகிறார் என்றும் பள்ளிக்கூடப் பாடம் சொல்லிக்கொடுப்பதையும், சமையல் வேலைகள் செய்வதையும் மீனாட்சி பார்த்துக்கொள்கிறாள் என்றும் தெரிந்தது.

புதிய வாழ்க்கை முன்னே விரிந்துகொண்டு மாச்சர்லாவில் கழித்த நாட்களின் எல்லா நினைவுகளும் பின்னோக்கிச் சென்றன. என்னோடு சேர்ந்து படித்த நண்பர்கள் மேற்படிப்புக்காக, உத்தியோகங்களுக்காக ஒவ்வொருவரும் ஒவ்வொரு இடத்திற்குச் சிதறிப்போனார்கள்.

படிப்பை நிறுத்தி வியாபாரத்தைப் பார்ப்பவர்கள், படிக்கமுடியாமல் விவசாயத்தில் இறங்கினவர்கள் சுற்றுப்பக்க ஊர்களில் தங்கிவிட்டார்கள். வயது முதிர்ந்து மீசையும் தாடியும் வளர்ந்து உயர்நிலைப்பள்ளியில் என்னோடு சேர்ந்து படித்தவர்கள் நினைவுக்கு வராத அளவிற்கு மாறிப்போனார்கள். சிலருக்குத் திருமணம் கூட ஆகிவிட்டன. தாசை சந்தித்த மூன்று வருடங்களுக்குப் பிறகு மாச்சர்லா போனேன் என்று நினைக்கின்றேன்.

அன்றைக்கு காலேஜில் வேலையை முடித்துவிட்டு, வேணுகோபாலசாமி கோயில் தெருவிலிருந்து போய்க்கொண்டிருக்கும்பொழுதே யாரோ ஒரு பெண்ணின் அழைப்புக்குரல் கேட்டது. சாலைக்கு அந்தப்பக்கமும் இந்தப்பக்கமும் துணிக்கடைகள், ஸ்டீல் கடைகள், இரைச்சல் இடுகிற சைக்கிள் பெல், சந்தையில் வந்துபோகிற ஜனங்கள். ஒடுங்கலான பாதை. நான் நின்று அங்கும் இங்கும் பார்க்கின்றபொழுது பத்தடி தூரத்தில் மீனாட்சி நின்றுகொண்டு கையசைத்து அழைத்தாள். இரண்டு கடைகளுக்கு மத்தியில் ஒரு மனிதனுக்குப் போதுமான

இடம். கடைக்குப் பின்னால் வீடு இருக்கவேண்டும். உள்ளே நுழைய ஒரு சின்னக் கேட்டு.

இருவரும் உள்ளே சென்றோம். சின்ன வரண்டா இருக்கிற ஓட்டுவீடு. வண்ணமடித்த பழங்காலக் கம்பிகள் ஆடும் ஜன்னல். உள்ளே மனிதர்கள் இருக்கிற சத்தம் இல்லை.

"ஒன்னோட அம்மா அப்பா யாரும் இல்லையா" என்றேன்.

"இது எங்க வீடு இல்ல. தாசுவோட வீடு" என்று சிரித்தாள் மீனாட்சி.

"என்னது? தாசு வீடு மாறிட்டானா?"

"நா இங்க வந்து மூணு நாளாயிட்டு. உனக்கு இங்கயிருக்குற விசயம் தெரியாதா?' என்றாள் மறுபடியும் அவளே.

நான் சதாலட்சுமியின் சங்கதி கேட்கப்போகின்றபொழுது -

"நானும் தாசும் கல்யாணம் செய்துக்கபோறோம்" என்றாள் மீனாட்சி.

என்ன பேச என்றே எனக்குத் தெரியவில்லை. அவள் சொல்வதைக் கேட்டுக் கொண்டிருந்தேன்.

"வீட்ல இருக்கறவங்க வரன் பார்த்துட்டு இருக்காங்க. என் மாமாவைப் பண்ணிக்கோன்னு அம்மாவும் அப்பாவும் சொன்னாங்க. எனக்கு என்னவோ இஷ்டம் இல்லை. நிஜமா தாசைப் பண்ணிக்கனும்னு எப்பயும் நினைக்கல. எதுக்கோ இத்தனை வருசத்துக்குப் பின்னால இருந்தாற்போல யாரையோ கல்யாணம் பண்ணிக்கிட்டுப் போகறதுக்கு மனுசு ஒத்து வரல."

"இத்தனை வருசத்துக்குப்பிறகு?"

"அப்படின்னா தாசு அறிமுகமான இத்தனை வருடத்துக்கு... அர்த்தம் புரியலையா" சிரித்தாள் மீனாட்சி.

"அப்புறம் உங்க அம்மா அப்பாட்ட சொல்லலயா?"

"எங்க அம்மாவோட சங்கதி தெரிஞ்சது தானே. மூடத்தனம் நிறைஞ்ச மனுசி. பிரச்சனையாயிட்டே இருக்கு. தாசை அப்படி எப்பொழுதும் பார்க்கலைங்கறாங்க அவங்க. மானம் போச்சுன்னு ரெண்டுபேரும் வீட்டைவிட்டு வெளிய வரது இல்ல."

"அப்போ தாசு வீட்டுல..."

நான் சொல்லிக்கொண்டிருக்கும் பொழுதே தாசு வந்தான். "நல்ல நேரத்துல வந்த.." என்று.

"என்னடா அந்த நேரம்?"

தாசு பதில் சொல்ல தொடங்கும்பொழுது மீனாட்சி குறுக்கிட்டு "நா எல்லாம் சொல்லிட்டேன்" என்றாள்.

தாசு சந்தோசமாகவே காணப்பட்டான். எல்லாரையும் எதிர்த்து ஏதோ தெரியாத சுமையைத் தூக்கும் மனஅழுத்தம் இருவரின் முகத்தில் நசுங்கி இருக்கின்றன.

வராண்டாவில் அவர்களின் சாய்வு நாற்காலி காலியாக இருந்தது. உள்ளே வேறு எவரும் இருப்பதற்கான தடம் இல்லை.

நான் அவர்களிடம் சதாலட்சுமி பற்றிக் கேட்கவில்லை.

மாச்சர்லாவிலிருந்து வந்த நீண்டநாட்களுக்குப் பிறகு தாசும் மீனாட்சியும் ஏதோ ஊருக்கு ஓடிப்போய்க் கோயிலில் திருமணம் செய்துகொண்டார்கள் என்றும் வெங்கடசுப்பையா அவர்கள் ஊரில் முகத்தைக் காட்டமுடியாமல் மாற்றல் வாங்கிக்கொண்டு நரசராவுப்பேட்டை போய்விட்டார் என்றும் தெரிந்தது.

அவர்களுக்குத் திருமணம் ஆகி நீண்டநாட்கள் வரை அவர்களைச் சந்திக்க வாய்ப்பு கிடைக்கவில்லை. அதன்பிறகு நீண்ட நாட்களுக்குப் பிறகு மீனாட்சிக்கும் சதாலட்சுமிக்கும் சரிபடவில்லையென்றும் தாசு தனக்காக வேறு ஒரு வீடு வாடகைக்கு எடுத்துக்கொண்டானென்றும் தங்கை சதாலட்சுமி, தந்தை இராமலிங்கசர்மா இருவரும் எங்கள் காலேஜிக்கு அருகில் இருக்கிற ரைஸ்மில்லுக்குப் பின்னால் வேறொரு வீட்டில் இருக்கிறார்கள் என்றும் தெரிந்தது.

ஏற்கனவே ஐதராபாத்தில் வேலையை விட்டுவிட்டு வேலையில்லாமல் ஊருக்குத் திரும்பி செட்டில் ஆவதற்கு ஹைதராபாத்தைத் தவிர வேறு எங்காவது செல்லலாம் என்று பார்த்துக் கொண்டிருந்தேன்.

அப்படிப்பட்ட கடினமான நாட்களில் எங்கெங்கேயோ சுற்றி ஓர் இராத்திரி முழுக்கப் பேருந்தில் பயணம் செய்து மறுநாள் நடுமத்தியானத்தில் மாச்சர்லா அடைந்தேன்.

ரைஸ்மில் வழியில் நடக்கின்றபொழுது பழைய கடையை இடித்துக் கட்டின குறுகலான கடைகள், துணிக் கடைகள், சின்னப் பிள்ளைகளுக்கான பொம்மைக் கடைகள், இரும்பு ஹார்டுவேர்ஸ் கடைகள், சைக்கிள் இருந்த கடைப்பகுதியில் புதிதாக வந்துள்ள போட்டோ ஸ்டுடியோ. பக்கத்தில் செருப்புக்கடை மாத்திரம் அப்படியே இருந்தது தோல் வாடை அடித்துக்கொண்டு.

மனிதர்கள் அரிதாகப்படுகின்ற மெல்லிய நடைபாதையின் இரண்டு பக்கங்களிலும் வெள்ளைப் பூக்கள் நிறைந்த புதர்கள். வீதிக்குக் கடைசி வரையிலும் இரண்டுபக்கத்திலும் அடர்த்தியான செடிகள். பாதி சரிந்த சுவர்களின் மத்தியில் அங்கே ஒரு வீடு இருக்கின்றது என்ற விசயமே தெரியாது நன்றாகப் பார்த்தால் தவிர. பாத்ரூம் சுவருக்கு ஒட்டினாற்போன்ற கூரைக் கதவு பாதி வெளியே வந்து கிடந்தது. தாசுக்கு இப்படிப்பட்ட வீடு எப்படித்தான் கிடைக்கிறதோ. வரண்டாவா கொல்லைப்புறமா என்று புரியாத இடத்தில் செப்டிங்டேங் விளிம்பில் பயத்தோடு அமர்ந்திருக்கிற முதியவர் என்னை அடையாளம் கண்டுகொண்டு எழுந்து நின்று குனிந்து “இராமதாசு அவர்கள் இல்லைங்க. எங்கே போயிருக்கிறாரோ தெரியாதுங்க. எப்பொழுது வருவாரோ தெரியாதுங்க” என்றார் எப்பொழுதும்போல. எத்தனை ஆண்டுகள் ஆனாலும் இன்னும் அதே முறை. உள்ளே நுழைந்தால் அங்கும் இங்கும் சிதறிக்கிடக்கும் துணிகள். கயிற்றுக்கட்டில்மேல் கந்தலான தலையணை. உட்சுவர்களில் புகை படிந்த கறைகள். உள்ளிருந்து சதாலட்சுமி வெளியே வந்து என்னைப் பார்த்துச் சிரித்தாள். அவசர அவசரமாக தரைமீது கிடந்த துணிகளை எடுத்து சரி செய்தாள்.

வெளிச்சம் குறைவாக இருக்கிற அந்த அறையில் எல்லாம் கருப்பாக மாறிப்போன சுவரின் மத்தியில் சிவப்பு நிறத்துடன் சதாலட்சுமி இருட்டில் மெழுகுவர்த்தி எரிவதுபோல் தகதகவென்று இருந்தாள்.

“என்ன இதெல்லாம்?” என்று சுற்றுமுற்றும் பார்த்துக்கொண்டு படுக்கை மீது கிடந்த போர்வையை நகர்த்தி அமர்ந்தேன்.

தரை மீது கிடக்கிற துணிகளைச் சரிசெய்து அங்கேயே சுவரில் சாய்ந்து கொண்டு நின்றாள்.

“அவன் வருகிறானா இங்கே” என்று தாசு பற்றிக் கேட்டேன்.

“ஊகூம்” என்று சிரித்தபடி கால்நகங்களை, உள்ளங்கையைப் பார்த்துக்கொண்டு. மேலிருந்து கீழே வரைக்கும் ஆற அமர பார்த்தால், நான்கு வருடத்துக்கு முன்பு பார்த்த மனுஷி.. குட்டையாகப் பொத்தென்று குண்டுமல்லி போல இருந்த பெண் இப்பொழுது லில்லி பூப்போல ஒல்லியாக உயரமாக ஆகிவிட்டாள். அந்த முகத்தில் அன்றைய இளமையின் கூச்சம்... அந்தத் தேகத்தில் அன்றைய குழந்தைத்தனம் இல்லை. அந்தத் தெரிந்தும் தெரியாத புன்னகை இன்னும் தெளிவாக வெளிப்பட்டது. என்னகேட்டாலும் இன்னும் அதே புன்னகை. வெட்கமும் கூச்சமும் கலந்து.

‘எனக்கு எல்லாம் தெரியும்ல’ என்பதுபோல.

எங்கள் இருவருக்கும் நடுவில் அலமாரியில் புதிய டேபிள் கடிகாரம் டிக்.. டிக்.. என்றபடி.

ஒரு மூலையில் ஆறிப்போன அடுப்புக்கரி கிடந்தது. சமையல் செய்ததோ இல்லையோ. அவளையே கேட்டேன் சமையல் ஆகிவிட்டதா என்று,

மறுபடியும் சிரித்துக் குனிந்த தலையைக் கொஞ்சம் மேலே தூக்கி இல்லையென்றவாறு தலையை ஆட்டினாள். எங்களுக்கிடையில் கண்ணாமூச்சிப் பார்வைகளைத் தவிர ஆரம்பத்திலிருந்தே பேச்சுகள் இல்லை.

இதற்கிடையில் அப்பாலிருக்கிற அறையில் இருந்து கனகனவென்று அலாரம் அடித்தது. ஒட்டியிருந்த பக்கத்து அறைக்குப் போனாள். நானும் வேகவேகமாகப் பின்னாலே சென்றேன். அலமாரியிலிருந்த டேபிள் கடிகாரத்தை உள்ளங்கையால் அமுத்தினாள். அது புதிய கடிகாரம்தான். வெளியே இருக்கும் அறையை விட இங்கே இன்னும் இருட்டாக இருந்தது. தரைமேல் எப்பொழுதோ கழுவாத கிண்ணங்கள்.

எதற்கு வைத்தாளோ அலாரம். இந்த நேரத்தில்.. பின்னால் வந்த என்னைப் பார்த்து அங்கேயே நின்று விட்டாள்.

நான் அங்கேயே சுவரில் சாய்ந்து நின்றிருந்தேன்.

“எதுக்கு இப்படி?” என்றேன் அந்த இருட்டறையில் அவளைப் பார்த்து.

பதில் இல்லை. எங்கே பார்க்கிறாளோ தெரியாது.

“எல்லாரும் என்ன நினைப்பாங்க இப்படிப் பண்ணுனா. உனக்கு உன் அம்மா மாதிரியே...”

“..................”

வெளியே தந்தை இருக்கிறார் என்று இந்த மௌனம்.

“என்ட்ட பேசக்கூடாதுன்னு உறுதி அளித்திருக்கிறாயா?” என்றேன் அந்தக் கண்களைப் பார்க்காமல் எங்கேயோ பார்த்துக்கொண்டு.

தலையைத் தூக்கி புன்னகைத்து இல்லையென்றவாறு தலையை ஆட்டினாள். நெற்றியில் விழுந்த முடியைப் பின்னால் தள்ளி சரிசெய்தாள்.

ஜன்னலில் கிடந்த வாடின பூமாலை நாரை எடுத்து ஆட்காட்டிவிரலில் சுற்றிக்கொண்டிருந்தாள். உள்ளே காற்றும் வெளிச்சமும் இல்லாத இருட்டு. கறைபடிந்த சுவர்கள். கீழே இறங்கிய பழங்கால வீட்டுக்கூரை. அலமாரியிலிருந்து எதற்கோ வெளியே இழுத்து அப்படியே கிடக்கிற கந்தல்கள். அந்த இருள் அமைதியில் எங்கள் இருவரின் நீண்ட மௌனத்திலிருந்து இருந்தாற்போலக் கேட்டேன். எதற்கு கேட்டேனோ தெரியாது.

“என்னோட ஹைதராபாத்து வருகிறாயா?” என் குரல் நடுங்கியது. அப்படிக் கேட்டது தைரியத்தை வர வைப்பதற்குத்தான். அப்பொழுது எதையும் யோசிக்கவில்லை.

எதற்கு அப்படிக் கேட்டேனோ என்று பிறகு தோன்றியது. என்ன நினைப்பாளோ அவள்? இதெல்லாம் தாசுக்குத் தெரிந்தால்! என்ன நினைப்பானோ?

அந்த வார்த்தையைக் கேட்டதும் சதாலட்சுமி படார் என்று சிரித்தாள் சத்தம் இல்லாமல். அந்த இருட்டு அறையில், விளக்குக்குக் கீழ்வீழும் நிழல் போல அந்தப் புன்னகை தென்பட்டது. அதே புன்னகை, உன் சங்கதி எனக்குத் தெரியும்லே என்பதுபோல. நான்கு ஆண்டுகளுக்கு முன்பே நான் அவளைப் பார்க்கிறேன் என்று தெரிந்த ரகசியம், அவளின் புன்னகை.

ஓர் அடி முன்னுக்கு நகர்ந்து கையைப் பிடித்து இழுத்தேன். என்னை நோக்கி வா என்பதுபோல.

வெளிர் மஞ்சள் நிறக் கைகள். இறுக்கமாக முஷ்டியை இறுக்கி என் வயிற்றில் குத்தினாள். சிவப்புத் தாவணியால் தன்னைத் தானே பின்னுக்கு இழுத்தாள். கூச்சம் வரவில்லை என்று கூச்சல் எழுந்தது. இறுகிய கையைப் பிடித்து வட்டமாகச் சுற்றி சிரித்து விடுவித்துக்கொண்டாள்.

மறுபடியும் பின்னால் சுவரில் சாய்ந்துகொண்டேன்.

“அப்புறம் பசிக்குது சாப்பாடு இருக்குதா?” பேச்சை மாற்றுவோம் என்று சும்மா கேட்டேன்.

படார் என்று அமர்ந்தாள்... சமையல் செய்வது போல.

“வேணாம்மா. வெளிய சாப்பிட்டுட்டு வந்தேன். அப்புறம் நீங்க என்ன செய்யுறீங்க தினமும்...”

“அண்ணன் ஹோட்டல்ல இருந்து அனுப்புவாறு.”

ஏன் உன் அண்ணி சமையல் செஞ்சு அனுப்பாதா?”

தலை குனிந்துகொண்டாள். அர்த்தம் இல்லாத மௌனம். கையிலிருந்த நாரைப் பலமாக இழுத்துப் பிய்த்தாள். கோபம் வந்ததோ என்னமோ.

பின்னால் வந்து முன்னறையில் படுக்கை மீது பின்னால் நகர்ந்து கண்களை மூடிக்கொண்டேன்.

எங்கிருந்து வந்ததோ கண்கள் மீது மென்மையான தாவணி. தோள்மீது கைகளைச் சுற்றி அப்படியே அருகில் இழுத்தேன்.

எதற்கு தோன்றியதோ என்மீது கருணை.

இருவருக்கும் நடுவில் கருப்பு இருளில் சிவப்புத் திரை. இறுக்கத்தைப் பொருட்படுத்தாமல் கைகளின் மத்தியில் சரசரவென்று நழுவுகிற தாவணி. முகம் மீது விழுந்த முடி... பழ வாசனை. பட்டும் படாமல் தேகத்தை விடாமல் கடைசியில் விட்டுவிட்டேன்.

ஜன்னலுக்கு வெளியே கிளை மீது வளைந்து அமர்ந்திருந்த கோதுமைநிறப் புள்ளி இறக்கைகளை உடைய மணிப்புறா இறக்கையை விரித்தது. அதற்கு உடல்மேல் இறக்கைகள் படபடத்தன.

எழுந்து தாவணியைச் சரிசெய்துகொண்டாள். கண்களிலும் உதடுகள் மத்தியிலும் இன்னும் அதே புன்னகை.

போகவேண்டிய நேரம் வந்துவிட்டது என்று எழுந்தேன்.

நான் போகப்போகிறேன் என்று தெரிந்ததும் வெளியே முதியவர் எழுந்து நின்றுகொண்டார்.

வீட்டிலிருந்து கொஞ்சதூரம் வெளியே வந்து மரங்களின் மத்தியில் இருந்து பார்த்தேன்.

கதவருகில் நின்று பார்த்து விடை பெறுவது போலவும், எதிர்பார்ப்பது போலவும்...

சதாலட்சுமியை அப்படிப் பார்ப்பது அதே கடைசிமுறை.

அன்றைக்குத் தாசுவைச் சந்திக்கவேண்டும் என்று தோன்றவில்லை. ஊரில் இருந்து வருகிறேன் என்று அவனுக்குச் சொல்லாமலே பின்னால் வந்தேன்.

ஹைதராபாத்து போனதும் தாசுவுக்கு நான்கைந்து பக்கக் கடிதம் எழுதினேன். அவன் குடும்பத்தைப் பார்க்கவில்லையென்று... அவன் சங்கதியை மட்டும் பார்த்துக்கொள்கிறான் என்று... என் கோபம் எல்லாம் சேர்த்து என்னென்னவோ எழுதினேன். அதற்கு பதில் வரவில்லை. அங்கே ஒரு சின்ன மாற்றமும் நடக்கவில்லை. அந்தக் கடிதத்திற்குப் பின் எங்கள் இருவர் இடையேயும் இரண்டு மூன்று வருடங்கள் பேச்சு வார்த்தை இல்லாமல் போய்விட்டது.

தற்செயலாக ஒருநாள் குண்டூரில் விரிவுரையாளராகப் பணிசெய்கின்ற சாரங்கதரராவோடு சேர்ந்து சுரஜாலாவின் திருமணத்திற்குச் செல்லவேண்டி வந்தது. அவன் கூட இன்டர் வரை எங்களோடு படித்தவன்தான். திருமணத்திற்கு மறுநாள் தாசை சந்திக்கலாம் என்று மாச்சர்லாவுக்குக் கிளம்பினேன். அப்பொழுது தாசுக்கு ஒரு பெண்குழந்தை கூடப் பிறந்துள்ளது எனத் தெரிந்தது.

அன்றைக்கு ஏதோ பண்டிகையும் கூட வந்ததால் மீனாட்சி எங்களுக்காக விதவிதமாகச் சமையல் செய்தாள். அவர்களுக்குத் திருமணம் முடிந்து அவர்கள் வீட்டுக்கு முதல்முறையாகச் சென்றதும் இருவரும் நன்றாக உபசரித்துப் பேசினார்கள். கடித விசயத்தை எடுக்கவில்லை. மறந்து போனது போலிருந்தார்கள்.

மதிய உணவு முடிந்ததும் மீனாட்சி தங்கள் கல்யாண போட்டோவை வெளியே எடுத்தாள்.

தாங்கள் ஊரிலிருந்து எப்படி வெளியே போனார்கள்... எங்கே திருமணம் செய்துகொண்டார்கள்.. அங்கே சேர்ந்ததும் தனக்குத் திருமணம் செய்த பெங்காலி தம்பதி, திருமணத்திற்கு யார் யார் வந்தார்கள்... கோவிலில் செய்துகொண்ட திருமணம், போட்டோவில் இருவரின் முகங்களும் சுருங்கிப்போய் இருந்தன. கழுத்தில் மெல்லிய காக்கடமல்லி மாலைகள், வாடின ரோஜாக்களோடு. இருவர் முகத்திலும் வீட்டிலிருந்து ஓடிவந்த அழுத்தம் தெரிந்தது.

நாங்கள் பேசிக்கொண்டிருக்கும் பொழுதே பின்னாலிருந்து யாரோ கதவைப் படபடவென்று தட்டினார்கள். அந்தத் தட்டில் ஏதோ ஒரு பொறுமையின்மை இருந்தது.

தாசு படார் என்று எழுந்து கதவைத் திறந்து கொல்லைப்புறத்துக்குப் போனான். நானும் எழுந்து பின்னால் போய் வாசல் அருகில் நின்று கொண்டேன்.

வீட்டின் பின்பக்கத்தில்.. வெளியில் இருப்பவர்கள் உள்ளே தெரியாதவாறு அடர்த்தியாகப் பின்னப்பட்ட கொட்டகை. உள்ளே சுவரில் சுண்ணாம்பு பூசப்படாத கூரைக் குளியல் ஷெட். துருப்பிடித்த கூரைக் கதவு. அங்கே.. மனித உயரத்திற்கு வளர்ந்த செம்பருத்திச் செடி நிழலில் யாரோ அமர்ந்திருந்தார்கள்.. ஏறுக்குமாறாக வெட்டப்பட்டிருந்த கூந்தல்.. மங்கிப்போன நைட்டி.. உள்ளே வெள்ளைத்தோல் போர்த்தப்பட்ட எலும்புக்கூடு.. சரீரம் வறண்டு இருந்தாலும் சிக்காத கண்கள்...

அந்தத் தேன் வண்ணக் கண்கள் என்னைப் பார்த்துச் சிரித்தது...!

யார்...?

சதாலட்சுமி!

படிக்கட்டின் மேல் முன்னுக்கு விழப்போய்ப் பின்னால் எழுந்து நின்றேன்.

இராமதாசு அங்கேயே படிக்கட்டு மீது நின்று அழுது கொண்டிருந்தான்.

பக்கத்தில் ஒரு பெரிய கல் மீது இராமதாசுவின் தந்தை அமர்ந்திருந்தார். பாதி நரைத்த தலை. முன்பே முதுமையில் மூழ்கி.

தலை சுற்றியது போல் பின்னால் திரும்பி நாற்காலியில் அமர்ந்தேன்.

மீனாட்சி, மீண்டும் மீண்டும் சொன்னாள். "ஒனக்குத் தெரியாதது என்னயிருக்கு ஷ்யாம்.. சதா கூட அவளோட அம்மாவை மாதிரியே.. மூணு வருஷத்துக்கு முன்ன தான் தெரிஞ்சது... ஆரம்பத்துல நல்லாதான் இருந்தா... உனக்குத் தெரியும் இல்லயா. போகப் போக இப்படி ஆயிட்டா.. பல எடங்கள்ல காட்டியாச்சு... குளிக்க மாட்டா... சாப்பிட மாட்டா. தினசரி பிரச்சனைத்தான். கொஞ்சநாள் வேற வீட்டுல தூரமா வச்சோம். எங்களுக்கு வீடு கூட யாரும் வாடகைக்குத் தரலை. மாமா ஓய்வு பெற்று மூன்று வருடமாகிவிட்டது. இப்பொழுது சம்பள பணம் கூட வரது இல்லை..."

சதாலட்சுமி அப்படி ஆனதுக்குக் காரணம் யாரு?... நிஜம்மா அவங்க அம்மா போலவே அவள்... இந்த உலகத்துல தனக்குன்னு யாரும் இல்லாம, யாரையும் எதிர்கொள்ளாமல் எங்க போறதுன்னு வழிதெரியாமல் செய்துகொண்ட கிளர்ச்சியா? எல்லாரையும் அச்சுறுத்தவா?

தாசு படாரென்று கதவை மூடிக்கொண்டு உள்ளே வந்து நாற்காலியில் அமர்ந்தான். கோபத்தில் அவன் முகம் சிவப்பாக மாறியது.

போட்டோக்களை எடுத்துப் பத்திரமாக உள்ளே வைத்த மீனாட்சியைப் பார்த்தேன். எதையும் மறைக்காத கண்கள். சந்தோசம் மிஞ்சியிருக்கிற முகம்.

அன்றைக்குத் தாசுவிடம் போயிட்டுவரேன் என்று சொல்லி வெளியே வந்து சாலையின் திருப்பத்தில் சுற்றி அவர்கள் வீட்டின் பின்பக்கம் பார்த்தேன். உள்ளே தெரியாத அளவிற்குச் சின்னச் சந்து கூட இல்லாமல் மூங்கிலால் கட்டின பனை ஓலைக் கீற்று.

அதன் பிறகு பல ஆண்டுகள் வரை மாச்சர்லா போகவில்லை.

எப்பொழுதாவது சதாலட்சுமி பற்றித் தெரிந்தது. கடைசியில் சலித்துப்போய், தாசு விட்டுவிட்டான் என்று, சதாலட்சுமி

கடைசியில் அலங்கோலமான முடியோடு வீதியில் காடு மேடு சுற்றுகிறாள் என்று.

அது நடந்த நீண்டகாலங்களுக்குப் பிறகு தாசு எனக்குப் போன் செய்தான். நான் பணிசெய்கிற செகந்திராபாத் அருகில் ஸ்வீகார் உபகார் அமைப்பில் சதாலட்சுமியைச் சேர்ப்பதற்கு முடியுமா என்று அவர்களிடம் கேள் என்றான். அங்கில்லையென்றால் சித்தப்பிரமை பெண்களுக்காக ஏதாவது புணரமைப்புக் கேந்திரம் போன்ற ஏதாவது இருந்தால் பார் என்றான்.

நான் தேடி தேடி கடைசியில் தெரிந்துகொண்டது என்னவென்றால் சித்தப்பிரமை பெண்களைத் தங்கவைத்து டீரீட்மெண்ட் கொடுக்கிற வசதி ஹைதராபாத்தில் எங்கும் இல்லை. எங்கு பார்த்தாலும் வெளிநோயாளிகளுக்கான டிரீட்மெண்ட் மாத்திரமே இருக்கிறது என்று.

சதாலட்சுமியை இங்கே அழைத்து வருவதற்கு நல்ல வாய்ப்பு. ஆனால் தாசிடம் என்னவென்று சொல்வது?

‘என்ட்ட விட்டுட்டுப்போன்னு” சொன்னால் என்ன நினைப்பான்?

‘உனக்கென்ன சம்பந்தம்?’ என்று கேட்பானோ என்னவோ.

‘என்னைப் பற்றி என்ன நினைப்பான்?’

இருந்தாலும் உண்மையில் சதாலட்சுமி இருப்பாளா இங்க? காலையிலிருந்து சாயந்தரம் வரைக்கும் ஒரே அறையில்.

“சரி இருக்கட்டும் இங்க யாருகிட்டயாவது நல்ல டாக்டர்ட்ட காட்டலாம். ஒரு தடவ ஹைதராபாத்துக்குக் கூட்டிட்டு வா” என்று போன் செய்து சொன்னேன்.

“அப்படிச் சொன்னா எப்படி, இங்கயே பக்கத்துல குண்டூருல, விஜயவாடாவுல நல்ல டாக்டருங்க இருக்குறாங்க. அவ்வளவு தூரம் வருவதற்கு என்ன வேண்டியிருக்கு” என்றான் தாசு.

அதன்பிறகு தாசு போன் செய்வதை விட்டுவிட்டான். ‘என்னயிருக்குப் பேசுவதற்கு ஒரே வேலைப் பளுவில்’ என்பான். அவன் ஹைதராபாத்திற்கு வராமல் இருந்த காரணத்தாலும் நான் மாச்சர்லா போகாமல் இருந்த காரணத்தாலும் ஓர் இரண்டு வருடம் இருவரும் மறுபடியும் சந்திக்கவில்லை.

பாதியில் படிப்பை நிறுத்தியதால், எதிர்பாராமல் நான் மாச்சர்லாவிலிருந்து ஹைதராபாத் வந்ததும் என் எதிர்கால வாழ்க்கை இங்கே என்ற விஷயம் நாட்கள் கழிந்ததும் புரிந்தது. முதலில் சின்ன சின்ன வேலைகள் செய்து, சேரிகளில் சின்ன சின்ன அறைகளை வாடகைக்கு எடுத்து அந்தப் புதிய உலகத்திற்குப் பழக்கப்பட்டுத் திரும்பச் செல்லும் வழி படிப்படியாக மறைந்து முதல் மாதத்திலோ இரண்டாவது மாதத்திலோ போகிறவர்கள் சிலநாட்களில் கடைசி ஆறு மாதங்களோ, வருடம் கழிந்தோ போவது இல்லை.

எப்பொழுது போனாலும் நான் நடந்த அந்த மண்பாதைகள், ரயில் தாண்டவாளத்தை ஒட்டிய ஒற்றையடிப்பாதை, அதன் அருகில் பழைய உயர்நிலைப்பள்ளி, யாரும் பொருட்படுத்தாமல் கைவிட்ட சென்னகேசவசாமி கோயில், வரவர காய்ந்துகிடக்கிற சந்திரவங்க ஓடை, ஊருக்கு அந்தப் பக்கத்தில் தளவோட்டுக் குவியல், ஊருக்கு மத்தியில் நீண்ட கோடு கிழித்தது போன்ற ஒரு சிமெண்ட் தொழிற்சாலையின் பாதுகாப்புச் சுவர், எங்கள் தெருவின் கடைசியில் இருக்கிற குல்மொஹர் மரம் (செம்மயில் கொன்றை), அந்தக் காலத்தில் நான் புத்தகப் பையைப் பிடித்துக்கொண்டு வீட்டிலிருந்து பள்ளிக்கூடத்திற்கு வேகமாக ஓடும்போது நடைபாதையில் இவைகளையெல்லாம் பார்த்திருக்கிறேன்.

வருடங்கள் கழிந்தபிறகு இங்கே எனக்குத் தெரிந்த உலகம் மாயமாகி இங்கே ஏதோ புதிய உலகம் உருவானது. பழைய வீடுகளின் வடிவம் மாறி, புதிய கட்டடங்கள் கட்டப்பட்டு, மரங்கள் மாயமாகி, நடைபாதைகள் மூடப்பட்டு, தெரிந்ததெல்லாம் தெரியாமல் மாறி வருகிறது.

ஒருநாள் அப்படிப் போனவர்களைத் தேடிக்கொண்டு முன்னுக்குச் சென்றால் ஒருபக்க வீட்டு வரிசைகளுக்கு முன்பக்கமாகக் கடைவீதி. வீட்டின் பின்னால் சாக்கடைக் கால்வாய், அதனை ஒட்டினார் போல சரளைச் சாலை, சாலைக்கு அப்பால் புற்கள் நிறைந்த காலியிடம், சாலையோரங்களில் கருவேலமரங்கள்...

சாலையின் மேல் எப்பொழுதாவது ஓரிருவர் போகிற சத்தத்தைத் தவிர வேறெதுவும் இல்லை. மழைக்காலக் காற்றுக்குச் சிதைந்துபோன கருவேலமரக்கிளைமீது காக்கா அமர்ந்து யாரையோ அழைத்துக் கொண்டிருந்தது.

எனக்கு முன்னால் யாரோ நடந்துகொண்டிருக்கிறார். கையில் ஒரு முறுக்கப்பட்ட குச்சி. மங்கிப்போய் நைந்து தொங்கிக்கொண்டிருக்கிற இலைப்பச்சைப் பூ நைட்டி. தூசி படிந்த சுருள் முடி.

நான்கைந்து அடிகளுக்குப் பிறகு பின்தங்கினார். சந்தேகம் வந்து யாரென்று பின்னால் திரும்பிப் பார்த்தேன்.

சதாலட்சுமி!!

ஓர் அடி பின்னால் வைத்தேன்.

சதாலட்சுமி என்னைப் பார்த்து ஒருவிதமாக என்ன செய்யவேண்டும் என்று தெரியாமல் தயங்கி அங்கேயே நின்றுவிட்டாள்.

எப்பொழுதோ நினைவில் இல்லாத முகம். நைட்டியைக் கக்கத்தில் இடுக்கிக்கொண்டு, ஏதுமின்றி வறண்டுபோன செதில்கள் இல்லாத தோல் அங்கங்கே தெரிந்துகொண்டிருந்தது. முன்னொரு காலத்தில் அந்தத் தோள்களின் வட்டமான வளைவை உற்றுப் பார்த்தவன். வேகவேகமாக நடக்கிற காலடிகளுக்குத் தாளமிட்டு அசையும் அவளின் மார்பகங்களை ரகசியமாகப் பார்த்தவன்.

சரீர சங்கதி எப்படி இருந்தாலும் தோல் ஒட்டியிருந்தாலும் அந்த முகத்தால் என்னைப் பார்த்ததும் மலர்ந்த புன்னகை. தோல்மடிப்புகளுக்கு இடையில் தேன் வண்ணக் கண்கள் பிரகாசித்தன.

அதே ஒளியுடன்.

"என்னோடு ஹைதராபாத் வான்னு சொன்னேன்ல."

"....."

"இப்படியிருந்தா என்னோடு எப்படி அழைத்துக் கொண்டு போவது?"

அப்பொழுதுவரைக்கும் தலை குனிந்திருந்த முகத்தில் தெரிகின்ற மெல்லிய புன்னகை ஒருமுறை பெரிய சிரிப்பாக மாறியது. உதடுகளுக்கு இடையில். விழுந்து விழுந்து சிரித்ததுபோல்.

"வேறென்ன... அங்கே நல்லா இருக்கும். யாரும் இருக்கமாட்டாங்க."

கடைசியில் "வரமாட்டேன்" என்றவாறு தலையை அசைத்தாள்.

சாம்பல் மலர் | 155

“இதெல்லாம் என்ன?” எனக்கு இனி என்ன சொல்ல என்று புரியவில்லை.

கையில் இருந்த குச்சியால் தரைமேல் ஏதோ கிறுக்கிக் கொண்டிருந்தாள்.

“வீட்டுக்குப் போகிறாயா?”

கீழே பார்த்துக்கொண்டே குனிந்து போகமாட்டேன் என்று தலையை ஆட்டினாள்.

“ஏன்? எதுக்கு?” அவளைப் பார்த்தேன்.

சதாலட்சுமி கொஞ்சம் தலையைத் தூக்கி எழுந்து பலம் முழுவதையும் திரட்டி கனத்த கண்களுடன் மேலே பார்த்தாள். ஏதோ ஒன்றைச் சொல்வது போல்.. தொலைதூரத்தில் நடுக்கடலில் பலமாக வீசும் காற்றுக்கு எதிராக நிற்கிற பெரிய பாய்மரப்பட்டு போல.

எந்த வழியும் தெரியாமல், சம்பந்தமே இல்லாமல் எங்கிருந்தோ வீசுகிற காற்று இங்கு எங்கேயோ வீசுகிற சூரைக்காற்றுக்கு, தனக்கே தெரியாத வெள்ளத்தில் அடித்துச் செல்லப்பட்ட மனுஷி, வழி கிடைக்காத மனுஷி.

யாரோ ஒருவர் அந்தப் பக்கமாக வந்து நின்று எங்களைப் பார்த்துச் சென்றார். யாரோ எங்கள் இருவரையும் பார்க்கிறார்கள் என்ற கூச்சமும், குற்றவுணர்ச்சியும் என்னுள் வந்தது.

அவ்வளவு சந்தேகப்பட்டவன் அவளை ஹைதராபாத்துக்கு அழைத்துக்கொண்டு செல்லலாம் என்று எப்படி நினைத்தேன்.

அவள் எந்தப் பதிலும் சொல்லவில்லை. உண்மையில் அவளுக்கு என்ன ஆனதோ, அவள் என்ன நினைத்துக்கொண்டாளோ, எதையும் சொல்லாமல் சும்மா அப்படியே அனைத்தும் விட்டுவிட்டு. எந்தக் காரணமும் இல்லாமல் அஸ்திர சன்யாசம் செய்ததுபோல தோள்களைக் குலுக்கித் தலையைத் தாழ்த்திக் கொண்டாள்.

சதாலட்சுமி என்னோடு பேசாமல் மௌனமாக இருப்பதன் காரணம் என்னவோ. எங்கள் இருவருக்கும் புரிந்த ஒப்பந்தமா? எப்பொழுது சந்தித்தாலும் சரி அவள் எந்த மானசீக உலகத்தில் இருந்தாலும், அவளின் முன்பு நின்றுகொண்டிருக்கும்பொழுது தன் நிலையை விட்டு, தன் சங்கதியை மறந்து போய் அதே

புன்னகை. வெட்கத்தோடு கூடிய புன்னகை. "உன் சங்கதி எனக்குத் தெரியும்லே" என்றவாறு பார்த்துச் சிரிக்கும் சிரிப்புத் தெரிகிறது.

"உன் வீட்டுக்குத் தான் போறேன்."

அவள் முகத்தில் எந்த மாற்றமும் இல்லை.

அப்படிச் சொன்னேனே தவிர நான் போவது தாசுவிடம் இல்லை. எங்கே போகிறேனோ என்று கூட தெரியாது.

முன்னால் நகர்ந்து கொஞ்சதூரம் போனதும், பின்னால் பார்க்கக் கூடாது என்று நினைத்துக்கொண்டே சந்தேகங்கள், குழப்பங்கள் மத்தியில் தலையைத் திருப்பியதும் அப்பொழுதுவரை மேலே வைத்த பார்வை இருந்தாற்போலக் கருவேலமரத்தை நோக்கி மறைந்தது.

சதாலட்சுமியைப் பார்ப்பது அதுவே கடைசி.

எப்பொழுதாவது தாசு கோர்ட்டுப் பணிக்காக ஹைதராபாத் வரும்பொழுது சந்திப்பான். நான் மாச்சர்லா போவது முழுவதுமாகக் குறைந்துவிட்டது.

முந்தாநாள் மதியம் தாசும் நானும் பேருந்தில் அமர்ந்து மாச்சர்லாவிலிருந்து விஜயவாடா செல்கின்றபொழுது அவன் சொன்னான்... சதாலட்சுமியை இரண்டு ஆண்டுகளுக்கு முன்பு நெல்லூரில் ஏதோ நலக்காப்பகத்தில் சேர்த்தான் என்றும், நீண்ட நாட்களுக்கு முன்பு அவள் அங்கேயே இறந்துவிட்டாள் என்றும்.

உள்ளே பெரிய அலை என்னை உள்நோக்கி இழுத்துநிற்கும் தண்ணீரில் அமிழ்த்தினாலும் வெளியே தாசுக்கு எதுவும் தெரியவிடாமல், "mg;gbah" என்று சீட்டில் திரும்பி உட்கார்ந்தேன், இருண்ட புயலில் படகு மூழ்குவது போல்.

எதுவும் தெரியாத வயதில் எதிரில் வந்த சிறுவயது இளமைப் பருவம், என் புதிய இளமையை எரித்துக் கொளுத்திய புன்னகை. இந்தத் தேகத்தை உயிரை முதல் முறை உறக்கத்திலிருந்து எழுப்பிய அந்தத் தேன் வண்ணப் பார்வை, இருண்ட கனவுகளில் என்னை இரும்புச் சங்கிலிகளால் பிணைத்த அந்தத் தோள்கள், என் இரண்டு கைகளாலும் அருகில் எடுத்துக்கொள்ளலாம் என்று நினைத்த சதாலட்சுமி இறுதியில் சாம்பலாகிப் போனாள்.

சாம்பல் மலர் | 157

தகராறு

"தாமோதர் அந்த மரக்கட்டையைத் தூக்கிப்போடு" மேலிருந்து வந்த சென்ட்ரிங் மேஸ்திரியின் கத்தலில் சிறிய நீண்ட மரக்கட்டையைக் குறிபார்த்து மேலே எறிந்தான் தாமோதர்.

காங்கிரீட் பில்லரின்மேல் மரச்சட்டங்கள் அடிக்கப்பட்ட முதல்தளத்தின் மீது நின்றிருந்த மேஸ்திரி அதைக் காற்றிலே லாவகமாகப் பிடித்துக்கொண்டார்.

பதினைந்து நாட்கள் முன்பு தொடங்கிய சென்ட்ரிங் வேலை அன்று மத்தியானம் முடிவடைந்தது. இனி இரும்புச்சட்டம் அடித்த ஸ்லாப்மேல் சிமெண்ட் கலந்த காங்கிரீட் மால் போடுவதே பாக்கியிருந்தது. மேல்தளத்தின்மேல் அரைகுறை வேலை ஏதாவது மிச்சமிருக்கிறதா என்று பார்த்துக் கொண்டிருந்தார் மேஸ்திரி.

அப்பொழுது மதியம் மூன்றானது. இனி செய்வதற்கு வேலை ஏதும் இல்லையாதலால் போய்வருகிறேன் என்று மேஸ்திரிக்குச் சொல்லி வெளியே போனான் தாமோதர். அரைநாள் வேலை செய்தாலும் அன்றைக்கு முழுக் கூலியே கணக்கு. கூலிப் பணத்தை எப்பொழுதுவேண்டுமானாலும் வாங்கிக் கொள்ளலாம். இதற்கிடையில் வேறொரு இடத்தில் பணி இருக்கவே இருக்கிறது.

வீடு கட்டுகிற ஓனர் ரோட்டின்மேல் மின்கம்பத்தின் அருகில் மேஸ்திரியிடம் தேவையான பணிகள் குறித்துப் பேசிக்கொண்டிருந்தார்.

தாமோதருக்கு அறைக்குச் செல்ல எண்ணம் வரவில்லை. பஜாரில் நடந்துகொண்டே இரண்டு

மூன்று சந்துகள் சுற்றிக் கடைசியில் கள்ளுக்கடை காம்பவுண்டுக்குள் நுழைந்தான்.

காம்பவுண்டு வாசலின் உள்ளே வந்ததும் காற்றில் மசாலா வாசனை மூக்கைத் துளைத்தது. நேரங்கெட்ட நேரம் ஆகையால் ஓரிருவர் தவிர காம்பவுண்டு முழுக்கக் காலியாகவே இருந்தது. சுற்றிலும் கள்ளுப்பாட்டிலை வைத்துக்கொண்டு கவுண்டரில் அமர்ந்திருந்தவன் தேவைப்படுபவர்களுக்குக் கள்ளுப்பாட்டிலைத் தந்துகொண்டிருந்தான். அவனுக்குப் பின்னால் சுவரில் தொங்கவிடப்பட்டிருந்த படத்தில் உயரமாக இருக்கிற மகாகாளி அம்மா பயங்கரமாக நாக்கை நீட்டி நின்று கொண்டிருந்தாள்.

தாமோதர் நேராகக் கவுண்டர் அருகில் சென்று பாட்டிலை வாங்கிக்கொண்டு மனிதர்கள் யாருமற்ற ஒரு பந்தலின் கீழ் அமர்ந்தான். அவன் அமர்ந்தவுடன் உடம்பின்மேல் அழுக்குப் பனியன் அணிந்த ஓர் ஆள் வந்து, "அண்ணா என்ன வேணும்? ஃ போட்டி... ஈரல்" என்றான்.

"அதெல்லா வேணாம்... ஆம்லேட் இருக்கா?" என்றான் தாமோதர். வந்த மனிதன் சரி கொண்டுவருகிறேன் என்பதுபோலத் தலையாட்டும்பொழுதே தாமோதர் "இப்ப வேணாம். நா கூப்பிடுறன் விடு" என்றுசொல்லும்பொழுதே வேறொருவன் முன்னாடி வந்து "பஜ்ஜி... வட..." என்றான்.

தாமோதர் வேண்டாம் என்று தலையை ஆட்டி, பாட்டிலின் வாயில் ஒட்டிக்கொண்டிருக்கிற வெள்ளை நுரையைக் கையால் துடைத்துக் கொஞ்சம் கள்ளைத் தொண்டையில் ஊற்றினான். புளிப்பு, இனிப்பு கலந்த துவர்ப்பு வாசனைத் தொண்டையில் இறங்கியது.

பக்கத்துச் சுற்றுச்சுவரில் சாய்த்துக்கட்டிய பனையோலைப் பந்தலின் கீழிருந்த கல்திண்ணையின்மேல் ஓரிருவர் அமர்ந்திருந்தனர். கொஞ்சதூரத்தில் தரையின்மேல் மெழுகிய பச்சை சாணத்தின் வாடை இன்னும் அடித்துக் கொண்டிருந்தது. ஒரு மூலையில் பக்கத்தில் போடப்பட்டிருந்த காலிப்பாட்டில்களின்மேல் ஈக்கள் மொய்த்துக்கொண்டிருந்தன. காம்பவுண்டில் வியாபாரிகளின் தள்ளுவண்டியில் இருந்து புகை மேலே வந்துகொண்டிருந்தது.

ஓரிருவர் உள்ளேயும் வெளியேயும் திரிந்துகொண்டிருந்தனர். நிதானமாக உள்ளே ஜனங்கள் கூடினார்கள். வெள்ளைக்

கோடுகளுடன் கசங்கிய கருப்புச் சட்டை அணிந்த ஒருத்தன் அவசரமாகக் கையில் பாட்டிலை எடுத்துக்கொண்டு தாமோதருக்குக் கொஞ்ச தூரத்தில் அமர்ந்தான்.

குச்சிஸ்டாண்டு கூடை மேல் மிக்சர் விற்கிற வியாபாரி எங்கிருந்தோ வந்து எதாவது வேண்டுமா என்றவாறு நின்றிருந்தான்.

தாமோதர் அவனிடம் பத்து ரூபாயிக்குக் வேர்க்கடலை வாங்கி பக்கத்தில் வைத்துக்கொண்டான்.

இதற்கிடையில் சில மனிதர்கள் வெளிவாசலில் இருந்து கூட்டமாகக் காம்பவுண்டுக்குள்ளே நுழைந்தார்கள். வரிசைப்படி கணக்கெடுத்தால் ஒருவர் பின் ஒருவராக வரிசையாக ஏழுபேர். நான்கு ஆடவர்கள். மூன்று பெண்கள். வந்தவர்களில் பேண்ட், ஷர்ட் அணிந்திருந்த இளைஞன் ஒருவன் உள்ளே வந்ததும் கிட்டத்தட்ட கவுண்டரை நோக்கி நடந்தான்.

மீதியிருக்கிற ஆறுபேரும் எங்கே அமரலாம் என்று காம்பவுண்டு முழுவதையும் தீரப் பார்த்து, கிட்டத்தட்ட தாமோதர் அமர்ந்திருக்கிற பந்தலின் கீழே வந்தனர்.

“இங்கயே உக்காரல்லாம் வாங்க” என்று வந்த மூன்று பெண்கள் அங்கேயே தரையின்மேல் ஒருவருக்கு ஒருவர் நேராக அமர்ந்தார்கள். கடுத்த வெயிலில் நடந்து வந்த காரணத்தால் அவர்கள் அனைவரும் வியர்வை வடிந்து சோர்வடைந்தவர்கள்போல் தென்பட்டனர்.

அவர்களோடு வந்த காதில் புரசு இலைச் சுருட்டு வைத்திருந்த ஓர் ஆள் தாமோதரின் அருகில் அமர்ந்து “நா வயசானவன் இல்லயா… கால் வலி” என்றான் தெரிந்தவர்களிடம் சிரித்து. சிரிக்கும்போது மடிப்பு விழுகிற அவனின் கறுப்பு முகம், தலைமுடியுடன் சேர்ந்து தூசிபடர்ந்து காணப்பட்டது. அப்பொழுதே ஏதோ மண் வேலை செய்தவர்போலக் கைகள், ஆடைமுழுக்க மண். அவனின் காய்ந்துபோன கைவிரல்கள் இறுக்கமாக இருந்து காப்புக்காய்த்திருந்தது. அடுத்தவர்கள் அவனை அழைத்ததில் இருந்து அவனின் பெயர் எல்லய்யா என்று தெரிந்தது.

மீதியிருக்கிற ஆடவர்களில் எல்லாரையும்விட கொஞ்சம் சுத்தமாக இருக்கிற, துணியை அயர்ன் செய்து, கொஞ்சம் படித்தது போல் காணப்படுகிற ஒருவன் பெண்களின் முன்பு திண்ணை மேல் அமர்ந்திருந்தான். எல்லாரையும்விட கடைசியாக நொண்டியதுபோல் வந்த ஒல்லியான ஆள் அந்தப் பெண்களுக்கும்

இந்த ஆடவர்களுக்கும் தூரத்தில் தரைமேல் அமர்ந்தான். அவன் கட்டியிருந்த வேட்டி கசங்கிப்போய், அணிந்திருந்த வெள்ளைச் சட்டைக் கக்கத்தில் கிழிந்திருந்தது. அவன் ஒல்லியாக, கருப்பாக நோய்வாய்ப்பட்டவன் போலிருந்தான்.

அமர்ந்திருந்தவர்களில் ஒல்லியாக, வெளிறிப்போயிருக்கிற கிழவி தனக்குள் தானே முணுமுணுத்தவாறே "அவ வாயில மண்ணைப்போட. என் தலையெழுத்த பாருடி" என்றாள் யாரையோ சபித்ததுபோல். அப்பொழுதுவரை அழுதது மாதிரி அவள் கண்கள் ஈரமாக இருந்தது. முகத்தை ஈரத்துணியால் துடைத்தது போலிருந்தது. மேலும் அவள் முகம் அவமானத்தில் உறைந்துபோய் இருந்தது.

"நகரு முன்னாடி நகர்ந்து நிழல்ல உக்காரு" என்று குண்டு பெண் எதிரில் இருந்த வேறொரு பெண்ணை நிழலுக்கு வாவென்றாள். மூன்று பெண்களும் வட்டமாகச் சுற்றி ஒருவருக்கு ஒருவர் எதிராக அமர்ந்தனர்.

வந்தவர்கள் அனைவரும் சோகமுகத்துடன் இருந்தனர். அவர்களின் பஞ்சாயத்து அதற்குமுன்பே வெளியே எங்கேயோ முடிந்தது போலிருந்தது. வந்த உறவினர்களைக் கவனிக்கவேண்டும் என்பதற்காக அவர்கள் அங்கு வந்ததுபோல் காணப்பட்டனர்.

இதற்கிடையில் கவுண்டருக்குப் போன அந்த ஆள் இரண்டு கைகளால் கள்ளுப்பாட்டில்களைக் கொண்டுவந்து அனைவருக்கும் தலைக்கு ஒரு பாட்டிலாக வைத்து, "இன்னும் எதுக்காக அழுதுகிட்டு இருக்கிற சித்தி, ஆனதென்னவோ ஆனது. நீயும் சொல்ற வரைக்கும் சொன்ன. அவ கேக்கல. இனி இது தீராது" என்றான்.

மூன்றாவதாக உட்கார்ந்திருக்கிற பெண், "எனக்கு வேணாம் தம்பி. நா குடிக்க மாட்டேன்" என்று தனக்கு முன் வைத்திருந்த பாட்டிலைத் தள்ளி வைத்து.

"அது என்ன ராமுலு பெரியம்மா... கள்ளு பழக்கமில்லையா என்ன! போகட்டும் பீர்பாட்டில் வாங்கிட்டு வர்றவா?" என்றான் கள்ளு எடுத்து வந்தவன்.

"வேணாம் தம்பி... உனக்குப் பெரிய கும்புடு. எனக்கு எதுவும் வேணாம்."

“ஆமா ராமுலம்மா மதினி.. இப்படி எதுக்குப் பண்ற... பழக்கமில்லையா... எதுவும் குடிக்கமாட்டயா...கள்ளூல கலப்படம்னா... எதுக்கு இப்படி?” என்றாள் அவர்களில் அமர்ந்திருந்தவர்களில் வேறொரு பெண்.

“இல்லை ராஜாமணி... நானேதான் குடிக்கமாட்டன்.. எப்பயிருந்தோ பழக்கமில்ல. உனக்குத் தெரியாதா என்ன”

“ஓ ராமுலக்கா இதைக் குடிக்காட்டி விட்டுரு... குவாட்டரு பாட்டிலு வாங்கிட்டுவான்னு.. ஒன் கொழுந்தன்ட்ட சொல்லுறன்”... என்றான் மேலே அமர்ந்திருந்தவன்.

வேணாம் வேணாம் செந்திரய்யா... குடிச்சா இதைக் குடிக்கமாட்டனா.. முன்னாலயிருந்தே எனக்குப் பழக்கமில்ல... ஒனக்குத் தெரியாதது என்னயிருக்கு.

புதியபேரம் வந்ததால் வியாபாரிகள் கூட்டம் கூடினர். “ஒனக்கு என்ன வேணும் ஒனக்கு என்ன வேணும்” என்று ஒருவருக்கொருவர் கேட்டபிறகு மூன்று ஃபோட்டி, மூன்று ஆம்லேட் ஆர்டர் செய்யப்பட்டது.

செந்திரய்யா கொஞ்சம் கள்ளை தரையில் தெளித்து, பாட்டிலை வாயில் வைத்து இரண்டு மடக்குத் தொண்டையில் விட்டுக்கொண்டான். கள்ளூப்பாட்டிலைக் கொண்டுவந்தவன் வேறு எங்கேயோ சென்று யாரிடமோ அரட்டை அடித்துக் கொண்டிருந்தான். அவன் ஓரிடத்தில் அமரும் மனிதனாகத் தெரியவில்லை.

இதற்கிடையில் காலி கள்ளூப்பாட்டில் நிரப்பும் மரப்பெட்டியின் மேல் உயரமான வழுக்கைத் தலைக்காரன் வந்து அமர்ந்தான். அதற்குமுன்பு தாமோதர் பலமுறை காம்பவுண்டில் அவனைப் பார்த்திருக்கிறான், அமர்ந்தான் என்றால் குறைந்தது மூன்று பாட்டிலாவது குடிக்காமல் எழமாட்டான். அவன் வந்ததும் வராததுமாய்க் காம்பவுண்டில் ஆங்காங்கே விற்றுக்கொண்டிருந்த வியாபாரிகள் அவனைச் சுற்றிக் கூடினர். அவன், ஒருத்தனுக்கு கடலை, இன்னொருத்தனுக்கு ஃபோட்டி, இன்னொருத்தனுக்கு ஆம்லேட் ஆர்டர் கொடுத்தான். அழுக்கான டீ ஷர்ட்டுடன், அரைக்கால் சட்டை அணிந்திருந்த இளைஞன் ஒருவன் வேகவேகமாக ஓடிவந்து இரண்டு கள்ளூப்பாட்டில்களை அவனுக்கு முன்னால் வைத்துவிட்டுச் சென்றான்.

சுற்றுச்சுவர் இறுதியில் செங்கல்கள் சிதிலமைடைந்த பகுதியில் வேட்டியை மேலே மடித்து மூத்திரம் பெய்து கொண்டிருந்தான். அவனுக்கு எதிரே பயன்படுத்தப்படாத கழிப்பறையில் கைவிடப்பட்ட சிதிலமடைந்த உலுத்துப்போன கதவினைக் குறுக்காக வைத்திருந்தனர். உள்ளே இருட்டு, வெளியே ஒரே மூத்திர நெடி.

காம்பவுண்டுக்குப் பின்புறம் செல்லும் பாதையில் முழங்கால் அளவுக்கு வளர்ந்த புதர் செடிகள். ஒன்றின் மேல் ஒன்றாக அடுக்கப்பட்ட பழங்கால ஓடுகள். அவர்களுக்கு எதிரில் அமர்ந்திருந்த மனிதர் எதுவும் பேசாமல் இருப்பதைக் கண்டு "ஓ இஸ்தாரண்ணா உனக்கு என்ன வேணும் சொல்லு" என்றாள் ராஜாமணி.

"ஏதோ ஒன்னு… சொல்லிடீங்க இல்லையா" என்றான் இஸ்தாரி.

அவள் அவனுக்கு முன் வைத்திருந்த கள்ளுப்பாட்டிலைப் பார்த்துக் "குடிக்காம…அப்படியே வச்சிருக்க!" என்றாள்.

அவன் சிறிதாகப் புன்னகைத்து "என்னோடது எவ்வளவு நேரம் ஆகப்போகுது… நீங்க சீக்கிரம் முடிங்க" என்றான்.

அவன் எதைப் பார்க்கிறானோ என்று சொல்வது கடினம். அப்படியாக அவன் தன் பார்வையை வெற்றிடத்தில் நிலைநிறுத்தவில்லை. முழங்கால்களில் முழங்கைகளை மடித்துக்கொண்டு நடுநடுவே அவர்களின் பேச்சைக் கேட்டுக்கொண்டு வெளியே பார்த்துக்கொண்டிருந்தான். அதே சமயம் மறுபடியும் தரையைப் பார்ப்பதுபோல் தலைகுனிந்து கொண்டிருந்தான். மொத்தத்தில் அங்கே நடக்கும் பஞ்சாயத்துக்கும் தனக்கும் சம்பந்தம் இல்லை என்பது போலிருந்தான்.

தாமோதர் பக்கத்தில் அமர்ந்திருந்த எல்லய்யா, அவனை நிமிர்ந்து பார்த்து, "எந்த ஊரு தம்பி?" என்றான். அப்பொழுது குடித்திருந்த கள்ளின் காரணமாகவோ புகையிலையின் காரணமாகவோ அவனின் குரல் கரகரத்திருந்தது.

தாமோதர் "த்ரோவகுண்டா" என்று சொன்னால் அந்தக் கிழவனுக்கு அந்தச் சின்ன ஊரு தெரியும் வழியில்லை என்று எண்ணிக்கொண்டு "ஓங்கோலு அருகில்" என்றான்.

"ஆந்திராக்காரனா… என்ன வேலை பாக்குற இங்க" என்றான்.

“சென்டிரிங் வேலை.”

“அசலு நம்ம ராயேசம் கணக்கா இருக்கானே” என்றான் செந்திரய்யா.

“ஆமா அசலு அப்படியே இருக்கான்” என்றாள் ராஜாமணி தாமோதர் பக்கம் மேலும் கீழும் பார்த்து.

தாமோதர் அவர்களின் பார்வையிலிருந்து தப்பித்துக் கொள்ளவேண்டும் என்பதுபோல் பாட்டிலை வைத்து முகத்தை மறைத்து அண்ணாந்து எதிரில் பார்த்தான். மறுபுறம் தூரத்தில் தடுப்புக்கதவு வைக்கப்பட்ட, பெண்கள் அமரும் சிறிய அறையில் நீலவண்ணச் சேலையில், வெள்ளை மல்லிகைப்பூ வைத்திருக்கிற கருத்த மனுஷி சுண்ணாம்பு அடிக்காத செங்கல் திண்டுமீது கள்ளுப் பாட்டிலை வைத்துக்கொண்டு அமர்ந்திருந்தாள். அவளின் கண்கள் ஒருபுறம் வாசலிலிருந்து உள்ளே வருபவர்களையும், இன்னொருபுறம் தன்னைச் சுற்றியிருக்கிற மனிதர்களையும் பரீசிலித்துப் பார்த்துக்கொண்டிருந்தன. அவளுக்கு எதிரில் கீழே அமர்ந்திருந்த ஐந்தாறு வயதே ஆன குழந்தையொன்று தொன்னையில் போடப்பட்டிருந்த ஏதோ ஒரு பருப்பைத் தின்றுகொண்டிருந்தது.

“அதிருக்கட்டும் போஷவ்வா... தனி மரமா நிக்குதுங்க புள்ளைக” என்றாள் ராஜாமணி குடித்துக் கொண்டிருக்கிற கள்ளுப்பாட்டிலைக் கீழே வைத்து...

“நல்லவேளை ராஜாமணி... மூணுபேரும் ஆம்பளைப் பிள்ளைகளா இருக்குறதால சரியாப்போச்சு. அதுவே பெண்பிள்ளையா இருந்தா எனக்கு இன்னும் வழியில்லாம போயிருக்குமே!” என்று ராமுலம்மா இடுப்பிலிருந்து சிறிய சுருக்குப்பையை எடுத்து அதிலிருந்து வெற்றிலைப் பாக்கை வெளியே எடுத்து மடித்தாள்.

அவர்கள் பேசுவதைக் கேட்டு தாமோதர் சிகரெட்டைப் பற்றவைத்துப் புகையைக் காற்றில் விட்டான். வெண்மையான புகை காற்றில் கலந்ததும் எதிரே ஐம்பதடி தூரத்தில் இருக்கிற நீலவண்ணச் சேலைக்காரி மீண்டும் அவன் கண்ணுக்குத் தெரிந்தாள். அவளும் அப்பொழுதே அவனைப் பார்த்துச் சிரித்தாள். தாமோதர் உடனே தன் பார்வையை வேறு பக்கம் திருப்பினான். அவள் இன்னும் இங்கேயே பார்த்துக்கொண்டிருப்பது ஒருவாறு அவனுக்குத் தெரிந்தது.

எல்லய்யா காதில் சொறுகியிருந்த புரசு இலைச் சுருட்டைப் பற்றவைத்துப் புகைவிட்டு “ஆமா சந்திரய்யா.. பின்ன, பச்சைப் பிள்ளையில்லயா அதனால பாக்யா தன்னோடயே தூக்கிட்டுப்போயிட்டா? என்றான். அவன் பேசியபொழுதெல்லாம் அகன்ற காரைப் பற்கள் வெளியே தெரிந்தன.

“ஆமா பின்ன... பச்சைப்பிள்ளை இல்லயா” என்றான் சந்திரய்யா.

“வச்சிருக்காம என்ன பண்றது, பையன் பாலுகுடிகூட மறக்கல!” ராஜாமணி.

“அய்யே பாலுகுடிக்கிற பிள்ளையா...”

அந்த வார்த்தையைக் கேட்டதும் அமர்ந்திருந்த போஷவ்வா மீண்டும் அழ ஆரம்பித்தாள். தொண்டை அடைத்து அவள் குரல் கூட மாறிப்போனது போலிருந்தது. அதுவரை உள்ளுக்குள்ளாகவே மெதுவாக அழுதுகொண்டிருந்த அழுகை பெரிதானது.

“ஆனா தனி மரமா நிக்குறது பெரியவங்க ரெண்டு பேருதான.”

“கோழிக்குஞ்சுகளைப் பருந்து கொத்திக்கொண்டுபோனது போல கிழவன் இரண்டு பிள்ளைகளையும் எடுத்துட்டுப் போயிட்டான்” பற்றவைத்த சுருட்டை உள்ளங்கையில் வைத்தவாறு வாயால் “த்தூ த்தூ” என்றவாறு ஊதியணைத்தான் எல்லய்யா. “பின்ன தாயில்லாத பிள்ளை” என்றான்.

கையில் வைத்திருந்த சுருட்டு அணைந்திருந்தாலும் கூட அவனின் பேச்சு ஆறியிருந்த நெருப்புமேல் கோந்தை வீசியதைப் போலிருந்தது. அப்பொழுதுவரை உள்ளுக்குள் கண்ணீர் சிந்திக்கொண்டிருந்த போஷவ்வா அந்த அடியில் தரைமீது அமர்ந்திருந்தவள் முழங்காலில் எழுந்து அவன் மேல் விழுவதுபோல் முன்னோக்கி சரிந்தாள்.

“ஏ மச்சான்.. என் மருமகன் நோயில செத்துப்போயிட்டான். அந்தத் தேவடியா எவன் கூடயோ ஓடிப்போயிட்டா. செத்துப்போன மகன் பிள்ளைக மேல அவனுக்கு உரிமை இருக்காதா? என் பிள்ளைக மேல எனக்கு உரிமை இருக்காதா. பொம்பளை எனக்கு யாரும் திக்கு இல்லன்னு என் பேரப்பிள்ளைகளை இழுத்துட்டுப் போயிட்டான். அவன் மூஞ்சியில மண்ணு விழ. இது என்ன நீதி.. ஞாயம்.”

அவள் பின்னே கட்டியிருந்த கூந்தல் அவிழ்ந்தது. உடல் மேலிருந்த சேலை பக்கத்தில் நழுவியது.

அமர்ந்திருந்தவர்களில் பரபரப்புத் தொற்றியது. மீதியிருந்த இரண்டு பெண்கள் பக்கத்தில் நகர்ந்து கிழவியைப் பின்னே இழுத்து அமரவைத்தனர்.

“அய்யே.. அவங்க பக்கம் பேசுற.. உனக்கு சங்கதி தெரியாதா” என்றாள் ராமுலம்மா.

“இருக்கிற விசயத்தைச் சொல்றன்... அவங்க முன்னாடி பேசுனா?”

“அது இல்லண்ணா.”

எல்லய்யா உயர்த்திக் கள்ளுப்பாட்டிலைக் குடிக்கப்போகிற சமயத்தில், அப்படியே அதைத் தொடைமேல் வைத்துக் கண்களை விரித்துக் கரகரத்த குரலுடன் “மவளே! எல்லாம் தெரிஞ்சிட்டே இப்படிப் பேசுனா எப்படி.. அவன் மகன் பிள்ளைகளை அவன் எடுத்துட்டுப்போனா என்ன. உன் பிள்ளையே வேணான்னுட்டா. கேட்குறதுக்கு நீ யாரு?” என்று மீண்டும் கள்ளுப்பாட்டிலை வாயில் வைத்து இரண்டு மடக்குக் குடித்தான்.

“அந்தக் கொலைகாரபாவி தானே இதெல்லாம் செஞ்சிட்டான்...” என்று பெண்கள் இருவரும் சரி பார்த்து அமர்ந்தனர்.

இந்தச் சண்டையைப் பார்த்து யாரோ காம்பவுண்டில் உள்ள காவலாளி போன்ற நபர் வந்து “நீங்கல்லாம் பொம்பளைக பகுதியில உக்காந்திருக்கலாம்லா. ஆம்புளைக மத்தியில எதுக்கு” என்றான்.

“எல்லாம் எங்க ஆளுக தான்” என்று செந்திரய்யா அவனுக்குத் தூரத்திலிருந்து பதிலளித்தான்.

“எங்க பிரச்சினையே எங்களுக்கு இருக்கையில, நடுவுல இவனோட அதட்டல் வேற எதுக்கு” என்றாள் ராஜாமணி.

“அட... உன் நல்லதுக்குத்தான் சொல்றன்ம்மா” என்றான் வந்த மனுசன் அவளுக்குப் பின்னால் நின்றவாறு.

“எங்ககூட யாரு இருக்குறாங்க. எல்லாரும் எங்க ஆளுகதான். நாங்க எங்க உக்காந்திருந்தாலும் எங்க ஆம்பளைக பின்னால தான் போகணும்?”

அவன் ஏதோ முணங்கிக் கொண்டு சென்று விட்டான்.

ராஜாமணி முகத்தைச் சுருக்கிக்கிட்டு, “இந்த மனுசன் என்ன முணங்குறான்” என்றாள்.

“போகட்டும் விடு... போயிட்டான் இல்லயா. அதவிடு” என்று செந்திரய்யா கொஞ்சம் மிக்சரை வாயில் போட்டுக்கொண்டான்.

தாமோதருக்கு நான்கு அடி தூரத்தில் அமர்ந்திருந்த வெள்ளைக்கோடுகளுடன் கூடிய கருப்பு டீ சர்ட் அணிந்த ஆள் கள்ளுப்பாட்டிலை மேலே தூக்கி ஒரு மடக்குக் குடித்து “த்தூ” என்று துப்பி “இப்பதான் தொட்டியில இருந்து எடுத்துட்டு வந்த மாதிரி இருக்கு... முன்னாடி குடிச்ச கள்ளு போல இல்ல” என்று தாமோதர் பக்கம் பார்த்துப் பல்லைக்காட்டி இளித்தான்.

தாமோதர் பதிலுக்குச் சிரித்துக்கொண்டு, பார்வையைப் பக்கத்தில் திருப்பிக் கள்ளுப்பாட்டிலை எடுத்து இரண்டு மடக்குக் குடித்துக் கீழே வைத்து எதிரில் பார்த்தான். மறுபுறம் நீல வண்ணச் சேலைக்காரி கள்ளுப்பாட்டிலை எடுத்துக் குடிக்கப் போகும்போது தாமோதரைப் பார்த்து மறுபடியும் சிரித்த அவள் கருப்பு முகத்தில் வெண்ணிறப் பற்கள் தூரத்திலிருந்து மின்னின.

கசங்கிய சேலையை மேலே மடித்துக் கட்டிக்கொண்டு, தலைமுழுக்க வெள்ளையாக நரைத்த ஒரு கிழவி கக்கத்தில் அழுக்குக் கூடையை வைத்துக்கொண்டு அங்கங்கே கிடக்கிற எச்சில் தொன்னைகளைப் பொறுக்கிக்கொண்டு நடந்துகொண்டிருந்தாள்.

“மருமகன் நோய்வாய்ப்பட்டுக் கட்டிலில் இருக்கும் போதே அவ சேரிக்கார ரவுடிகூட ஓடிப்போயிட்டா... பாவம் புண்யம் தெரியாத பச்சைக்குழந்தைகளை விட்டுவிட்டு... அப்பவே கட்டில் மேல இருந்த மருமவன் குமுறி குமுறி செத்துப்போயிட்டான்... அந்தப் பிள்ளைகளையாவது பார்த்துக்கிட்டு வாழலாம்னா ‘இப்படிப்பட்ட குடும்பம்ன்னு’ அவளோட அத்தைகாரிக என்னைக் கிட்டகூட சேக்கல.. நான் கும்புட்ட தெய்வம்லாம் இப்படி எழுதியிருக்குத் தலையெழுத்தை... இனி எனக்கு யாரு ஆதரவு? அந்தத் தெய்வத்து வாயில மண்ணைப் போட.”

“பேரன் பேத்திகள நினைச்சு அழுற ஆனா நீ வளர்த்த பிள்ளையே உனக்கு இல்லாம போச்சு. இனி பேரனுக எங்கயிருந்து வந்தாங்க? ஆனா அது உன் சொந்தக் குழந்தைங்க ஆகுமா.. இப்பல்லாம் பெத்த பிள்ளைகளே பார்க்கறது இல்ல.. வளர்த்தவங்க பார்ப்பாங்களா”

“ஓ போஷவ்வா சும்மாயிரு... உன்னோடதே உனக்கு இல்லைங்கறப்போ வேற ஒருத்தனது உனக்கானது எப்படியாகும்... உன் கர்மம் அப்படியிருக்கு”

“அதனால இப்ப என்னங்கிற போஷவ்வா... சரி.. வளர்த்தது ஓடிப்போயிட்டு. உன் கிட்ட வர்றபோறாளா? இல்லை. அதோட மனசு மாறுற வரைக்கும் வரமாட்டா. உன் பேரனை நீ கூட்டிட்டு வருவியா? நீ எதுக்கும் ஒத்துவரமாட்ட இந்தப் பக்கமும் இல்லாம அந்தப் பக்கமும் இல்லாம...”

இந்தப் பேச்சுக்கு அந்தக் கிழவி மறுபடியும் பெரிதாக அழ ஆரம்பித்தாள்.

“இன்னும் சண்டை போடாதே. அந்தப் பிள்ளைகளோடயே எல்லாம் முடிஞ்சிட்டு.”

கிழவி அழுதுகொண்டே உள்ளங்கையை மார்பில் வைத்துக்கொண்டு கண்முழுக்கக் கண்ணீர் சிந்தியவாறு “இனி எனக்கு யாரு இருக்குறா?” என்றாள் இதயம் உடைந்துபோகிற அளவிற்கு.

தாமோதர் கீழே வைத்திருந்த கள்ளுப்பாட்டிலைக் கையில் எடுத்து இரண்டு மடக்கு முழுங்கி ஈர உதடுகளை முழங்கையால் துடைத்தான்.

ராஜாமணி போஷம்மாவை அணைத்துக்கொண்டு “அய்யே அப்படி எதுக்குச் சொல்ற, நாங்க இல்லையா... உன்னைப் பாக்காம விட்டுருவமா.. நீ ஒருத்தி எங்களுக்குச் சுமையா? என்றாள்.

“நல்லாவே இருக்கா குடும்ப வாழ்கைய நல்லா வாழ்வான்னு நெனச்சோம். மூணு புள்ளைக ஆன பின்னாடி அந்தச் சிறுக்கி இப்படிச் செய்வான்னு யாருக்குத் தெரியும்? இப்படிப்பட்டதை என்னைக்காவது கேட்டமா? என்னைக்காவது பார்த்தமா இவ்வளவு கோரத்தை.”

மரப்பெட்டிமேல் அமர்ந்திருந்த பெரிய வழுக்கைத் தலைக்காரன் தனக்கு வேண்டியதை ஆர்டர் கொடுத்துக் கொண்டிருந்தான். அவனுக்கு வேண்டியதைப் பனையோலைத் தொன்னையில் கொண்டுவந்து வைத்தார்கள். தூரத்தில் தரையின்மேல் திண்டில் அமர்ந்திருந்த ஓர் ஆள் குடித்த மயக்கத்தில் காற்றில் யாரையோ திட்டிக்கொண்டு நடுநடுவே மீசையை முறுக்கிக்கொண்டு இருந்தான். சூடான தோசைக்கல்லில் தெளித்த தண்ணீர்

சுர்ரென்று ஆவியாகி மசாலா வாசனை காம்பவுண்டு முழுக்கப் பரவிக்கொண்டு இருந்தது.

தாமோதர் மாத்திரம் ஊத்திக்கலாம் என்று சுவரின் கடைசிக்குப் போனான்.

உயரமாக வளர்ந்த புதர் செடிகள் மத்தியில், எப்பொழுது வந்தாளோ, அவள் அங்கேயே நின்று அந்தப் பக்கம் வாவென்று சைகைசெய்தாள்.

தாமோதர் வேகவேகமாக நடந்தான்.

பின்பக்கம் நின்று ஜன்னலில் இருந்து பார்த்தால் உள்ளே அறை நடுவே பெரிய நீண்ட தண்ணீர்த் தொட்டி இருந்தது. ஓர் ஓரத்தில் சாக்குமூட்டைகள் சுவற்றில் சாய்த்து வைக்கப்பட்டிருந்தன. உள்ளே யாராவது இருந்தால் இந்தப் பக்கம் பார்க்கிற வாய்ப்பில்லை. ஒரு வேளை பார்த்தாலும் அவர்களுக்கு வெளியே மனிதர்கள் தெரியமாட்டார்கள்.

தாமோதர் அவளை எடுத்து மேலே தூக்கி சுவரில் சாய்த்து, சேலையை மேலே தூக்கி இரண்டு கால்களை இடுப்பில் சுற்றி வைத்துக்கொண்டான். அவன் பாய்ச்சலுக்கு அவளுக்குக் கிச்சுகிச்சுக் மூட்டியதுபோல் இருந்ததால் சிரித்துத் தன் இரண்டு கைகளால் அவனின் கழுத்தைச் சுற்றினாள். நீண்ட ஜடையை முன்னால் இழுத்ததால் பூச்சரம் உதிர்ந்தது. முகத்தில் அப்பியிருந்த பவுடரு, வாயிலிருந்து கள்ளு வாசனை குப்பென்று அடித்தது.

ஐந்து நிமிடம் ஆனதும், “போதும் விடு... யாராவது பார்க்கப் போறாங்க. சும்மாயிருந்தா இப்படியே படுக்கவச்சுட்டே இருப்ப” என்றாள்.

தாமோதர் இன்னும் ஓர் இரண்டு நிமிடங்கள் அப்படியே அழுத்திப் பிடித்துக் கடைசியில் விட்டுவிட்டான்.

அவள் அங்கேயே நின்று சேலையைச் சரிசெய்து கொண்டிருந்தாள்.

அவன் ஃபேண்டை மேலே இழுத்துச் சிகரெட்டைப் பற்றவைத்து நடந்துகொண்டு மீண்டும் தான் அமர்ந்திருந்த இடத்திற்கு வந்தான்.

தலைவிரிக் கோலமாயிருந்த போஷம்மா எழுந்து நின்று குனிந்து இரண்டு கைகளாலும் மண்ணை எடுத்துக் காற்றிலே வீசியடித்து யாரையோ சபித்துக்கொண்டிருந்தாள்.

ஆடவர்கள் அனைவரும் அவளைச் சமாதானப்படுத்த முடியாமல் கையற்று மௌனமாக அமர்ந்திருந்தனர்.

கள்ளுப்பாட்டில் காலி ஆனதினால் அவர்கள் இடையே பேச்சுகள் அதிகரித்தன.

பேச்சுகள் அதிகரித்ததால் குரல்களும் பெரிதாகிக் கொண்டிருந்தன.

கீழே அமர்ந்திருந்த ராஜாமணி எழுந்துநின்று இடுப்பில் கையை வைத்துக்கொண்டு ஆடவர்கள் அருகில் சென்று அழுத்தம் திருத்தமாக ஏதோ சொல்லிக் கொண்டிருந்தாள்.

கிழவி ராமுலம்மா எழுந்து எல்லாரையும் சமாதனம் செய்யப்போனாள்.

காற்றில் மசாலா சூட்டோடு கூட அவர்களின் பேச்சும் சூடாக இருந்தது. இவர்களோடு வந்தவன் கவுண்டரில் ஆர்டர் கொடுத்து மறுபடியும் தலா ஒரு பாட்டிலை அனுப்பி வைத்தான்.

இதற்கிடையில் மிக்சர் வியாபாரி வேகவேகமாக நடந்து மறுபடியும் ஒரு முறை தாமோதர் பக்கம் வந்து நின்றான்.

பக்கத்தில் அமர்ந்திருந்த எல்லய்யா அவனைப் பார்த்துப் பக்கத்தில் அழைத்துப் "பச்சப்பயிறு" என்று கேட்டு ஸ்டாண்டுமேல் ப்ளாஸ்டிக் கவருக்குள் அலசிப்பார்த்து "எல்லாம் கலந்து ஒன்னுகொடுய்யா" என்றான்.

மிக்சர்காரன் நீயூஸ்பேப்பர் துண்டை மடித்து அதற்குள் எல்லாவிதமான பருப்பையும் தலைக்கொன்றாகப் போட்டு இரண்டு முறைக் கலக்கி அந்தப் பெரிய மனுசன் கையில் கொடுத்துக் கொண்டே.

"இன்னும் கொஞ்சம் கடலை போட்டுருக்கக் கூடாதா" என்றான் எல்லய்யா ஒருபக்கம் கையில் வைத்திருந்த பொட்டலத்தைப் பார்த்து, இன்னொருபக்கம் பத்து ரூபாய் காகிதத்தை மிக்சர்காரனின் கையில் கொடுத்தான்.

தாமோதர் பத்து ரூபாய்க்கு வறுத்தகடலை வாங்கிக்கொண்டு இன்னொரு கள்ளுப்பாட்டிலை வாங்கிக்கொண்டான். அவனிடம் எல்லய்யா மறுபடியும் பேச்சைத் தொடர்ந்தான்.

"எங்க அத்தைப் பொண்ணு. முப்பது வயசாச்சு. கல்யாணமான வருசமே சுவரு மேலயிருந்து கீழ விழுந்து புருசன்

செத்துப்போயிட்டான். வேற கல்யாணமும் பண்ணிக்கல. குழந்தை இல்லன்னு அக்கா குழந்தையை வளக்குறா. அந்த அக்கா எப்பவோ செத்துப்போயிட்டா, இந்தப் பிள்ளைய வளர்த்து, கல்யாணம் செஞ்சுவச்சா, அந்தப்பிள்ளைக்கு மூணுபேரு...”

“ஓ செந்திரண்ணா... கொஞ்சம் வக்கீலைப் பார்க்கறதுக்காகத்தான் உன்னைக் கூப்பிடுறோம்” என்றாள் போஷம்மா.

“சொல்லிட்டலாம்மா... தாய் இருக்கும்போது வக்கீல் என்ன பண்ணுவான். யாரும் எதுவும் செய்யமுடியாது” என்றான் சந்திரய்யா.

“அவ்வளவுதான்கிறயா... ஆமால்ல... செத்தாவது தொலைஞ்சிருக்கக் கூடாது”

“நீ கொஞ்சம் பொறுமையா இரு.. என்மேல நம்பிக்கை வை. பிள்ளைக வளர்ந்த பின்னாடி உன்கிட்டதான் வரும்” என்று காலியான கள்ளுப்பாட்டிலைப் பக்கத்தில் வைத்தான் சந்திரய்யா.

“அவங்க அப்படி இப்படிக் கொஞ்சம் படிச்சிருக்காங்க.. அவங்ககிட்ட பைசாயிருக்கு... வளத்துக்குவாங்க... படிக்க வைப்பாங்க.. உன்கிட்ட இருந்தா என்ன ஆகும்?” என்று வெற்றிலைக்குச் சுண்ணாம்பு தேய்த்துக்கொண்டிருந்தாள் ராமுலம்மா.

“அய்யே அப்படியில்ல.. ஹாஸ்டல்லுல சேக்குறாங்களாம்.. அப்புறம் என் பேரங்க என்ன ஆகுறது? அந்த நடுப்பையன் தாய் மேல உசுரே வச்சிருந்தான்.”

“ஓ எல்லய்யா! இன்னும் ஏதாவது வேணுமா” என்றாள் ராஜாமணி மத்தியில் இடைவெளிவிட்டு மசாலா தொட்ட ஆட்காட்டி விரலினை நாக்குமேல் தடவிக்கொண்டு.

“வேணாம் வேணாம்... இதேபோதும்” என்று எல்லய்யா ஈரமாக இருந்த முகத்தைத் துண்டால் துடைத்துக் கொண்டான்.

தலைகுனிந்து ஆலோசனையில் ஆழ்ந்திருந்த போஷம்மாவை “ஒன்னும் ஆகாது விடு.. ஏதோ ஓர் இடத்துல நல்லாயிருந்தாலே போதும்னு நினைச்சுக்கோ” என்று ராமுலம்மா சமாதானப்படுத்திக் கொண்டிருந்தாள்.

“அதுவரைக்கும் பொறுமையாயிரு” என்றாள் ராஜாமணி ராமுலம்மாவின் பேச்சுக்கு அழுத்தம் கொடுத்து...

"சரி விடு... சொன்னதையே சொல்றீங்க" என்றான் எல்லய்யா துண்டை உதறி தோளில் போட்டுக்கொண்டு.

"அய்யே! எல்லய்யா மாமா.. என்ன இப்படிச் சொல்லிட்ட... அதுக்குள்ள மேல போறதுக்கு அவசரம் வந்துச்சு" என்றாள் ராஜாமணி சிரித்துக்கொண்டு.

ராமுலம்மா இஸ்தாரி முன்பிருந்த முழு கள்ளுப்பாட்டிலைப் பார்த்தவாறு "இஸ்தாரி.. குடிக்காம... அப்படியே உக்காந்து இருக்குற" என்றாள். அவன் வேட்டியை மேலே மடித்து இரண்டு முழங்காலை மேலே எடுத்து அமர்ந்தான். தூசி படர்ந்த அவன் பாதங்கள் மேல் ஈக்கள் மொய்த்துக் கொண்டிருந்தன.

ராமுலம்மாவின் தூண்டுதலால் இஸ்தாரி தனக்கு முன்னிருந்த பாட்டிலை மேலே உயர்த்திக் கடகடவென்று மொத்தத்தையும் குடித்து எழுந்து நின்றான்.

பெண்கள் மூவரும் முகத்தில் கை வைத்தவாறு அவனை வியப்பாகப் பார்த்தனர்.

அவர்கள் இடையில் பேச்சுக் குறைந்தது. சாயந்தரம் காம்பவுண்டில் ஜனம் வந்துபோய்க் கொண்டிருந்தார்கள். வியாபாரிகளின் வியாபாரம் சற்றுச் சூடுபிடித்தது. மனிதர்களின் பேச்சுகள் இன்னும் அதிகமானது. எல்லாரும் எழுவதற்கு ஆயத்தமானார்கள். பெண்கள் இருவர் போஷம்மாவை எழுப்பி அந்தப் பக்கம் ஒருவர் இந்தப் பக்கம் ஒருவர் என்று பிடித்துக்கொண்டு வெளியே கூட்டிச் சென்றார்கள்.

கடைசியில் எல்லாரும் எழுந்து ஒருவர் பின் ஒருவராக எழுந்து போய்க்கொண்டிருந்தார்கள். எல்லாரையும் விடக் கடைசியில் இஸ்தாரி நிதானமாக எழுந்து அவர்களின் பின்னே நொண்டுவதுபோல் நடந்து சென்று கொண்டிருந்தான். தரைமேல் அமர்ந்து அமர்ந்து கசங்கிய வேட்டியின் பின்னே ஒட்டியிருந்த சிறுமண்துகள்கள் இன்னும் அப்படியே இருந்தன.

அங்கே காலியாக இருந்த கள்ளுப்பாட்டில்களைக் காம்பவுண்டுகாரன் வந்து எடுத்துக்கொண்டு சென்றான்.

காலி மரப்பெட்டி மீது அமர்ந்திருந்த நீண்ட வழுக்கைத்தலைக்காரன் தன்னிடம் இருந்த மூன்றாவது கள்ளுப்பாட்டிலின் வாயைக் கட்டை விரலால் மூடி, குலுக்கி, அதிலிருந்து நுரை வரும்பொழுது, அதனை வேறு ஒரு காலிப்பாட்டிலில் பிடித்தான். அவனுக்குக்

கொஞ்ச தூரத்தில் அமர்ந்திருந்த வெள்ளை மச்ச கருப்பு நாய் அவனை ஆசையாகப் பார்க்கத் தொடங்கியது.

வெள்ளைக் கோடு போட்ட கருப்பு டீ சர்ட் மனிதன் பாட்டிலைப் பிடித்துக்கொண்டு அந்தப் பக்கம் யாருடனோ எதோ அரசியலைப் பேசிக்கொண்டிருந்தான். அவன் கொண்டுவந்த இரண்டாவது பாட்டில் அப்பொழுதுவரை பாதியே காலியாயிருந்தது.

வெளியே அவர்கள் நீண்டதூரம் சென்றுவிட்டார்கள் என்று உறுதிசெய்துகொண்ட தாமோதர் எழுந்து பேண்டைப் பிடித்துக்கொண்டு வெளியே நடந்தான்.

வெளியே சூரியன் மறைவதற்குள் ஐந்துமணி ஆனதுபோல் பொழுது சாயும் முன்பே அவ்வளவு குளிராக இருந்தது.

உட்கார்ந்திருப்பவர்களின் கால்களில் படாமல் ஜாக்கிரதையாக நடக்கும்போது பின்னால் நடந்து வருகிற நீலநிற சேலை கண்ணில் பட்டது.

"அய்யே நில்லு... எவ்வளவு நேரம் காத்திருப்பது"

தாமோதர் நடந்துகொண்டே ஒருமுறை பின்னால் திரும்பி பார்த்தான்.

அவளின் பின்னால் கைக்குழந்தையைப் பிடித்துக்கொண்டு தரதரவென்று இழுத்துக் கொண்டு தாமோதரனை நில்லென்றவாறு சைகை செய்தாள்.

தாமோதர் பெரிதாக அடியெடுத்து வைத்து கேட்டைவிட்டு வெளியே வந்தான்.

பின்னால் மனுஷி நிற்காமல் கைக்குழந்தையோடு கேட் அருகில் வந்தாள்.

அதற்குள் அவன் அவளுக்கு தான் இருக்கும் இடத்தை பார்க்கமுடியாதபடி சந்துக்குள் ஒளிந்துகொண்டான். மறுபடியும் முன்னால் நடந்தான்.

தடுமாற்றம்

"அண்ணா! நீ நாடெல்லாம் சுத்தியவன். வீடு, வாசலு, ஊரு ஒலகம் முழுக்கப் பாவம் புண்ணியம்னு சொல்லுவீங்க இல்லையா. தர்மம், அதர்மம், நீதி, நியாயம் ஒனக்கு தெரியும்லா. எனக்கு தெரிஞ்ச மனுசங்கள்ள நீதா ஒலகத்தை அறிஞ்சவன்" என்று பொறுமையாகப் பீடியைப் பற்றவைத்தான் முனியப்பன்.

அங்கே நடு ராத்திரி நெருங்கிக் கொண்டிருந்தது. சாலையின் மேல் அவ்வப்பொழுது கேட்கும் வாகனங்களின் சப்தம் தவிர மனிதர்களின் ஆரவாரம் குறைந்து கொண்டிருந்தது.

முனியப்பன் அணிந்திருந்த துணி விதவிதமான வண்ணங்களில் இருந்தாலும் பலநாட்களாகத் துவைக்கப்படாமல் அழுக்காக இருந்தது. அவனது வலதுகை மணிக்கட்டில் வண்ண வண்ண நூல்கள் சுற்றப்பட்டிருந்தன. வயது முப்பதுக்குள்ளாக இருக்கும். பகல்வேளையில் அவன் ரயில் பெட்டியில் காகிதத்தில் கடலை, இனிப்பு ஆரஞ்சு விற்றுக்கொண்டு திரிகிறான். ஸ்டேசனில் திரியும் பிச்சைக்காரர்கள், பைராகிகள், அவலமானவர்கள், குஷ்டரோகிகளை அவனுக்குத் தெரியும்.

அவனுக்கு எதிரில் அமர்ந்து பகல் முழுக்கப் பிச்சை எடுத்த சில்லறைகளை எண்ணிக் கொண்டிருந்த இராமசாமி ஒற்றைக் கண்ணால் முனியப்பன் பக்கம் விசித்திரமாகப் பார்த்தான். ஒரு கையைத் தரையில் சாய்த்து மறுகையால் பீடிப்புகையைக் காற்றில் விடுகிற முனியப்பன் குடித்துவிட்டு வந்திருக்கிறானோ என்ற சந்தேகம் வந்தது.

இராமசாமிக்கு ஒரு கண் தெரியாது. வலதுகண் சிறுத்தை போல் கூர்மையாக இருந்தால் இடதுகண் ஆறிப்போன நெருப்பாய் இருந்தது. அவனின் உடல்மேல் நீண்ட கைகளில் சட்டை மங்கிப்போய் வண்ணம் தெரியவில்லை. காலையிலேயே நெற்றியில் பூசிய வெண்மையான விபூதி அரித்துச் சிதறி இருந்தது. அவன் ஊர் ஊராகச் சுற்றி ஒருமுறை பிச்சை எடுத்துக்கொண்டு, மறுமுறை தெருவில் ஜாதகம் சொல்லிக்கொண்டு சுற்றுவான். இருவரும் பகல் முழுக்க எங்கெங்கோ சுற்றினாலும் சாயந்தர வேளையில் அங்கேயே வந்து அடைவர்.

"அண்ணா! வீடு வாசலு ஒலகம் தர்மம்னு சொல்றாங்க இல்லையா..." என்று மறுபடியும் தொடங்கினான் முனியப்பன்.

"என்னடா ஒன் பிரச்சினை! என்ன ஆச்சு ஒனக்கு இன்னைக்கு?" என்றான் இராமசாமி தரையில் அமர்ந்து கால்களை நீட்டிக்கொண்டு. பகல் முழுக்கச் சுற்றிய சோர்வினால் அவனுக்குத் தூக்கம் வந்துகொண்டிருந்தது.

"இன்னைக்குக் காலையிலே உப்பலா (ஹைதராபாத்தில் இருக்கிற ஒரு பகுதியின் பெயர்) போனேன்ணா. அங்க ஒரு விசித்திரம் பார்த்தன். நாலு மனுசங்க. அவங்க உருவம், தோரணை, பாஷை, உச்சரிப்புல்லாம் நம்மளமாதிரி. அவங்க ஒருத்தருக்கு ஒருத்தர், எவருக்கு எவர் என்ன உறவுமுறையோ, நிசமா என்ன முறை ஆகுறாங்களோ, எதுக்கு அப்படி ஆச்சோ காலையிலிருந்து எவ்வளவு யோசிச்சாலும் விடையே கிடைக்கல. இந்தப் புதிரை நீதா விடுவிக்கணும்." என்றான் முனியப்பன் இன்னொரு பீடியை இழுத்து புகையைக் காற்றில் விட்டுக்கொண்டு.

இராமசாமி எழுந்து, நீளமான பழைய துணியொன்றை உதறி விரித்துத் தரையில் படுத்துக் கொண்டான். பழையதுணியோடு இருக்கிற கைப்பையைத் தலையின் கீழ் இழுத்தான். அவனின் காலின் பக்கம் ஒருபுறம் ஒட்டுப்போட்ட செருப்பு கிடந்தது. அவர்களுக்குச் சிறிது தூரத்தில் நடைபாதைமேல் இரண்டு பிச்சைக்காரர்கள் ப்ளாஸ்டிக் கவரிலிருந்து சோற்றைச் சாப்பிட்டுக் கொண்டிருந்தார்கள்.

பழைய துணிமேல் படுத்திருக்கிற இராமசாமி கால்களை நெடுக விரித்திருந்தான். ஒரு பக்கமாகச் சாய்ந்து தலையணையாக இருக்கிற கைப்பையின்மேல் முழங்கையை வைத்துக்கொண்டு,

முழங்கைமேல் வலது காதைச் சாய்த்துக் கொண்டான். அவனின் இடதுகாது காற்றில் முனியப்பன் சொல்லும் வார்த்தைகளைக் கேட்டுக்கொண்டு இருந்தது. அவனின் ஒற்றைக்கண், முனியப்பனை அசையாமல் பார்த்துக் கொண்டிருந்தது.

.முனியப்பனை அவனுக்கு மூன்று வருடங்களாகத் தெரியும். ஒரு திண்ணையில் இல்லாவிட்டாலும் தினந்தோறும் சந்திக்காவிட்டாலும் எப்பொழுதாவது ராத்திரி வேளை சந்திப்பது மட்டும் அங்கே தான். ஒருவருக்கு ஓங்கோலு ஆனாலும், மற்றவருக்குக் கித்தலூரு. ஊர் ஒன்றாக இல்லாவிட்டாலும் பேச்சு ஒன்றே. பேச்சுகளைப் பகிர்வதற்கு வயசு வித்தியாசம் தடையாக இல்லை. இராமசாமிக்குத் தெரிந்தவரைக்கும் முனியப்பன் உலக ஞானம் இல்லாத அப்பாவி.

முனியப்பன் சொல்லத் தொடங்கினான்.

“இன்னைக்குக் காலங்காத்தால இருட்டுல உப்பலாக்குக் கிளம்புனேண்ணா. எங்க ஊருக்காரங்க ஊருலயிருந்து லாரியில வராங்கன்னு எலமந்த மேஸ்திரிக்கு யாரோ ஃபோன் செஞ்சு சொன்னாங்க, அவரு எனக்கு சொன்னாரு. லாரி டிரைவர் அவங்கள எங்கேயோ உப்பலாவுக்கு அப்பால ரோட்டுக் கிட்டயே இறக்கிவிட்டுட்டாரு. மூணு நாளா அவங்க ரோட்டுலயே இருந்தாங்க. அவங்கள தேடி நான் போனேன்.”

“நான் அங்கே போன நேரத்துக்குப் பாதிப் பொழுதுவிடிச்சுட்டு. பாதி இருட்டா இருந்துச்சு. ரோட்டுல ஆட்கள் இல்ல. நான் ரோட்டுல ஓர் ஓரமா நடந்து போயிட்டிருந்தப்ப சட்டுன்னு ஒரு பொண்ணு குரல் கேட்டுச்சு. நான் நின்னு பின்னால பார்த்தன்”

“என் பின்னால மொத்தம் மூணு மனுசங்க... இல்ல இல்ல மொத்தம் நாலுபேரு. முதல்ல மூணுபேரு, பின்னாடி ஒருத்தன். முன்னாடி ஒரு நடுத்தரவயசு பொம்பளை. அடுத்து வயசுல இருக்குற ஒரு பையன், மறுபடியும் வயசுல இருக்குற இன்னொரு பெண் புள்ள. அவங்களுக்குப் பின்னாடி கொஞ்ச தூரத்துல இன்னொரு நடுத்தரவயசு ஆண்.”

“அண்ணா, கேட்டுட்டு இருக்கயா?” என்று சொல்வதை நிறுத்தி இராமசாமியை நோக்கி சந்தேகமாகக் கேட்டான் முனியப்பன்.

இராமசாமி திடுக்கிட்டு "ஆஆ.. ஒரு பொண்ணு... ஆணு... அப்புறம் இன்னொரு பொண்ணு" என்றான்.

முனியப்பன் இராமசாமியைப் பார்த்துத் தலையை அசைத்து, "அவங்களுக்குப் பின்னால இன்னொரு ஆம்பளை" என்றான்.

முதலில் உதாசீனமாக இருந்தாலும் முனியப்பன் சொன்னதைக் கேட்டு இராமசாமிக்குக் குதூகலம் பெருகியது. அவனின் ஒற்றைக்கண் பார்வை காற்றில் ஊசிதுளைத்து முன்னோக்கிப் போனது போல முனியப்பன் சொன்ன கதை நீண்டு கொண்டே இருந்தது. மூடிக்கொண்ட அவனின் இடக்கண் இரகசியமாக எதையோ தேடிக்கொண்டிருந்தது.

முனியப்பன் தொடர்ந்தான். "என்னைப் பாத்துக் கத்துனா அந்தப் பொண்ணு. நா நின்னு பின்னால திரும்புனன், என் பின்னால இருந்த அவங்க மூணுபேரும் ஓடுறமாதிரி பெரிய பெரிய அடியா எடுத்து வச்சுப் போயிட்டுயிருந்தாங்க".

அவங்கள்ள முன்னால நின்னுகிட்டயிருந்த குட்டையா கருப்பா இருக்கிற நடுத்தரவயசு பொம்பளை என் கிட்ட அங்க வந்து, "இந்த மனுசன் யாரோ, ஸ்டேசன்லயிருந்து எங்க கூடவே வந்துட்டு இருக்குறான். எவ்வளவு மிரட்டினாலும் போகமாட்டுக்குறான் ...." என்றாள்.

அந்தப் புள்ள சொன்னதும் பின்னால இருந்தவன் முன்னால வந்து "ஆமாண்ணா! இவங்க யாரோ ரயில்வே ஸ்டேசனிலிருந்து என் பின்னாலயே வந்துட்டு இருக்குறாங்க. என்ன சொன்னாலும் போகல..." என்றான்.

"இவங்க ரெண்டுபேருக்கும் பின்னால இருக்கிற வயசு பொண்ணு பயந்துபயந்து முன்னாடியும் பின்னாடியும் பாத்துக்கிட்டுயிருந்தா. அந்தப் பொண்ணு காலுல புதுசா மருதாணி இருந்துச்சு. மேலுக்குத் துவைச்ச மஞ்ச நிறப்புடவை உடுத்தியிருந்தா. பாத்தா அந்தப் பொண்ணு என் கண்ணுக்குப் புதுசா கண்ணாலம் ஆன பொண்ணு மாதிரி தெரிஞ்சா."

"நா கடைசியில, நின்னுட்டுயிருந்த அந்த நடுத்தரவயசு ஆம்பளைய பாத்துத் திரும்பி, 'இதென்ன! யாருய்யா நீ? எந்த ஊரு?'ன்னு கேட்டுக்கிட்டுயிருக்கும்போதே அந்த மனுசன்... அந்த மனுசன்... அப்ப பார்த்தேனண்ணா சரியா அந்தக் கருப்பு மனுசனை... அவன்

எங்க பார்த்துட்டு இருந்தானோ தெரியல. ஒன்ன மாதிரி குருடன் மட்டும் கிடையாது. கக்கத்துல கிழிஞ்சிருந்த கட்டம்போட்ட சட்டைக்குக் கீழ சாயம் வெளுத்த கட்டம்போட்ட லுங்கி கட்டியிருந்தான்"

"நா எப்பயும் இப்படி ஓர் அகம்புடிச்ச மனுசனைப் பார்க்கல. பாத்துட்டுயிருக்கும் போதே அவன் உடம்புல போட்டுருந்த கிழிஞ்ச கட்டம் போட்ட சட்டையை எடுத்து அந்தப் பக்கத்துல இருந்த முள்ளுகம்பியில் வீசிட்டு வேகவேகமாக கையில இருந்த கவருலயிருந்து புது சட்டையை எடுத்து ஒடம்புல போட்டுக்கிட்டான்."

முனியப்பன் சொன்ன அந்த வார்த்தைகளைக் கேட்டதும் இராமசாமிக்கு முகபாவம் மாறியது. சூனியத்துக்குள் பார்ப்பதுபோலத் தலையைத் திருப்பிப் முனியப்பனைப் பார்த்தான். சாலைக்கு அந்தப் பக்கம் இருட்டில் நடைபாதை மேல் கருப்பான அழுக்குத் துணியில் இருக்கிற பைத்தியக்காரன் ஒருவன் காற்றில் கைகளைச் சுற்றிக்கொண்டு தனக்குத் தானே பேசிக்கொண்டிருந்தான். அவனுக்கு கொஞ்ச தூரத்தில் முடங்கி அமர்ந்திருக்கிற தெருநாய் ஒன்று இருட்டில் சோகமாகப் பார்த்துக் கொண்டிருந்தது.

இருட்டைப் பார்த்துச் சொல்லிக் கொண்டிருக்கிற முனியப்பன் நிறுத்தி, "அண்ணா! கேட்டுக்கிட்டு இருக்குறயா?" என்றான் அந்தப்பக்கம் பார்த்து.

"ஆ..." என்றான் இராமசாமி பார்வையைத் திருப்பிச் சூனியத்தில் திரும்பி. அவனின் குரலில் ஏற்பட்ட மாற்றத்தை முனியப்பன் அடையாளம் கண்டுகொள்ளவில்லை. அவன் கதையைத் தொடர்ந்தான்.

"நா அங்கேயே நின்னு பாத்துக்கிட்டுயிருக்கும்போது அவன், அந்த நடுவயசு ஆம்பள, மேல போட்டிருந்த கிழிஞ்ச கட்டம்போட்ட சட்டைய எடுத்து அந்தப் பக்கம் முள்ளுகம்பில போட்டுட்டுக் கையிலிருந்த கவரிலிருந்து சட்டையை எடுத்துப் போட்டுக்கிட்டான்.".

"அவன் செஞ்ச வேலைய தெகைச்சுப் பாத்துட்டுயிருக்கும் போது என் பக்கத்துல ஆட்டோ வந்து நின்னுச்சுண்ணா" என்ன நடக்கப்போதோன்னு தெரிஞ்சிக்கிறதுக்கு முன்னாலயே

அந்தக் குட்டச்சி ஆட்டோக்காரன்ட்ட பேரம்பேசிட்டுயிருந்தா, அவங்க மூணுபேரும் ஒருத்தர் பின்னாடி ஒருத்தர் வேக வேகமாக ஆட்டோவுல ஏறி உட்கார்ந்தாங்க".

"அவங்களோடு சேர்ந்து கடைசியா அந்த ஆளு போட்டுருந்த புதுச் சட்டையில, பட்டனை போட்டுகிட்டே முன்னால வந்து ஆட்டோவுல ஏற போனா அண்ணா. ஏறும்போதே உள்ளே உட்கார்ந்துட்டுயிருந்த வயசு பொண்ணு உள்ளே வராதேன்னு காலால வெளியே எட்டி உதைச்சா அண்ணா!"

"அந்த மனுசன் பின்னால விழப்போய், ரெண்டு அடி பின்னால் வைத்து, நின்னு இரண்டடி முன்னால் எடுத்து வைக்கும்போது ஆட்டோ டர்ருன்னு போனதண்ணா. அவன் அங்கயே கொஞ்ச நேரம் நின்னு ரோட்டைக் கடந்து அந்தப் பக்கமாகப் போனான்"

"அவன் எங்க போறானோன்னு அங்கயே நின்னு பாத்துட்டுயிருந்தன்."

"ரோட்டுக்கு அந்தப் பக்கமா ஒன்னு ரெண்டுபேரு பஸ்ஸை எதிர்பார்த்து நின்னுட்டுயிருந்தாங்க. அவன் அவங்க நடுவுலபோயி நின்னுகிட்டான். கடந்து போன பஸ் நின்னு மறுபடியும் முன்னுக்குப் போச்சு. நின்னுட்டுயிருந்த ஒன்னுரெண்டுபேரு பஸ்ஸில ஏறி போனாங்க. அந்த மனுசன் ஏறல. கொஞ்சநேரம் அங்கேயே நின்னுட்டுக் கடைசியில ரோட்டுல நடக்கத் தொடங்குனான். வெயில் ஏறவும் ஜனங்களும் அதிகமாயிட்டுயிருந்தாங்க. பார்த்துட்டுயிருக்கும்போதே அவன் மக்கள் கூட்டத்தில கலந்துட்டான்!"

முனியப்பன் கதை சொல்வதை முடித்துப் பக்கத்தில் சாய்ந்து ஓய்வெடுக்கத் தொடங்கினான். அந்தப் பக்கமாகத் திரும்பி படுத்திருந்த இராமசாமியின் முகம் அவனுக்குத் தெரியவில்லை.

முனியப்பன் பக்கத்தில் பின்னால் சாய்ந்து "இதுதாண்ணா காலையில நடந்துச்சு..." என்றான்.

முனியப்பன் சொன்னதையெல்லாம் முதலிலிருந்து கடைசிவரை இராமசாமி மனதில் நினைத்துப் பார்த்தான். அவன் சொன்னது புரிந்ததும் இராமசாமி மனதிலே ஏதோ கடல் அலை ஓசை எழுந்து அவனுக்கு மாத்திரமே கேட்டது.

கொஞ்சநேரத்துக்குச் "சரி ஆகட்டும், இன்னும் கொஞ்சம் நல்லா படுத்துக்கோ...." என்று மெல்லிய குரலில் முணங்கினான் இராமசாமி.

முனியப்பன் படாரென்று மேலே எழுந்து, "படுத்துட்டுயிருக்கதுக்கா அண்ணா ஒனக்கு இவ்வளவு கதையும் சொன்னேன்! காலையில இருந்து யோசிச்சுட்டு இருக்குறன். அவங்கல்லாம் யாரு, எந்த ஊருக்குப் போறாங்கன்னு.. உண்மையில அவங்க கதை என்னன்னு தெரிஞ்சுக்கலாம்னுதா உன்கிட்ட வந்தன்!" என்றான் இராமசாமியை மிரட்டியவாறு.

இராமசாமி வழக்கம்போல் எப்பொழுதும் இருப்பதற்கு முயற்சித்து மறுபடியும் வலக்கையைத் தலையணைபோல் வைத்திருக்கிற கைப்பையில் சாய்ந்தான். இடது முழங்கையை இடது செவியில் மூடினான். அவனுக்குக் கதை புரிந்தது. கொஞ்சம் யோசித்தால் முனியப்பனுக்குப் பாதி கதைத் தெரியுமென்று தெரியும். கதையில் மீதி தெரியாத பாதி அவனைத் தொந்தரவு செய்கிறது. அதைப் முனியப்பனுக்கு விவரித்துச் சொல்வதற்கு அவனின் மனது நிராகரித்தது.

"இங்க இந்த நாளூ பார்க்கக் கூடாததைப் பார்த்தேன், எனக்குப் பார்வை பாதித் தெரிந்து, பாதித் தெரியாமல் இங்கேயே பாதித் தெரிகிறது. பாதித் தெளிவாகவில்லை. உலகத்தில் பாவம் சின்னப் பிள்ளைகளை, சிறுபிள்ளைத்தனமான மனிதர்களைப் பார்க்காமல் இருந்தால் முழுகிப்போய்விடுவோமா? கண்களைத் திறந்து பாருங்கள் என்று பூமியில் பரமாத்மா சொல்றாரா. மேலிருக்கிற பரமாத்மா பாதி பார்த்து, மாயம்செய்து மனிதர்களைக் காப்பாற்றிக் கொண்டிருக்கிறார். இருப்பதையெல்லாம் பகவான், திரையை நகர்த்தி முன்னாடி பார்த்தால் மனிதர்களின் நிலைமை என்னவாகும்? இதுபோன்ற அப்பாவிகள் எங்க போக?" என்று நினைத்துக் கொண்டான்.

முனியப்பன் இராமசாமியைப் பொருட்பாடுத்தாதது போல் மறுபடியும் "அண்ணா! சரி ஆனா... அவங்க ஒருத்தருக்கு ஒருத்தர் என்ன உறவு முறை ஆகிறாங்க?" என்றான்.

இராமசாமி கேட்டும் கேட்காதது போல் சும்மா தூங்குவதுபோல் நடித்தான்.

முனியப்பன் விடவில்லை. “அண்ணா இதுல பாதி தெரியுது. பாதி தெரியலண்ணா. ஒனக்குப் புரியுது. ஒனக்கு எல்லாம் தெரியும் அண்ணா. அது என்னன்னு சொல்லுண்ணா....” என்றான் கெஞ்சுவது போன்று முகம் வைத்துக்கொண்டு.

“இதுல தெரியுறதுக்கு என்ன இருக்குதுடா?” தினமும் ஸ்டேசன்ல இத்தனைப் பேரைப் பார்த்துட்டு இருக்குற. இன்னும் ஒனக்கு நா சொல்றதுக்கு என்ன இருக்குது? எல்லாம் கண் எதிரே தெரிஞ்சுகிட்டேதான் இருக்கு! ஒருவேளை தாய், புதுசா திருமணமான மகன், மருமகளா இருக்கலாம். அவங்க எந்த ஊரிலிருந்தோ ரயிலேறி செகந்திராபாத் ஸ்டேசனில் இறங்குனாங்க. அந்த நடுவயசு பைத்தியக்காரன் அவங்க பின்னால போனான். யாரு நினைவுக்கு வர்றாங்களோ அவன் என்ன நினைச்சானோ பாவம். அங்க அதையெல்லாம் பார்த்துத் துடிக்கிறான். இதுல இன்னும் தெரிஞ்சிகிறதுக்கு என்ன இருக்கு? நா உனக்கு சொல்றதுக்கு என்னயிருக்கு?”

முனியப்பன் யோசிப்பது போல் முகம் வைத்து, புரிந்ததுபோல தலையை ஆட்டி, அப்புறம் காலை மடித்து, பக்கத்திலிருந்து எழுந்து அமர்ந்து “தாயி... புள்ளைக... மருமகளுக. ஆமா நிஜம் தானாண்ணா...” என்றான்.

“அம்மா இல்லன்னா அத்தை... முறை நம்ம யூகித்ததுபோலக் கொஞ்சம் அப்படி இப்படி இருக்கலாம்” என்று இராமசாமி இருட்டில் பார்த்துச் சிரித்தான். அவனின் வலக்கண் அசைவற்று இருந்தது.

முனியப்பன் இராமசாமியை நோக்கித் தற்செயலாகப் பார்த்து, யோசித்து, கடைசியில் தலையை ஆட்டி, “அவ்வளவுதான்கிறயா?” என்றான்.

“இல்லைன்னா அந்த மூணுபேரையும் தொடர்ந்தவன் திருடனா கூட இருக்கலாம். சித்தப்பிரம்மைப் பிடித்தவனா நடிச்சுப் புதுசா கண்ணாலம் ஆன தம்பதியினரிடம் ஏதோ ஒன்னைத் திருடணும்னு யோசனையில் அவங்கப் பின்னால போயிருக்கலாம்” என்றான் இராமசாமி.

இருவரின் இடையிலும் கொஞ்சம் மௌனம், பிறகு முனியப்பன் பெருமூச்சுவிட்டு, “உண்மைதானாண்ணா, அப்படிக் கூட இருக்கலாம். அவங்க என் எதுக்க வராம இருந்தா ஒலகத்தில்

இருக்கிற பிரச்சினை எனக்கெதுக்குத் தெரியபோது சொல்லு. இன்னைக்கு நாளு கழிஞ்சதா இல்லையா? அதைத்தானே பார்க்கவேண்டியது என் வாழ்க்கை.." என்று அவன் கூட முதுகைத் திருப்பிப் படுத்துக் கொண்டான்.

ஆகாயத்தில் எண்ணிகையில் அடங்கா நட்சத்திரங்கள். அவைகளைப் பார்த்துக் கொண்டு ஏதோ முணுமுணுத்து கொஞ்சநேரத்துக்கு நித்திரையில் விழுந்தான் முனியப்பன்.

இராமசாமிகூட ஆகாயத்தில் நட்சத்திரங்களையே பார்த்துக் கொண்டிருந்தான். ஆனால் அவனுக்குத் தூக்கம் வரவில்லை. அவனின் வலது கண்ணில் யாரோ காற்றை ஊதி நெருப்பை எரியவிட்டது போல சிறுத்தை போல், திறந்திருக்கிற அவனின் இடக்கண்ணை யாரோ பிடுங்கிக் கீறியதுபோல அருவருப்பாக, மந்தமாக மூடிக்கொண்டிருந்தது.

கொஞ்சநேரத்துக்கு முன்பு முனியப்பன் கேட்ட கேள்விக்குப் பதிலாக காலையில் முனியப்பன் பார்த்த அந்த மூன்றுபேரைப் பின்னாலிருந்து பின்தொடர்ந்தவனைப் பற்றி அவன் சொன்னான், "அவனுக்கு யார் நினைவுக்கு வந்தார்களோ? அவனுக்கு என்னன்னு தோணுச்சோ பாவம்!" என்று சொன்ன வார்த்தையே அவனின் தலையைக் கிர்ரென்று சுற்றியது.